AA000420

ಆಶಾ ಸೌರಭ

ಸಾಯಿಸುತೆ

ಸುಧಾ ಎಂಟರ್‌ಪ್ರೈಸಸ್
ನಂ. 761, 8ನೇ ಮುಖ್ಯರಸ್ತೆ, 3ನೇ ಬ್ಲಾಕ್,
ಕೋರಮಂಗಲ, ಬೆಂಗಳೂರು – 560 034.

Aasha Sourabha(Kannada): a social novel written by Smt. Saisuthe; published by Sudha Enterprises, # 761, 8th Main, 3rd Block, Koramangala, Bangalore - 560 034.

ಹಿಂದೆ ಮುದ್ರಿತವಾದ ವರ್ಷಗಳು	:	1984, 1989, 1993, 2007
ಐದನೆಯ ಮುದ್ರಣ	:	2013
ಪುಟಗಳು	:	128
ಬೆಲೆ	:	ರೂ. 70
ಉಪಯೋಗಿಸಿದ ಕಾಗದ	:	70 ಜಿ.ಎಸ್.ಎಂ.ಮ್ಯಾಪ್‌ಲಿಥೋ
ಮುಖಪುಟ ವಿನ್ಯಾಸ	:	ಚಂದ್ರನಾಥ ಆಚಾರ್ಯ
ಹಕ್ಕುಗಳು	:	ಲೇಖಕಿಯವರದು

ಸಗಟು ಮಾರಾಟಗಾರರು
ವಸಂತ ಪ್ರಕಾಶನ
360, 10ನೇ 'ಬಿ' ಮುಖ್ಯರಸ್ತೆ, 3ನೇ ಬ್ಲಾಕ್,
ಜಯನಗರ, ಬೆಂಗಳೂರು – 560 011.
ದೂರವಾಣಿ : 080-22443996
email : vasantha_prakashana@rediffmail.com

ಅಕ್ಷರ ಜೋಡಣೆ ಮತ್ತು
ಮುದ್ರಣ :
ವಸಂತ ಪ್ರಕಾಶನ

ಮುನ್ನುಡಿ

ಆತ್ಮೀಯ ಓದುಗರಲ್ಲಿ,

ಅಚ್ಚರಿಯೆನ್ನುವಂತೆ ಈ ಪುಟ್ಟ ಕಾದಂಬರಿ ಓದುಗರಿಗೆ ಮೆಚ್ಚಿಗೆಯಾಗಿದೆ. ಮೂರನೆ ಮುದ್ರಣದ ಪ್ರತಿಗಳು ಮೂರೇ ತಿಂಗಳಿಗೆ ಮಾರಾಟವಾದದ್ದು ಅಂತಹ ವಿಸ್ಮಯವಾಗೇನು ಕಾಣಲಿಲ್ಲ. ಹಿಂದೆ 'ಬಾಡದ ಹೂ', 'ಮಧುರಗಾನ', 'ಪ್ರೀತಿಯ ಹೂಬನ'– ಮುಂತಾದ ಕಾದಂಬರಿಗಳ ಪ್ರತಿಗಳು ತಿಂಗಳುಗಳು ಕಳೆಯುವುದರಲ್ಲಿ ಮಾರಾಟವಾಗಿದ್ದವು.

ಆದರೆ ಈ ಪುಟ್ಟ ಕಾದಂಬರಿಗೆ ಮೂರನೆ ಸಲ ಅಚ್ಚಾದಾಗ ಆ ಸೌಭಾಗ್ಯ ಒದಗಿ ಬಂದಿದೆ.

ಈಗ ಸುಧಾ ಎಂಟರ್‌ಪ್ರೈಸಸ್ ಇದನ್ನು ಹೊರತರುತ್ತಿದೆ. ಅವರಿಗೆ ಧನ್ಯವಾದಗಳು.

ಸಾಯಿಸುತೆ
'ಸಾಯಿಸದನ'
12, 2ನೇ ಮುಖ್ಯರಸ್ತೆ, 2ನೇ ಅಡ್ಡರಸ್ತೆ,
ಮಾರುತಿನಗರ, ಕೋಗಿಲೆ ಕ್ರಾಸ್, ಯಲಹಂಕ
ಓಲ್ಡ್ ಟೌನ್, ಬೆಂಗಳೂರು – 560064.

ನಮ್ಮಲ್ಲಿ ದೊರೆಯುವ ಸಾಯಿಸುತೆಯವರ ಇತರ ಕಾದಂಬರಿಗಳು

ಸಾಯಿಸುತೆಯವರ ಮುಂದಿನ ಕಾದಂಬರಿ
ನಿನಾದ

ಸಂಪಿಗೆ ಹಳ್ಳಿಯಲ್ಲೆಲ್ಲ ಡಾ. ಶ್ರೀನಿವಾಸ್ ಮಗ ಗೋಕುಲ್ ಇಲ್ಲೇ ಬಂದು ನೆಲೆಸುವುದು ದೊಡ್ಡ ಸುದ್ದಿಯಾಗಿತ್ತು. ಕೆಲವರು ಹುಬ್ಬೇರಿಸಿದರು. ಹಿರಿಯರಿಗಂತೂ ಇದು ಅಚ್ಚರಿಯ ವಿಷಯ. ಇದೆಲ್ಲ ಗಾಳಿ ಸುದ್ದಿಯೆನ್ನುವಂತೆ ಯೋಚಿಸದವರುಂಟು. ಸಾಧ್ಯಾಸಾಧ್ಯತೆಯ ಬಗ್ಗೆ ಚರ್ಚೆ ನಡೆಸಿದವರೆಷ್ಟೋ!

ಇದಕ್ಕೆಲ್ಲ ವಿರಾಮ ಹಾಕುವಂತೆ ಹಳೆಯ ಮನೆ ದುರಸ್ತಿಯಾಗುತ್ತಿತ್ತು. ಖಾಲಿ ನಿವೇಶನದಲ್ಲಿ ಕಟ್ಟಡವೇಳುತ್ತಿತ್ತು. ಎಲ್ಲರ ಮನಗಳಲ್ಲಿ ಮರೆಯಾಗಿದ್ದ ಜೋಯಿಸರ ಮಗ ಈಗ ಪ್ರತ್ಯಕ್ಷವಾಗಿದ್ದ.

ಈ ಸುದ್ದಿಯಿಂದ ಹೆಚ್ಚಿಗೆ ಗೊಂದಲಕ್ಕೆ ಒಳಗಾದವರು ಶಾಮಣ್ಣನವರು. ಎಲ್ಲರ ಬಾಯಲ್ಲೂ ಈ ಸುದ್ದಿ ಕೇಳಿ ಬೇಸತ್ತು ಹೋಗಿದ್ದರು.

ಮನೆಗೆ ಬರುವ ವೇಳೆಗೆ ಶಾಮಣ್ಣನವರ ತಲೆಯಲ್ಲಿ ನರಗಳು ಪಟ ಪಟ ಎನ್ನತೊಡಗಿತು. ಜೋಡು ಕಳಚಿ ಹಜಾರಕ್ಕೆ ಬಂದವರೇ ಸೋತವರಂತೆ ಕೂತರು.

ಮಿದುಳು ಮತ್ತೆ ಮೊದಲಿನ ಧಾಟಿಯಲ್ಲಿಯೇ ಸಾಗಿತ್ತು. ವಿದೇಶಿ ಹೆಣ್ಣಿನ ಹೊಟ್ಟೆಯಲ್ಲಿ ಹುಟ್ಟಿದ ಅವನಿಗೆ ಇಲ್ಲೇನು ಕೆಲಸ? ಈ ಪರಿಸರಕ್ಕೆ ಹೊಂದಿಕೊಳ್ಳಲು ಅವನಿಗೆ ಸಾಧ್ಯವೇ? ಈ ಪ್ರಶ್ನೆಗಳಿಗೆ ಉತ್ತರ ಸುಲಭವೆನಿಸಲಿಲ್ಲ.

ತಾತನ ಆಸ್ತಿಗೆ ವಾರಸುದಾರ! ಮನದಲ್ಲಿಯೆ ಸಿಡಿಮಿಡಿಗುಟ್ಟಿದರು.

''ಸುನಂದ....'' ಹಣೆಯ ಬೆವರನ್ನು ಕೈ ವಸ್ತ್ರದಿಂದೊತ್ತಿದರು. ಹಣೆಯ ಗೆರೆಗಳು ಆಳವಾಗಿ ಕಣ್ಣುಗಳು ಕಿರಿದಾದವು.

ಹೆಂಡತಿ ಬಂದು ಎದುರು ನಿಂತಾಗ ಅಡಿಯಿಂದ ಮುಡಿಯವರೆಗೂ ನೋಡಿದರು. ಇವಳು ಗಟ್ಟಿ ಮನದ ಹೆಣ್ಣಾ? ತಮ್ಮಲ್ಲಿಯೇ ಪ್ರಶ್ನಿಸಿಕೊಂಡರು.

''ಅವ್ನು ಬರೋದಂತೂ ನಿಜ. ನೀನು ಮಾತ್ರ ಮನೆ ಬಾಗ್ಲಿಗೂ ಸೇರ್ಸಬಾರ್ದು!'' ಸುನಂದಮ್ಮನ ಎದೆ ಭಾರವಾಯಿತು. ಈ ಎರಡು ತಿಂಗಳಿಂದ ಅದೆಷ್ಟನೇ ಬಾರಿಯೋ ಹೀಗೆ ಹೇಳಿದ್ದು ''ಇನ್ನೆಷ್ಟು ಸಲ ಹೇಳ್ತೀರಾ! ಎಂದೋ ತೊಡ್ದುಹೋದ ಸಂಬಂಧನ ಮತ್ಯಾಕೆ ಬೆಳ್ಸಿಕೊಳ್ಳಿ?''

ಬಾಯಲ್ಲಿ ಹಾಗಂದರೂ ಸುನಂದಮ್ಮನ ಮನ ಬರುವ ಅಣ್ಣನ ಮಗನನ್ನು ನೋಡಲು ಕಾತುರವಾಗೇ ಇತ್ತು. ಅಣ್ಣನ ನೆನಪಿನಿಂದ ಆಕೆಯ ಗಂಟಲು ಕಟ್ಟಿತು. ಮಾತನಾಡಲಾರದ ಸ್ಥಿತಿ. ವಿಷಯ ಅರಿವಾದಾಗ ಪುಟ್ಟ ವಯಸ್ಸಿನ ಸುನಂದ ಕಣ್ಣೀರಿನಲ್ಲಿಯೇ ಕೈ ತೊಳೆದಿದ್ದಳು. 'ಹೀಗ್ಯಾಕೆ ಮಾಡ್ದ? ನಮ್ಮೆಲ್ಲರ ಮೇಲಿನ ಪ್ರೀತಿ ಸತ್ತೋಯ್ತಾ?' ಇದು ಒಗಟಾಗಿಯೇ ಉಳಿದಿತ್ತು.

''ಯಾಕೆ ಬರ್ತಾನೆ.... ನಮ್ಮನೆ ಬಾಗ್ಲಿಗೆ'' ಸ್ವರದಲ್ಲಿ ದುಗುಡ ಇಣಕಿತು. ಕಣ್ಣಂಚಿನಲ್ಲಿ ಕಂಬನಿ ಜಿನುಗಿದಾಗ ಶಾಮಣ್ಣನವರು ಗಂಭೀರವಾದರು.

ಮೊದ ಮೊದಲು ಅವರ ಈ ವಿಷಯ ನಂಬಿರಲಿಲ್ಲ. ಆದರೆ ಶ್ರೀನಿವಾಸನ ಹಳೆಯ ಗೆಳೆಯ ಬಂದು ಮನೆಯ ಬೀಗದ ಕೈ ಪಡೆದು ಜಮೀನಿನ ವಿಷಯ ಎತ್ತಿದಾಗ ಹುಬ್ಬೇರಿಸಿದರು. ಶ್ರೀನಿವಾಸ ಸತ್ತ ಸುದ್ದಿ ತಿಳಿದ ಮೇಲೆ ಹಳೇ ನೆನಪುಗಳೆಲ್ಲ ಸಮಾಧಿ ಕಟ್ಟಿದ್ದರು. ಈ ಹೊಸ ವಿಚಾರ ಅವರ ಪಾಲಿಗೆ ಆಘಾತವನ್ನು ತಂದೊಡ್ಡಿದ್ದರೂ ತಲೆ ಕೊಡವಿಕೊಳ್ಳಲು ಪ್ರಯತ್ನಿಸುತ್ತಲೇ ಇದ್ದರು.

''ಕೆಂಪು ಹುಡ್ಗ ಇಲ್ಲಿಗ್ಯಾಕೆ ಬರ್ತಾನೆ?'' ಗಡ್ಡ ತುರಿಸಿದರು. ಅವರ ಪಾಲಿಗೆ ಒಗಟಾಗಿಯೇ ಉಳಿದಿತ್ತು.

''ನಂಗ್ಯಾಕೋ ಇಲ್ಬಂದು ಉಳ್ಯೋ ನಂಬ್ಕೆ ಇಲ್ಲ'' ಸುನಂದಮ್ಮನ ಸ್ವರದಲ್ಲಿ ನಿರಾಸೆ ಇಣಕಿತು.

''ನಂಬಿಕೆ, ಅಪನಂಬಿಕೆ ಪ್ರಶ್ನೆ ಇನ್ನೆಲ್ಲಿದೆ! ಬರೋದಂತೂ ಗ್ಯಾರಂಟಿ!'' ಬೇಸರ ಬೆರೆತ ಅಸಹನೆ ಇಣಕಿದಾಗ ಸುನಂದಮ್ಮನ ಕಾಲುಗಳು ಅಡಿಗೆಯ ಮನೆಯತ್ತ ನಡೆದವು.

ಏನೋ ಜ್ಞಾಪಿಸಿಕೊಂಡವರಂತೆ ಶಾಮಣ್ಣನವರೆದ್ದು ಹೊರಗೆ ಹೋದರು. ಹಳ್ಳಿಯವರ ಕಣ್ಣುಗಳಲ್ಲಿ ಕಾಣುವ ಕುತೂಹಲವನ್ನು ಕಂಡಾಗ ಅವರ ಮೈನರಗಳೆಲ್ಲ ಪಟಪಟ ಎನ್ನುತ್ತಿತ್ತು.

ಜೋಯಿಸರು ಸಾಯುವ ಮುನ್ನ ಆಸ್ತಿಯನ್ನು ಎರಡು ಪಾಲು ಮಾಡಿದ್ದರು. ಅವನು ಮಾಡಿದ್ದು ಅಕ್ಷಮ್ಯ ಅಪರಾಧವಾದರೂ ಮಗನೆಂಬ ಸಂಗತಿಯನ್ನು ಮರೆತಿರಲಿಲ್ಲ. ಮೂಕವಾಗಿ ವೇದನೆಯನ್ನು ಅನುಭವಿಸುತ್ತಿದ್ದರು. ಬಾಯೆತ್ತಿ ಕೆಟ್ಟ ನುಡಿಯನ್ನು ಆಡಿರಲಿಲ್ಲ.

ತಾವು ಹುಟ್ಟಿ ಬೆಳೆದ ಜನರೊಡನೆ ಶ್ರೀನಿವಾಸ ಬೆರೆತು ತನ್ನ ಸೇವೆಯನ್ನು ಅವರಿಗೆ ಮುಡುಪಾಗಿಡಬೇಕೆಂಬುದೇ ಅವರ ಆಸೆಯಾಗಿತ್ತು. ಹಂಬಲಿಕೆ ಹಾಗೆಯೇ ಉಳಿದಾಗ ಅವರೆದೆಯೊಡೆದಂತಾಗಿತ್ತು.

ಅಮೆರಿಕಗೆ ಹೊರಡುವ ಮುನ್ನ ಬಂದಿದ್ದ. ತುಟಿ ಎರಡು ಮಾಡದೆ ಗಂಭೀರವಾಗಿದ್ದರು. ದಿನ ಕಳೆದಂತೆ ನಿರ್ಲಿಪ್ತತೆ ಅವರನ್ನು ಆವರಿಸಿಕೊಂಡಾಗ ಮಗನ ಬಗ್ಗೆ ಬರೆದ ಅಧ್ಯಾಯಕ್ಕೆ ಸಮಾಪ್ತಿ ಹಾಡಿದ್ದರು.

"ಜೋಯಿಸ್ರೆ, ಈ ವಯಸ್ಸಿನಲ್ಲಿ ಎಂಥ ಕಷ್ಟ ಬಂತು" ಜನ ಸಹಾನುಭೂತಿ ತೋರಿದಾಗ ಹಸನ್ಮುಖತೆ ಅವರ ಮುಖದಿಂದ ಅಳಿಸಿ ಹೋಗುತ್ತಿರಲಿಲ್ಲ.

ಆಮೇಲೆ ಮನೆಯಲ್ಲಿದ್ದಿದ್ದು ಇಬ್ಬರೇ, ಮಗಳು ಸುನಂದ ಎಲ್ಲಾ ಕೆಲಸದಲ್ಲೂ ಅಚ್ಚುಕಟ್ಟು, ಯಾವುದಕ್ಕೂ ಆತುರವಿರಲಿಲ್ಲ. ಬೆಳಿಗ್ಗೆ ಸ್ನಾನ, ಪೂಜೆ ಮುಗಿಸಿ ಜಮೀನಿನ ಕಡೆ ಸುತ್ತಿ ಬಂದರೆ ಸಂಜೆ ತೋಟದ ಮನೆಯ ಕಡೆಯಿಂದ ದೊಡ್ಡ ಕೆರೆಯ ಏರಿಯ ಮೇಲೆ ಒಬ್ಬಂಟಿಗರಾಗಿ ಸುತ್ತಾಡಿ ರಸ್ತೆ ದೀಪ ಹತ್ತಿಕೊಳ್ಳುವ ವೇಳೆಗೆ ಮನೆಗೆ ಹಿಂದಿರುಗುತ್ತಿದ್ದರು. ಆಮೇಲೆ ರಾತ್ರಿ ಬಂದ ಹಳ್ಳಿಯ ಮುಖಂಡರು, ಅಧಿಕಾರಿಗಳ ಜೊತೆ ಹತ್ತರವರೆಗೂ ಮಾತನಾಡುತ್ತಿದ್ದರು. ಈ ದಿನಚರಿಯಲ್ಲಿ ವ್ಯತ್ಯಾಸವೆಂಬುದೇ ಇರುತ್ತಿರಲಿಲ್ಲ.

ತಂದೆಯ ಮನದ ಬೇಗೆಯನ್ನು ಅರಿತ ಸುನಂದ ಏಕಾಂತದಲ್ಲಿ ಕೂತು ಮುಸು ಮುಸು ಅಳುತ್ತಿದ್ದಳು. ಈ ಎರಡು ಹೃದಯಗಳ ವೇದನೆ ತನಗೆ ಸಂಬಂಧಿಸಿದಲ್ಲವೆನ್ನುವಂತೆ ಮಹತ್ವಾಕಾಂಕ್ಷೆಯ ಸಾಧನೆಗೆ ಅಲ್ಲೇ ಉಳಿದ. ತನ್ನ ಮದುವೆಯ ವಿಷಯ ತಿಳಿಸಿ ಆಶೀರ್ವಾದ ಬಯಸಿ ಪತ್ರ ಬರೆದಿದ್ದ.

ಪತ್ರ ಓದಿದ ಜೋಯಿಸರು ಅದನ್ನೆತ್ತಿ ಹೆಂಡತಿಯ ಭಾವಚಿತ್ರದ ಹಿಂದೆ ಇಟ್ಟರು. ಸತ್ತಿದ್ದ ಹೆಂಡತಿ ಕ್ಷಣದಲ್ಲಿ ಅದೃಷ್ಟವಂತಳಾಗಿ ಕಂಡಿರಬೇಕು.

ಆಮೇಲೆ ಬದುಕಿನ ಬಗ್ಗೆ ನಿರಾಶರಾಗಿ ದಿನಗಳನ್ನು ದೂಡುತ್ತಿದ್ದರು. ನಿದ್ದೆ ಇಲ್ಲದೆ ರಾತ್ರಿಗಳನ್ನು ಹೊರಗಿನ ಜಗುಲಿಯ ಮೇಲೆ ಕೂತು ಕಳೆಯುತ್ತಿದ್ದರು. ನಕ್ಷತ್ರಗಳಿಂದ ನಿಬಿಡವಾದ ಆಕಾಶವನ್ನು ಅವಲೋಕಿಸಿ, ಮನದಲ್ಲೇ ವಿಶ್ಲೇಷಿಸುವರು.

ಇದ್ದಕ್ಕಿದ್ದಂತೆ ಒಂದು ದಿನ ಶ್ರೀನಿವಾಸ ಮಡದಿಯೊಂದಿಗೆ ಬಂದ. ಮಂಡಿಯ ಮೇಲೆ ತುಂಡು ಲಂಗ ಧರಿಸಿದ್ದ ಕೆಂಪು ಹೆಣ್ಣನ್ನು ಕಂಡ ಕೂಡಲೇ ಅವರ ಇಡೀ ಶರೀರವೇ ಹತ್ತಿ ಉರಿದಂತಾಯಿತು. ಅವರು ಪಟ್ಟ ಮಾನಸಿಕ ಕ್ಲೇಶ ಅಷ್ಟಿಷ್ಟಲ್ಲ.

ತೀರಾ ಮುಪ್ಪಡರಿದಂತಾಯಿತು. ಮಗನ ಬಗ್ಗೆ ಕೆಟ್ಟ ನುಡಿ ಅವರ ಬಾಯಿಂದ ಹೊರಬೀಳಲಿಲ್ಲ. ಪೂರ್ವಿಕರಂತೆ ತಮಗೆ ಬಂದ ಆಸ್ತಿಯನ್ನೆಲ್ಲ ಅವನಿಗೆ ಬರೆದು, ಮಗಳಿಗೆ ಸ್ವಂತ ಗಳಿಕೆ ಬಿಟ್ಟು ಮದುವೆ ಮಾಡಿದ ತಿಂಗಳೊಳಗೆ ಕಣ್ಮುಚ್ಚಿದ್ದರು.

* * *

ಜೋಯಿಸರು ಸತ್ತ ಮೇಲೆ ಶಾಮಣ್ಣ ಮಡದಿಯೊಂದಿಗೆ ಇಲ್ಲೇ ಉಳಿದು ಸದ್ಯಕ್ಕೆ ಶ್ರೀನಿವಾಸನ ಪಾಲಿನ ಮನೆ, ಜಮೀನು ಅವರದೇ. ಆದರೆ ಸಾಯುವ ಮುನ್ನ ಜೋಯಿಸರು ಮಗನ ಗೆಳೆಯ ಕೃಷ್ಣನ್ ಮೂಲಕ ಆಸ್ತಿ ವಿಭಾಗದ ವಿಷಯವನ್ನು ಪತ್ರ ಮುಖೇನ ಮಗನಿಗೆ ತಿಳಿಸಿದ್ದರು.

ಆದರೆ ದಿನ ಕಳೆದಂತೆ ಶ್ರೀನಿವಾಸ ಎಲ್ಲರ ನೆನಪುಗಳಿಂದ ದೂರವಾದ.

ಒಳಗೆ ಬಂದ ಅನುಪಮಳ ನಡಿಗೆಯಲ್ಲಿ ಉತ್ಸಾಹವಿತ್ತು. ಕಣ್ಣುಗಳಲ್ಲಿ ವಿಚಿತ್ರ ಹೊಳಪು. ಒಂದು ಕ್ಷಣ ನಿಂತು ರೆಪ್ಪೆಗಳನ್ನು ಪಟಪಟನೆ ಬಡಿದಳು.

"ಅಮ್ಮ..." ಮಗಳ ಕೂಗಿಗೆ ತಲೆಯೆತ್ತಿದರು. ಸ್ವರದಲ್ಲಿನ ಉತ್ಸಾಹಕ್ಕೆ ಅವರ ಹುಬ್ಬೇರಿತು. "ಏನು ವಿಷ್ಯ ?" ಹಣೆಯ ಮೇಲಿನ ಬೆವರನ್ನು ಸೆರಗೊತ್ತಿತ್ತು. ಆದರೂ ಕಣ್ಣುಗಳಲ್ಲಿ ಕುತೂಹಲ ಇಣಕದೆ ಹೋಗಲಿಲ್ಲ.

"ಅದೇ...." ಎಂದವಳೆ ನಿಲ್ಲಿಸಿದಳು. ಶೀನಿ ಮಾವನ ಮಗ ನಾಳೆ ಬರ್ತಾರಂತೆ" ಸುನಂದಮ್ಮನ ಕಣ್ಣುಗಳು ಮಿಂಚಿದವು. ಉದ್ವೇಗದಿಂದ ತಬ್ಬಿಬ್ಬಾದರು. ತುಟಿಗಳು

ಕಂಪಿಸಿದವು.

"ಯಾರು ಹೇಳಿದ್ದು?" ಸ್ವರ ಕಂಪಿಸಿತು. ಅನುಪಮಳ ತುಟಿಗಳ ಮೇಲೆ ನಗು ತೇಲಿತು. ಕಣ್ಣುಗಳಲ್ಲಿ ಸಹಾನುಭೂತಿ ಇಣಕಿತು. "ಬೆಂಗ್ಳೂರು ಮಾವನ ಕಾರು ನಿಂತಿತ್ತು. ಸಿಹಿ ನೀರಿನ ಬಾವಿಯತ್ರ ಅದೇ ಮಾತು."

ಸುನಂದಮ್ಮ ನಿಂತಲ್ಲಿಯೇ ಶಿಲೆಯಾದರು. ಅಣ್ಣನ ಮಗನ ಮುಖ ಕಲ್ಪನೆಯಲ್ಲಿ ಮೂಡಿತು. ಹೊಂಬಣ್ಣದ ಕೂದಲು, ನೀಲಿ ಕಣ್ಣುಗಳು, ಕೆಂಪು ಬಣ್ಣ– ದೀರ್ಘವಾಗಿ ಉಸಿರೆಳೆದು ಹೊರಗೆ ದಬ್ಬಿದರು.

"ಮನೆಗೆ ಬರ್ಬಹ್ದು!" ಸುನಂದಮ್ಮನ ಸ್ವರದಲ್ಲಿ ಅನುಮಾನ ಇಣಕಿತು. ಅನುಪಮ ಮುಖವನ್ನು ಬೇರೆಡೆ ತಿರುಗಿಸಿದಳು.

ಕೃಷ್ಣನ್ ಆ ದೊಡ್ಡ ಮನೆಯ ರಿಪೇರಿ ಹಿಡಿದಾಗಿನಿಂದ ಆಗಾಗ ಬರುತ್ತಿದ್ದರು. ಬಂದಾಗ ಒಂದೆರಡು ಬಾರಿ ಇಲ್ಲಿಗೆ ಬಂದಿದ್ದರು. ಅವರಿಗೆ ಸಿಕ್ಕ ಸ್ವಾಗತ ಎಂಥದ್ದು? ಶಾಮಣ್ಣನವರು ಮುಖ ಸಿಂಡರಿಸಿದ್ದರು. ಕಾಗದ ಪತ್ರಗಳನ್ನು ತಂದು ಅವರ ಮುಂದೆ ಹಾಕಿ ಹೇಳಿದ್ದರು. "ಕೊಟ್ಬಿಡಿ, ಇಷ್ಟು ದಿನ ಭಾರವಾಗಿ ನಮ್ಹತ್ರ ಇತ್ತು. ಇನ್ನೊಂದ್ಮಾತು. ಯಾವ ಕಾರಣಕ್ಕೂ ನಿಮ್ಮ ಸ್ನೇಹಿತರ ಮಗ ಈ ಮನೆಯ ಹೊಸಲು ಮೆಟ್ಟಬಾರ್ದು. ನಮ್ಮ ಮಾವನವ್ರೇ ಎಂದೋ ತೊಡ್ದುಕೊಂಡಿದ್ರು.... ನಮಗ್ಯಾಕೆ ಅಂಥವ್ರ ಸಹವಾಸ!" ಆ ಸ್ವರದಲ್ಲಿ ಮಿನುಗಿದ ಜಿಗುಪ್ಸೆಯನ್ನು ಕೃಷ್ಣನ್ ಎಂದೂ ಮರೆಯಲಾರರು.

ತಾಯಿ, ಮಗಳ ನಡುವೆ ಮೌನ ಬಿದ್ದುಕೊಂಡಿತ್ತು. ಕಾರಿನ ಹಾರನ್‌ಗೆ ಎಚ್ಚೆತ್ತು ಹೊರಗೆ ಬಂದರು.

ಕೃಷ್ಣನ್ ಹಣೆಯ ಮೇಲಿನ ಬೆವರನ್ನೊತ್ತುತ್ತ ಒಳಗೆ ಬಂದರು. ಶ್ರೀನಿವಾಸ ಸಾಯುವುದಕ್ಕೆ ಮುನ್ನ ತನ್ನ ಮನದ ಹೋರಾಟ ವರ್ಣಿಸಿ ದೀರ್ಘ ಪತ್ರ ಬರೆದಿದ್ದ. ಅದಕ್ಕಾಗಿ ಸೈರಣೆ ಅಗತ್ಯವಾಗಿತ್ತು.

"ಅನುಪಮ ಸ್ವಲ್ಪ ಕುಡ್ಯೋಕೆ ನೀರು ಕೊಡ್ತೀಯಾ ಮಗು" ತಲೆಯೆತ್ತಿ ಅವರತ್ತ ನೋಡಿದಳು ಮಾವ ಶ್ರೀನಿವಾಸ ಕೃಷ್ಣನ್‌ನ ವಯಸ್ಸಿನವರೇ! ಅವಳೆದೆ ಭಾರವಾಯಿತು. 'ಅಯ್ಯೋ... ಎಂಥ ಪ್ರೀತಿಯ ಅಂತಃಕರಣ ನಮ್ಮಿಂದ ದೂರವಾಯಿತು' ಮನದಲ್ಲಿ ನೋವಿನ ನೆರಳಾಡಿತು.

''ತರ್ತೀನಿ... ಕೂತ್ಕೊಳ್ಳಿ'' ಕೃಷ್ಣನ್ ಅನುಪಮ ಹೋದತ್ತಲೇ ನೋಡಿದರು. ಶ್ರೀನಿವಾಸ ಕೊನೆಯ ಬಯಕೆ ನೆರವೇರಿತೆ? ಸಂಶಯದ ನೆರಳಾಡಿತು.

''ನಿಮ್ಮ ಸೋದರಳಿಯ ನಾಳೆ ಬರ್ತಾನೆ'' ಮೆಲುವಾಗಿ ಹೇಳಿದರು.

ಸುನಂದಮ್ಮನ ಮುಖ ಕೋಪ, ವ್ಯಥೆಯಿಂದ ಬಣ್ಣಗೆಟ್ಟಿತು. ತನ್ನಣ್ಣನನ್ನ ಕಸಿದುಕೊಂಡ ಆ ಹೆಣ್ಣಿನ ಹೊಟ್ಟೆಯಲ್ಲಿ ಹುಟ್ಟಿದವನನ್ನು ಸೋದರ ಅಳಿಯನೆಂದು ಒಪ್ಪಿಕೊಳ್ಳಲು ಅವರ ಮನ ಹಿಂಜರಿಯಿತು.

''ತೊಡ್ದು ಹೋದ ಸಂಬಂಧ! ನಮ್ಗೆ ಇನ್ನ್ಯಾಕೆ ಬೇಕು? ಅಣ್ಣ ಸಾಯೋ ಕಾಲ್ದಲ್ಲಿ ಎಷ್ಟೊಂದು ನೋವು ಅನುಭವಿಸಿದ್ರು.... ಗೊತ್ತಾ!'' ಗಂಟಲು ಒತ್ತಿ ಕಣ್ಣಂಚಿನ ಕಂಬನಿ ಕೆನ್ನೆಯ ಮೇಲೆ ಉರುಳಿದಾಗ ಕೃಷ್ಣನ್ ತಲೆ ತಗ್ಗಿಸಿದರು.

ಅವರ ಹುಬ್ಬುಗಳು ಸಂಕುಚಿಸಿ ಹಣೆಯ ಮೇಲೆ ಗೆರೆಗಳು ಮೂಡಿದವು. ಶ್ರೀನಿವಾಸ ದೊಡ್ಡ ತಪ್ಪು ಮಾಡಿಬಿಟ್ಟಿದ್ದ. ಆದರೆ ಅವನು ಕೊನೆ ದಿನಗಳಲ್ಲಿ ಅನುಭವಿಸಿದ ನೋವು ಇವರಿಗೆ ಗೊತ್ತಿಲ್ಲ.

ಮಾತೇ ಮರೆತವರಂತೆ ಕೂತುಬಿಟ್ಟರು. ಅನುಪಮ ಕೊಟ್ಟ ನೀರು ಕುಡಿದು ಸೌಜನ್ಯಕ್ಕಾಗಿಯಾದರೂ ಕೃತಜ್ಞತೆ ಹೇಳಬೇಕೆಂಬುದನ್ನು ಮರೆತು ಎದ್ದು ಹೋದರು.

ಹೊಸದಾಗಿ ರಿಪೇರಿ ಸುಣ್ಣ, ಬಣ್ಣ, ಕಂಡ ಮನೆಯತ್ತ ನೋಡಿ ಭಾರವಾದ ಉಸಿರನ್ನು ದಬ್ಬಿದರು. ಕಣ್ಣುಗಳು ಕಿರಿದಾದವು. ಯೋಚಿಸುತ್ತ ನಿಂತವರು ಯಾವುದೋ ಗಟ್ಟಿ ನಿರ್ಧಾರಕ್ಕೆ ಬಂದವರಂತೆ ಸಮಾಧಾನದ ಉಸಿರು ದಬ್ಬಿದರು.

ಗೋಕುಲ್‌ನ ಎದುರುಗೊಳ್ಳಲು ತಾವೇ ಹೊರಟರು. ಅಂದು ಕೂಡ ಶ್ರೀನಿವಾಸನನ್ನು ವಿದೇಶಕ್ಕೆ ಕಳುಹಿಸಿಕೊಡಲು ತಾವೇ ಏರ್‌ಪೋರ್ಟಿಗೆ ಹೋಗಿದ್ದರು. ಇಂದು ಅವನ ಮಗನನ್ನು ಎದುರುಗೊಳ್ಳಲು... ಎದೆ ಭಾರವಾಯಿತು. ನೆನಪುಗಳು ದಟ್ಟವಾಗಿ ಕಣ್ಮುಂದೆ ಮಂಜು ಹರಡಿಕೊಂಡಿತು.

ಕನ್ನಡಕ ಕೈಗೆ ಬಂತು, ಕರ್ಚೀಫ್ ಕಣ್ಣುಗಳ ಮೇಲಾಡಿ ಸ್ವಸ್ಥಾನ ಸೇರಿತು.

''ಅಂಕಲ್...'' ಸ್ವರಕ್ಕೆ ಬೆಚ್ಚಿದರು.

ಅವರ ಕಣ್ಣವೆಗಳು ಚಲಿಸಿದವು. ನೋಟ ಅತ್ತಿತ್ತ ಅಲುಗಾಡಲಿಲ್ಲ. ಎಲ್ಲಾ ಶ್ರೀನಿವಾಸನ ತದ್ರೂಪು! ಮರಳಿ ಗೆಳೆಯನನ್ನೇ ನೋಡಿದಂತಾಯಿತು.

ಸಂತೋಷದಿಂದ ತಬ್ಬಿಬ್ಬಾದರು.

"ನಾನು... ಗೋಕುಲ್..." ಪರಿಸರವನ್ನೇ ಮರೆತು ತಮ್ಮೆರಡು ಬಾಹುಗಳಿಂದ ಬಳಸಿ ಅಪ್ಪಿಕೊಂಡರು. ಆನಂದಭಾಷ್ಪ ಜಾರಿಯೇಬಿಟ್ಟಿತು. ಅಂದು ಗೆಳೆಯನನ್ನು ಬಿಗಿದಪ್ಪಿ ಕಣ್ತುಂಬಿ ಕಳಿಸಿದ್ದರು.

"ಅಂಕಲ್... ಹೋಗೋಣ" ಜೇನಿನ ಸ್ವರಕ್ಕೆ ಅಚ್ಚ ಕನ್ನಡದ ಮೆರುಗು. ಬೆರಗಾದರು. ಮನದಲ್ಲಿಯೇ 'ಭೇಷ್' ಎಂದುಕೊಂಡರು. ಶಾಮಣ್ಣ, ಸುನಂದಮ್ಮನ ಮುಖಗಳು ಕಣ್ಮುಂದೆ ಸುಳಿದವು. 'ಶೀನಿ, ನಿನ್ನಾಸೆ ನೆರವೇರೋದ್ರಲ್ಲಿ.. ನಂಗೆ ಸಂಶಯ!' ಮನದಲ್ಲಿಯೇ ಗೊಣಗಿದರು.

"ಏನೂ ತೊಂದರೆ ಆಗಲಿಲ್ಲ ತಾನೆ?" ಆತ್ಮೀಯ ಪ್ರಶ್ನೆಗೆ ಇಲ್ಲವೆನ್ನುವಂತೆ ತಲೆಯಾಡಿಸಿದ.

ಕೃಷ್ಣನ್ ಕಣ್ಣುಗಳಲ್ಲಿ ಮೆಚ್ಚುಗೆ ಕುಣಿದಾಡಿತು. ಗೋಕುಲ್ ತುಟಿಗಳ ಮೇಲಿನ ಮಾಸದ ನಗೆ ಅವರಿಗೆ ಮೋಡಿ ಹಾಕಿತು. ಈ ನಗುವೊಂದು ಶ್ರೀನಿವಾಸನಿಗೆ ಇರಲಿಲ್ಲವೆಂದುಕೊಂಡರು.

ಕಾರು ಚಿಮ್ಮಿ ಹೊರಟಾಗ ಗೋಕುಲ್ ಇಕ್ಕೆಡೆಗಳಲ್ಲಿ ನೋಟ ಹರಿಸಿದ. ತಂದೆಯ ನೆನಪಿನಿಂದ ಅವನೆದೆ ಭಾರವಾಯಿತು. ತಮ್ಮ ಕಡೇ ದಿನಗಳಲ್ಲಿ ತಾಯ್ನಾಡಿನ ಬಗ್ಗೆ ಹುಚ್ಚರಾಗಿದ್ದರು. ಸದಾ ಅದೇ ಮಾತು, ಧ್ಯಾನ, ಭಾರತೀಯ ಸಂಸ್ಕೃತಿಯ ಹಿರಿಮೆಯನ್ನು ಎಷ್ಟು ಹೊಗಳಿಕೊಂಡರೂ ಅವರಿಗೆ ತೃಪ್ತಿ ಇರಲಿಲ್ಲ. ಅಲ್ಲಿನ ಶ್ರೀಮಂತ ಜೀವನಕ್ಕೆ ಮಾರು ಹೋಗಿದ್ದಕ್ಕಾಗಿ ತಲೆ ಚಚ್ಚಿಕೊಂಡು ದುಃಖಿಸುತ್ತಿದ್ದರು.

ಎಷ್ಟೋ ಬಾರಿ ಮಗನ ತೋಳಿಗೆ ಮುಖ ಹಚ್ಚಿ ಬಡಬಡಿಸುತ್ತಿದ್ದರು.

"ಗೋಕುಲ್, ನೀನ್ಹೋಗಿ ನನ್ನ ಹುಟ್ಟಿದೂರಿನಲ್ಲಿ ನೆಲೆಸಬೇಕು. ಅಲ್ಲಿನ ಜನದ ಜೊತೆ ಬೆರೆಯಬೇಕು. ಆ ಮಣ್ಣಿನ ಋಣ ನೀನು ತೀರ್ಸಬೇಕೂ.... ಸಮಾಜ, ನಾಡು, ಮಣ್ಣಿಗೆ ನಾನು ದ್ರೋಹ ಬಗೆದಿದ್ದೀನಿ."

ನೆನಪು ಕಾಡಿದಾಗ ಗೋಕುಲ್ ಕಣ್ಮುಂದೆ ಮಂಜು ಹರಡಿಕೊಂಡಿತು. ಭಾರವಾದ ಉಸಿರು ದಬ್ಬಿದ.

ಅಮೆರಿಕದಲ್ಲಿ ಹುಟ್ಟಿ ಬೆಳೆದಿದ್ದರೂ ಅವನ ವಂಶದ ಬೇರು ಭಾರತದಲ್ಲಿಯೇ ಇತ್ತು. ಆ ಎಚ್ಚರ ಮೂಡಿಸಲು ಮಗನಲ್ಲಿ ಶ್ರೀನಿವಾಸ ತುಂಬ ಕಾಳಜಿ ವಹಿಸಿದ್ದರು.

''ಅಂಕಲ್, ನಾಳೆ ನಮ್ಮೂರಿಗೆ ಹೋಗ್ಬಹುದಲ್ಲ!'' ಅವನ ಸ್ವರದಲ್ಲಿನ ಅಲೌಕಿಕ ಆನಂದವನ್ನು ಗುರ್ತಿಸಿದರು. ನಿರಾಶೆಯ ಛಾಯೆ ಆವರಿಸಿತು. ಅಲ್ಲಿನ ಜನರಿಂದಲೂ ಒಳ್ಳೆಯ ಪ್ರತಿಕ್ರಿಯೆ ಸಿಕ್ಕಿರಲಿಲ್ಲ. ವಿಭಿನ್ನ ಪರಿಸರದಲ್ಲಿ ಹುಟ್ಟಿ ಬೆಳೆದ ಗೋಕುಲ್ ಹೇಗೆ ಇದನ್ನು ಸಹಿಸಬಲ್ಲ! ನೋಟ ಅತ್ತಿತ್ತ ಹರಿದಾಡಿತು. ನಾಲ್ಕಾರು ದಿನ ಆದ್ಮೇಲೆ ಯೋಚ್ಸೋಣ! ಸೀಟಿನ ಬೆನ್ನಿನಿಂದ ಸ್ವಲ್ಪ ಮುಂದಕ್ಕೆ ಗೋಕುಲ್ ಚಿಮ್ಮಿದ, ''ನೋ, ನೋ.... ನಾಳೆ ದಿನ ನಾನು ಹೋಗ್ಲೇಬೇಕೂ....'' ಅವನ ಸ್ವರದಲ್ಲಿ ದೃಢ ನಿರ್ಧಾರವಿತ್ತು. ಮೌನವಾಗಿ ತಲೆಯಾಡಿಸಿದರು.

ಗೋಕುಲ್‌ಗೆ ಹೇಗೆ ಬಿಡಿಸಿ ಹೇಳಬೇಕೆಂಬುದೇ ಅರ್ಥವಾಗಲಿಲ್ಲ. ತುಟಿ ಬಿಚ್ಚದೆ ಚಿಂತಿಸುತ್ತ ಕೂತರು. ಸ್ನೇಹಿತ ದೊಡ್ಡ ಜವಾಬ್ದಾರಿಯನ್ನೊರೆಸಿದ್ದ. ನುಣುಚಿಕೊಳ್ಳಲು ಅವರು ಸಿದ್ಧರಿಲ್ಲ. ಅವರ ಪಾಲಿಗೆ ಇದು ಅತ್ಯಂತ ಪ್ರೀತಿಯ ಕೆಲಸ.

ಕೃಷ್ಣನ್ ಮನೆಯಲ್ಲಿ ಸಂಭ್ರಮದ ಸ್ವಾಗತ ಸಿಕ್ಕಿತು. ಗೋಕುಲ್ ನಡತೆಯಿಂದ ಸುನೀಲ್, ಸುನೀತ ಹುಬ್ಬೇರಿಸಿದ್ದರು. ಪವಾಡ ಕಂಡವರಂತೆ ಕಣ್ಣರಳಿಸಿದರು.

''ಅಂಕಲ್, ಬೆಳಿಗ್ಗೆ ಹೇಗೆ ಹೋಗೋದು?'' ಹುಬ್ಬೆತ್ತಿ ಪ್ರಶ್ನಿಸಿದ. ಕೃಷ್ಣನ್ ತುಟಿ ಕಚ್ಚಿದರು. ಗೋಕುಲ್ ಕಣ್ಣುಗಳು ಕಿರಿದಾದವು. ಹೋದಾಗ ಸಿಗಬಹುದಾದ ಸ್ವಾಗತವನ್ನು ತಂದೆ ಒತ್ತಿ ಹೇಳಿದ್ದರು. ಮುಖ ಮೇಲೆತ್ತಿ ನವಿರಾಗಿ ನಕ್ಕ. ''ಡ್ಯಾಡಿ ಎಲ್ಲಾ ಹೇಳಿದ್ದಾರೆ, ಯೋಚ್ಸೋದೇನೂ ಬೇಡ!'' ಅವನ ಆತ್ಮವಿಶ್ವಾಸಕ್ಕೆ ಕೃಷ್ಣನ್ ತಲೆದೂಗಿದರು.

''ಓ.ಕೆ., ಸದ್ಯಕ್ಕೆ ನನ್ನ ಕಾರಿನಲ್ಲೇ ಹೋಗೋಣ. ಆಮೇಲೆ ಯೋಚ್ಸಿದ್ರಾಯ್ತು'' ಗೋಕುಲ್ ಕಣ್ಣಲ್ಲಿಯೆ ಒಪ್ಪಿಗೆ ಸೂಚಿಸಿದ.

ಡಾ॥ ಗೋಕುಲ್ ಹೊರಡುವ ಸುದ್ದಿ ತಿಳಿದು ಸುನೀಲ್, ಸುನೀತ ಬೇಸರ ವ್ಯಕ್ತಪಡಿಸಿದರು. ಅದರ ಬಗ್ಗೆ ಅವನು ತಲೆ ಕೆಡಿಸಿಕೊಳ್ಳಲು ಹೋಗಲಿಲ್ಲ. ಅವನ ಚಿತ್ತ ಸ್ಥಿರವಾಗಿತ್ತು. ಅಚಲವಾದ ಮನೋದಾರ್ಢ್ಯ ಅವನಿಗಿತ್ತು.

ಇಡೀ ರಾತ್ರಿ ನಿದ್ರೆ ಇಲ್ಲದೆ ಹೊರಳಾಡಿದ. ಭಾರತಕ್ಕೆ ಹೊರಡುವ ವಿಷಯ

ತಿಳಿದಾಗ ತಾಯಿ ವರ್ಜೀನಿಯಾ ಬೇಸರದ ಜೊತೆಗೆ ಕೋಪವನ್ನೂ ಪ್ರದರ್ಶಿಸಿದ್ದಳು. ಅಲ್ಲಿನ ಕಡು ಬಡತನ-ಅಂಧ ಶ್ರದ್ಧೆ - ಮೂಢನಂಬಿಕೆಯ ಬಗ್ಗೆ ಜಿಗುಪ್ಸೆ ವ್ಯಕ್ತಪಡಿಸಿದ್ದಳು. ಅವನು ಎದುರಿಸಬೇಕಾದ ಕಠಿಣ ಪ್ರಸಂಗಗಳ ಬಗ್ಗೆ ಎಚ್ಚರಿಸಿದ್ದಳು. ಆದರೂ ಅವನ ನಿರ್ಧಾರ ಬದಲಾಗಲಿಲ್ಲ.

ಎದ್ದು ಕೂತ. ತಂದೆ ಹೇಳಿದ ಮಾತುಗಳು ನೆನಪಾದವು.

"ಗೋಕುಲ್, ನಿಮ್ಮ ತಾತ ದೊಡ್ಡ ವ್ಯಕ್ತಿ. ನನ್ನ ಡಾಕ್ಟರನ್ನಾಗಿ ಮಾಡ್ದ ಉದ್ದೇಶವೇ ಬೇರೆ. ಪ್ರಸಿದ್ಧಿ, ಹಣ ಸಂಪಾದ್ನೆ ಮಾಡ್ಲೀಂತ ಆತ ಎಂದೂ ಬಯಸಲಿಲ್ಲ. ನನ್ನ ವಿದ್ಯೆಯ ಸಾರ್ಥಕತೆ ಹುಟ್ಟಿದೂರಿಗೆ ಮೀಸಲಾಗಬೇಕೆಂದು ಮಾತ್ರ ಅವ್ರು ಬಯಸಿದ್ರು. ಆದ್ರೆ ಹುಟ್ಟಿದೂರನ್ನು ಮಾತ್ರವಲ್ಲ, ಸ್ವದೇಶವನ್ನೇ ತೊಡ್ದುಕೊಂಡೆ. ಆ ನಾಡು, ಸಮಾಜ, ಮಣ್ಣಿಗೆ ದ್ರೋಹ ಬಗೆದಿದ್ದೀನಿ. ಆ ಅಪರಾಧದ ಭಾವ ನನ್ನ ಕೊಲ್ತಾ ಇದೆ."

ಎದೆಯಲ್ಲಿ ಚೂರಿಯಾಡಿಸಿದಂತಾಯಿತು. ನಿಧಾನವಾಗಿ ಮಲಗಿ ಕಣ್ಣು ಮುಚ್ಚಿದ.

ಬೆಳಿಗ್ಗೆ ಮನೆಯವರೆಲ್ಲ ಏಳು ಮುನ್ನವೇ ಎದ್ದು ಕೂತ. ಸ್ನಾನ ಮುಗಿಸಿ ಕೃಷ್ಣನ್ ಏಳುವುದಕ್ಕೆ ಕಾದು ಕೂತ. ಕಣ್ತುಂಬಿ ನಿಂತ ತಾಯಿಯ ಮುಖ ಕಣ್ಮುಂದೆ ತೇಲಿದಾಗ ಹೃದಯ ಕಿತ್ತು ಬಾಯಿಗೆ ಬಂದಂತಾಯಿತು. ತಮ್ಮನ ನೆನಪಾದಾಗ ಮನ ಹಗುರಾಯಿತು. 'ಆಕೆಯನ್ನು ಸಂತೈಸಲು ನೆಮ್ಮದಿಯಾಗಿಡಲು ಕಾರ್ಟರ್ ಇದ್ದಾನೆ!'

ಪೇಪರಿನಲ್ಲಿ ಕಣ್ಣಾಡಿಸುತ್ತ ಕೂತ.

"ಗುಡ್ ಮಾರ್ನಿಂಗ್ ಮೈ ಬಾಯ್...." ಪೇಪರ್ ಕೆಳಗಿಳಿಯಿತು. ನೋಟ ಅವರತ್ತ ನೆಗೆಯಿತು. "ವೆರಿ ಗುಡ್‌ಮಾರ್ನಿಂಗ್ ಅಂಕಲ್" ಅವನ ತುಟಿಗಳಂಚಿನಲ್ಲಿ ನಸುನಗು ತೇಲಿತು. ಕೃಷ್ಣನ್ ಕಣ್ಣುಗಳಲ್ಲಿ ಮೆಚ್ಚಿಗೆ ತೇಲಿತು.

ಬೆಳಗಿನ ಉಪಾಹಾರ ತೀರಿಸಿಕೊಂಡು ಹೊರಟರು. ಅಳೆತ್ತರ ಧೂಳು ಎರಚುವ ರಸ್ತೆಯಲ್ಲಿ ಕಾರು ಅಂಕುಡೊಂಕಾಗಿ ಸಾಗುತ್ತಿತ್ತು. ಅವನ ನೋಟ ಇಕ್ಕೆಡೆಗಳಲ್ಲಿ ಹರಿದಾಡಿತು. ತುಂಬಿ ನಿಂತ ಹಸಿರು ಕಣ್ಣಿಗೆ ತಂಪೆನಿಸಿತು.

"ನನ್ನ ಗ್ರಾಂಡ್ ಫಾದರ್‌ನ ನೀವು ನೋಡಿದ್ರಾ ?" ಅವನ ಸ್ವರದಲ್ಲಿ ಕುತೂಹಲ ಬೆರೆತ ಉತ್ಸಾಹ ಇಣಕಿತು. ಕೃಷ್ಣನ ಕೈ ಕತ್ತಿನ ಮೇಲಾಡಿತು. ಮುಖದಲ್ಲಿ ಗಂಭೀರ

ಭಾವ ತೇಲಿತು. ''ನೋಡಿದ್ದೆ, ಹಿ ಈಸ್ ಗ್ರೇಟ್. ನಿರಾಶೆ, ನೋವನ್ನು ಸದ್ದಿಲ್ಲದೆ ನುಂಗಿಕೊಂಡ ಅಪರೂಪದ ವ್ಯಕ್ತಿ'' ಅವರ ನೋಟ ರಸ್ತೆಯತ್ತ ಇತ್ತು.

''ಶೀನಿ, ನಾನು ತುಂಬ ಗೆಳೆಯರು. ನಂಗೆ ಇತಿಹಾಸದ ಬಗ್ಗೆ ಒಲವು ಅವ್ನಿಗೆ... ವೈದ್ಯಕೀಯದ ಬಗ್ಗೆ ಅಭಿಮಾನ.ವಿದ್ಯೆ ಕವಲುದಾರಿಯಲ್ಲಿ ಸಾಗಿದ್ರೂ.... ನಮ್ಮಿಬ್ರ ಗೆಳೆತನದಲ್ಲಿ ಯಾವ್ದೇ ಏರುಪೇರಾಗಲಿಲ್ಲ. ಜೋಯಿಸರು ಇಷ್ಟಪಟ್ಟ ವೃತ್ತಿಯನ್ನೇ ಮಗ ಆರಿಸಿಕೊಂಡಿದ್ದ. ಆದ್ರೆ....'' ಅವರ ಧ್ವನಿ ಭಾರವಾಯಿತು.

ಮುಂದೆ ಹೇಳುವುದು ಗೋಕುಲ್‌ಗೆ ಬೇಕಿರಲಿಲ್ಲ. ತಂದೆ ಎಷ್ಟೋ ಸಲ ಹೇಳಿಕೊಂಡಿದ್ದರು. ಕರುಳು ಕತ್ತರಿಸುವಂತೆ ಕಣ್ಣೀರು ಸುರಿಸಿದ್ದರು.

ಹಳ್ಳಿಯ ಸಮೀಪ ಕಾರು ಬಂದಾಗ ಎದುರಾದ ಜನ ಅತ್ತಿತ್ತ ಸರಿದರು. ಅವರ ಕಣ್ಣುಗಳಲ್ಲಿ ಕುತೂಹಲವಿತ್ತು. ದೊಡ್ಡ ಜಗುಲಿಯ ಮನೆಯ ಮುಂದೆ ಕಾರು ನಿಂತಿತು.

ಅವ್ಯಕ್ತವಾದ ಆನಂದದಿಂದ ಗೋಕುಲ್ ಉದ್ವೇಗಭರಿತನಾದ. ಕೆಳಗಿಳಿದು ಕಣ್ಣರಳಿಸಿದ. ಹೊಸ ಜಗತ್ತೊಂದು ಅವನ ಕಣ್ಮುಂದೆ ಸೃಷ್ಟಿಯಾಯಿತು. ಓಡಾಡುತ್ತಿದ್ದ ಜನ ನಿಂತು ಕಣ್ಣರಳಿಸಿದರು. ಅವರ ಕಣ್ಣುಗಳಲ್ಲಿ ಅಚ್ಚರಿ ಕುಣಿಯುತ್ತಿತ್ತು.

''ಬಾ, ಗೋಕುಲ್...'' ಎರಡು ಮೆಟ್ಟಲು ಹತ್ತಿ ಹಿಂದಕ್ಕೆ ತಿರುಗಿದರು. ''ಓ...'' ಉದ್ಗರಿಸಿದ. ಕೃಷ್ಣನ್ ಅವನ ಮುಖದ ಪ್ರತಿಕ್ರಿಯೆಯನ್ನು ಗಮನಿಸಿದರು. ಜಿಗುಪ್ಸೆ ಇರಲಿಲ್ಲ. ಸಂಭ್ರಮ ಬೆರೆತ ಹಸನ್ಮುಖತೆ ಅವನ ಮುಖದಲ್ಲಿತ್ತು.

ಡಾ॥ ಗೋಕುಲ್ ಹೊಸಲು ತಲುಪಬೇಕಾದ ನಾಲ್ಕು ಮೆಟ್ಟಲು ಏರಿ ಅಕ್ಕಪಕ್ಕದ ವಿಶಾಲವಾದ ಜಗುಲಿಯತ್ತ ನೋಟವರಿಸಿದ. ತಂದೆ ಹೇಳಿದ ದೃಶ್ಯ ಕಣ್ಮುಂದೆ ಬಿಚ್ಚಿಕೊಂಡಿತು. ಶಾಲು ಹೊದ್ದ ಗಂಭೀರ, ಸೌಮ್ಯ ಮುಖದ ಜೋಯಿಸರು ಜಗುಲಿಯ ಮೇಲೆ ಕೂತು ಊರಿನ ಹತ್ತು ಮುಖಂಡರ ಜೊತೆ ಚರ್ಚಿಸುತ್ತಿರುವ ದೃಶ್ಯ ಆಪ್ಯಾಯಮಾನವೆನಿಸಿತು.

ಕೃಷ್ಣನ್ ಸಣ್ಣಗೆ ನಕ್ಕರು. ಮರುಕ್ಷಣವೇ ನಿರಾಶೆ ಅವರ ಕಣ್ಮುಂದೆ ಹೊಯ್ದಾಡಿತು. ಮುಖ ಮೇಲೆತ್ತಿ ನಿಟ್ಟುಸಿರು ದಬ್ಬಿದರು.

''ಕಮಾನ್ ಮೈ ಬಾಯ್....'' ಹಣೆಯ ಬೆವರನ್ನು ಕರ್ಚೀಫ್‌ನಿಂದೊತ್ತುತ್ತ ವಿರಾಮಾಸನದ ಮೇಲೆ ಮೈ ಚೆಲ್ಲಿದರು.

ಡಾ॥ ಗೋಕುಲ್ ಅತ್ತಿತ್ತ ಕಣ್ಣಾಡಿಸುತ್ತಲೇ ಬಂದು ಇನ್ನೊಂದು ವಿರಾಮಾಸನದ ಮೇಲೆ ಮೈ ಚೆಲ್ಲಿದ. ಬಲವಾದ ಹಿಡಿಯ ಮೇಲೆ ಅವನ ಕೈ ಬೆರಳುಗಳಾಡಿದವು. ಇನ್ನೂ ನೂರು ವರ್ಷಗಳಾದರು ಸುಸ್ಥಿತಿಯಲ್ಲಿದ್ದಿತು.

ಕೃಷ್ಣನ್ ನೇಮಿಸಿದ್ದ ಹುಡುಗ ಕಾಫಿ ತಂದಿಟ್ಟ. ಇಬ್ಬರು ಕಾಫಿ ಕುಡಿದರು. ಗೋಕುಲ್‌ನ ಗಂಭೀರ ಮುಖದ ಹಿಂದಿನ ಮನಸ್ಥಿತಿಯನ್ನು ಅರಿಯಲು ಅವರು ಪ್ರಯತ್ನಿಸುತ್ತಿದ್ದರು. ಆದರೂ ಈ ಸಂದರ್ಭದಲ್ಲಿ ಒಂದೆರಡು ಮಾತುಗಳು ಹೇಳುವುದು ಉಚಿತವೆನಿಸಿತು.

''ಮಿಸ್ಟರ್ ಗೋಕುಲ್, ಶೀನಿ ಯೋಚ್ನೆ ಒಳ್ಳೆದಿರಬಹುದ್ದು.'' ಅವರ ಹಣೆಯ ಮೇಲಿನ ಗೆರೆಗಳು ಆಳವಾದವು. ಕಿರಿದಾದ ಕಣ್ಣುಗಳು ಅರ್ಥವಾಗದ ನೋವಲ್ಲಿ ತೊಳಲಾಡುತ್ತಿದ್ದವು. ''ಹೇಳಿ ಅಂಕಲ್...'' ಅರಿತವನಂತೆ ನುಡಿದ.

''ನೀನು ಇಲ್ಲಿ ಬಹಳ ಕಷ್ಟಪಡ್ಬೇಕಾಗ್ಬಹ್ದು! ಈ ಜನರಿಂದ ಏನೂ ನಿರೀಕ್ಷಿಸೋಕಾಗೋಲ್ಲ! ಸುಮ್ನೆ ಇಲ್ಲಿ ನಿಲ್ಲೋ ಯೋಚ್ನೆ ಬಿಟ್ಬಿಡು. ಬೆಂಗಳೂರಿನಲ್ಲಿ ಒಂದು ನರ್ಸಿಂಗ್ ಹೋಂ ಪ್ರಾರಂಭ ಮಾಡೋಣ. ಅಮೆರಿಕದಿಂದ ಬಂದ ನಿನ್ನಂಥ ಡಾಕ್ಟ್ರು ಇರಬೇಕಾದ ಸ್ಥಳ ನಗರ. ಮೂಢನಂಬಿಕೆಗಳ ಆಗರವಾದ ಈ ಜನರಿಂದ ನೀನು ಚಿತ್ರಹಿಂಸೆ ಅನುಭವಿಸಬೇಕಾಗುತ್ತೆ!'' ಕಷ್ಟವೆನಿಸಿದರೂ ಮನದಲ್ಲಿದ್ದಿದ್ದನ್ನು ನೇರವಾಗಿ ಹೇಳಿದ್ದರು.

ಡಾ॥ ಗೋಕುಲ್ ಎದೆಯ ಮೇಲೆ ಕೈಕಟ್ಟಿ ಗಂಭೀರವಾಗಿ ಕೂತ. ಅವನ ನಿಶ್ಚಯ ಸ್ವಲ್ಪವಾದರೂ ಅಲುಗಾಡಲಿಲ್ಲ.

''ಇಲ್ಲ ಅಂಕಲ್, ನನ್ನ ನಿಶ್ಚಯ ಬದಲಾಗೋಲ್ಲ. ಮಮ್ಮಿಗೆ ನಾನು ಇಲ್ಲಿಗೆ ಬರೋದೇ ಇಷ್ಟವಿಲ್ಲ. ಡ್ಯಾಡಿ ನನ್ನಲ್ಲಿಯ ಭಾರತೀಯ ರಕ್ತವನ್ನು ಚೇತನಗೊಳಿಸಿದ್ದಾರೆ. ಕನ್ನಡತನದ ಸಾಮರಸ್ಯ ನನ್ನಲ್ಲಡಗಿದೆ. ನಿಮ್ಮ ಸಹಕಾರ, ಆಶೀರ್ವಾದ - ಅಷ್ಟು ಸಾಕು.''

ಅವನ ಆತ್ಮವಿಶ್ವಾಸಕ್ಕೆ ಬೆರಗಾದರು.

''ಗುಡ್, ಗಾಡ್ ಬ್ಲೆಸ್ ಯು'' ಸಹಕಾರ ಹಸ್ತವನ್ನು ಅವನೆಡೆ ಚಾಚಿದ್ದರು.

ಕೃಷ್ಣನ್ ಎರಡು ದಿನ ಅವನ ಜೊತೆಯಲ್ಲಿಯೇ ನಿಂತರು. ಒಡೆತನಕ್ಕೆ ಸೇರಿದ್ದ ದೊಡ್ಡ ಬಯಲಿನಲ್ಲಿ ನರ್ಸಿಂಗ್ ಹೋಂ ಕಟ್ಟುವ ನಿರ್ಧಾರಕ್ಕೆ ಬಂದರು. ಅದಕ್ಕಾಗಿ

ಓಡಾಡಿದರು. ಇಂಜಿನಿಯರ್, ಕಂಟ್ರಾಕ್ಟರ್‌ಗಳು ಬಂದರು.

ಹಳ್ಳಿಯಲ್ಲಿ ಇದೊಂದು ದೊಡ್ಡ ಸುದ್ದಿ, ಯಾರ ಬಾಯಲ್ಲಿ ನೋಡಿದರೂ ಇದೇ ವಿಷಯವೆ. ಕೆಲವರು ಹುಬ್ಬೇರಿಸಿದರು. ಮತ್ತೆ ಕೆಲವು ಅಸಹನೆಯ ಜನ ಮೂಗೆಳೆದರು.

'ಇಂಥ ಊರಲ್ಲಿ ಎಂಥ ಸಂಪಾದ್ನೆ ಇದ್ದೀತು! ಈ ಜನಕ್ಕೆ ಬುದ್ಧಿ ಇಲ್ವಾ!'' ವಿದ್ಯಾವಂತರೆನಿಸಿಕೊಂಡಿದ್ದ ಜನ ಮಾತನಾಡಿದ ರೀತಿ ಇದು.

ಹೊಂಗೂದಲು, ನೀಲಿ ಕಣ್ಣುಗಳ ಕೆಂಪು ಯುವಕನನ್ನ ನಿರೀಕ್ಷಿಸಿದ್ದ ಅವರಿಗೆ ಡಾ॥ ಗೋಕುಲ್‌ನ ನೋಡಿದ ಮೇಲೆ ದೊಡ್ಡ ಆಶ್ಚರ್ಯವೇ ಆಯಿತು. ಹಿರಿಯರ ಪ್ರಕಾರ ಜೋಯಿಸರ ಮಗ ಶ್ರೀನಿವಾಸ ಈ ವಯಸ್ಸಿನಲ್ಲಿ ಹೀಗೆಯೆ ಇದ್ದ. ಆದರೆ ಡಾ॥ ಗೋಕುಲ್ ಮಿಂಚಿನ ಬಳ್ಳಿಯಂತೆ ಇನ್ನೂ ಕಳೆಯಾಗಿದ್ದ.

* * *

ಡಾ॥ ಗೋಕುಲ್ ಎಚ್ಚರವಾದಾಗ ಬೆಳಗಿನ ಸಮಯವಾಗಿತ್ತು. ಅಮೆರಿಕನ್ನರ ಶಿಸ್ತು ಅವನಲ್ಲಿ ಮೇಳೈಸಿತ್ತು. ಎದ್ದು ಹೊರಬಂದ. ಸುಮಾರು ಹತ್ತು ಗಜದಷ್ಟು ದೂರವಿರುವ ಎದುರು ಮನೆಯತ್ತ ನೋಟವರಿಸಿದ. ಬಂದ ದಿನವೇ ಆ ಮನೆಯ ಕಡೆ ಬೆಟ್ಟು ಮಾಡಿ ಕೃಷ್ಣನ್ ಸಂಬಂಧ ವಿವರಿಸಿದ್ದರು. ಅವನ ಹೃದಯ ಹರ್ಷದಿಂದ ಚೀತ್ಕರಿಸಿತ್ತು.

''ಬಿ ಕೇರ್‌ಫುಲ್ ಗೋಕುಲ್... ಶ್ರೀನಿವಾಸನ ಮೇಲಿನ ಕೋಪ, ಜಿಗುಪ್ಸೆ ಅವ್ನ ಮಗನ ಮೇಲೂ ಇದೆ. ಅವ್ರ ಬಗ್ಗೆ ಯಾವ ವ್ಯಾಮೋಹವೂ ಬೇಡ!'' ಹರ್ಷದಿಂದ ಹಾರಾಡುತ್ತಿದ್ದ ಪಕ್ಷಿಯ ರೆಕ್ಕೆಗಳನ್ನು ಒಂದೇ ಏಟಿಗೆ ಕತ್ತರಿಸಿದಂತಾಯಿತು. ಅವನ ಹೃದಯ ಮಿಲಿ ಮಿಲಿ ಹೊಯ್ದಾಡಿತು.

ಇದುವರೆಗೂ ಇವನ ನೋಟ ಹರಿದಾಗಲೆಲ್ಲ ಬಾಗಿಲು ಮುಚ್ಚಿಯೇ ಇರುತ್ತಿತ್ತು. ಇಂದು ಅರ್ಧ ವಾರೆಯಾಗಿತ್ತು. ಚೆನ್ನಾಗಿ ಕೂತ ಯುವತಿ ಅಂಗಳದಲ್ಲಿ ದೊಡ್ಡ ರಂಗೋಲಿ ಬಿಡಿಸುತ್ತಿದ್ದಳು. ನೀಳವಾದ ಕಪ್ಪು ಜಡೆ ಬೆನ್ನು ಮೇಲೆ ಮಲಗಿತ್ತು. ಎಂತಹುದೋ ಮಧುರವಾದ ಭಾವ ತನ್ನ ತಂದೆಯ ರಕ್ತ ಸಂಬಂಧಿಗಳು – ಅಲೌಕಿಕವಾದ ಆನಂದ ಅನುಭವಿಸಿದ.

ಕಾಲುಗಳು ಮೆಟ್ಟಿಲುಗಳನ್ನು ಹಿಂದೆ ಹಾಕಿ ಕೆಳಕ್ಕೆ ಧಾವಿಸಿದವು. ಎದುರು ಬಂದ ಜನ ಪಕ್ಕಕ್ಕೆ ಸರಿದು ಹೋಗುತ್ತಿದ್ದರು. ಗೌರವದಿಂದಲೋ, ಬೇಸರದಿಂದಲೋ, ಜಿಗುಪ್ಸೆಯಿಂದಲೋ ತಿಳಿಯುವಂತಿರಲಿಲ್ಲ.

ತೋಟದತ್ತ ನಡೆದ. ವಿಶಾಲ ತೋಟದಲ್ಲಿ ಮಧ್ಯಕ್ಕೆ ಬೇಲಿ ಬಿದ್ದಿತ್ತು. ಬರುವ ವಿಷಯ ನಿರ್ಧಾರವಾದ ಮೇಲೆ ಶಾಮಣ್ಣನವರೇ ತಕ್ಷಣ ನಿಂತು ಆ ಕೆಲಸ ಮಾಡಿಸಿದ್ದರು. ಇಷ್ಟು ದಿನ ಪೂರ್ಣ ಅವರ ಸ್ವತ್ತಾಗಿತ್ತು. ವಾರಸುದಾರ ಈಗ ಹಿಂದಿರುಗಿ ಬಂದಿದ್ದ.

ಕೃಷ್ಣನ್ ಹೆಚ್ಚಿನ ಮುತುವರ್ಜಿಯಿಂದ ತಾವೇ ಪಕ್ಕದೂರಿನಿಂದ ತೋಟ ನೋಡಿಕೊಳ್ಳಲು ಒಂದು ಬಡ ಸಂಸಾರವನ್ನು ತಂದಿರಿಸಿದ್ದರು.

ಗೇಟಿನ ಬಳಿ ಬಂದಾಗ ಸಿಹಿ ನೀರು ಹೊತ್ತ ಹೆಂಗಳೆಯರು ಎದುರಾದರು. ಅವರ ಮುಖಭಾವವನ್ನು ಅರಿತೇ ಪಕ್ಕಕ್ಕೆ ಸರಿದು ನಿಂತ.

ಒಳಕ್ಕೆ ಬಂದು ಸುತ್ತಲೂ ಕಣ್ಣಾಯಿಸಿದ. ಅಲ್ಲಿದ್ದುದೆಲ್ಲ ಬರೀ ಹೂ ಗಿಡಗಳೇ. ಮಲ್ಲಿಗೆ, ಸೇವಂತಿಗೆ, ಜಾಜಿ ವಿವಿಧ ರೀತಿಯ ಪತ್ರೆಗಳಿಂದ ತುಂಬಿ ಹೋಗಿತ್ತು. ಯೋಚಿಸಿದ, ಶಾಮಣ್ಣನವರು ವ್ಯಾವಹಾರಿಕ ಜನರಾಗಿ ಕಾಣಲಿಲ್ಲ. ಏನು ಮಾಡುವುದೆಂದು ಯೋಚಿಸಿದ. ಎಲ್ಲಾ ದೃಷ್ಟಿಯಿಂದಲೂ ತೋಟವಾಗಿ ಉಳಿಸುವುದೇ ಸರಿಯೆನಿಸಿತು.

ತೋಟದ ಆಳು ದೂರದಿಂದಲೆ ಕೈ ಮುಗಿಯುತ್ತ ಬಂದು ಅಷ್ಟು ದೂರದಲ್ಲಿ ಕೈಕಟ್ಟಿ ನಿಂತ. ಕಣ್ಣುಗಳಲ್ಲಿ ಯಜಮಾನನನ್ನು ದೃಷ್ಟಿಸಲಾಗದ ದೈನ್ಯತೆ.

ಹತ್ತಿರಕ್ಕೆ ಹೋಗಿ ಗೋಕುಲ್ ಅವನ ಭುಜದ ಮೇಲೆ ಕೈ ಹಾಕಿದ. ಮೆಟ್ಟಿ ಬಿದ್ದು ಹಿಂದಕ್ಕೆ ಸರಿದ, ಈ ನಡವಳಿಕೆ ಹೊಸದಾಗಿ ಕಂಡಿತು.

''ಯಾಕೆ? ಸರ್‍ಯಾಗಿ ನೋಡ್ಕೋ, ಏನಾದ್ರೂ ಬೇಕಾದ್ರೆ ಬಂದ್ಕೇಳು.''

ಸಿಹಿನೀರಿನ ಬಾವಿಯತ್ತ ನಡೆದು ಬಗ್ಗಿ ನೋಡಿದ. ಪನ್ನೀರಿನಂಥ ನೀರು. ಕಣ್ಣುಗಳು ಮಿಂಚಿದವು.

''ಗೋಕುಲ್, ನಮ್ಮ ತೋಟದ ಬಾವಿ ನೀರು ಎಂದೂ ಬತ್ತಿದ್ದೇ ಇಲ್ಲ. ಊರವರಿಗೆಲ್ಲ ಅದೊಂದು ವರದಾನ'' ತಂದೆಯ ಮಾತುಗಳು ಜ್ಞಾಪಕಕ್ಕೆ ಬಂದವು.

ನಾಲ್ಕು ಹೆಜ್ಜೆ ಹಿಂದಕ್ಕೆ ಬಂದ.

"ಬಾವಿ ಸುತ್ತ ಮೊದ್ಲು ಚೊಕ್ಕಟವಾಗಿರ್ಲಿ. ನೀರು ಸೇದಿಕೊಳ್ಳುವವರಿಗೆ ಅಡ್ಡಿ ಮಾಡ್ಬೇಡ" ಮೃದುವಾಗಿ ಎಚ್ಚರಿಸಿದ.

ಬಂದ ದಾರಿಯತ್ತ ಹೆಜ್ಜೆ ಹಾಕಿದ. ಚೆನ್ನಾಗಿ ಕೂತು ರಂಗೋಲಿ ಹಾಕುತ್ತಿದ್ದ ಹೆಣ್ಣು ಜಗುಲಿಯಂಚಿನಲ್ಲಿ ನಿಂತು ಬಿಚ್ಚು ಕೂದಲನ್ನು ಕೊಡುವುತ್ತಿದ್ದಳು. ಅವಳಿಗೆ ಮಾವನ ಮಗನನ್ನು ನೋಡುವ ಕುತೂಹಲವಿದ್ದರೂ ಇಂದಿನವರೆಗೂ ಫಲಿಸಿರಲಿಲ್ಲ. ಅಷ್ಟು ದೂರದಿಂದ ಒಂಟಿಯಾಗಿ ಬಂದ ಅವನ ಬಗ್ಗೆ ಸಹಾನುಭೂತಿನೂ ಇತ್ತು.

ಎರಡು ನೋಟಗಳು ಕ್ಷಣ ಕಾಲ ಸಂಧಿಸಿದಾಗ ಇಬ್ಬರಿಗೂ ಬೆಳದಿಂಗಳಿನಲ್ಲಿ ಮಿಂದಂತಾಯಿತು. ಗೋಕುಲ್ ನಸುನಕ್ಕ. ಭೀತಿ ಅವಳ ಕಣ್ಣಲ್ಲಿ ಹೊಯ್ದಾಡಿದರೂ ಗೆದ್ದ ಸಂತೋಷ ಮುಖದಲ್ಲಿ ಮೂಡಿತು.

ಅವಳಿಗೆ ಕುಣಿದಾಡುವಷ್ಟು ಸಂತೋಷವಾಯಿತು. ತಂದೆಯ ಮಾತಿನಂತೆ ಕೆಂಗೂದಲಿನ ವಿದೇಶಿ ಯುವಕನಾಗಿ ಕಾಣಲಿಲ್ಲ. ಹಜಾರದಲ್ಲಿದ್ದ ಮಾವನ ಹೋಲಿಕೆಯೇ ಅವನಲ್ಲೂ ಇತ್ತು.

ಒಳಕ್ಕೆ ಬಂದವಳೆ ಫೋಟೋನ ಕಿಟಕಿ ಬೆಳಕಿಗೆ ಹಿಡಿದು ನೋಡಿದಳು. ಅದೇ ಕಣ್ಣು, ಮೂಗು– ಮಾವ ಸ್ವಲ್ಪ ಪೆಚ್ಚಾಗಿ ಕಂಡರೆ ಈ ಆಸಾಮಿ ಚುರುಕಾಗಿ ಕಂಡಿದ್ದ. ಕೈ ಮೇಲೇರಿತು.

ಅಡಿಗೆಯ ಮನೆಗೆ ಬಂದು ತಾಯಿಯ ಮುಂದೆ ಕೂತಳು. ಎಷ್ಟೇ ಸಮಾಧಾನವಾಗಿರಬೇಕೆಂದುಕೊಂಡರೂ ಉದ್ವೇಗದಿಂದ ಅವಳ ತುಟಿ ಕಂಪಿಸುತ್ತಿತ್ತು.

"ಒಂದ್ಮಾತು..." ಸೊಪ್ಪು ಸೋಸುತ್ತಿದ್ದ ಸುನಂದಮ್ಮ ಮುಖ ಮೇಲೆ ಎತ್ತಿದರು. ಮಗಳ ಮುಖದ ಬಣ್ಣವೇ ಬದಲಾಗಿತ್ತು. ಗಾಬರಿ ಕಣ್ಣುಗಳಲ್ಲಿ ಇಣಕಿತು. "ಏನಾಯ್ತೆ ?"

"ನಾನು ಶೀನಿ ಮಾವನ ಮಗನ್ನ ನೋಡ್ದೆ."

ತಕ್ಷಣ ಸುನಂದಮ್ಮ ಗಾಬರಿಯಾದರು. ಹೊರಗೆ ಇಣಕಿ ಅತ್ತಿತ್ತ ನೋಡಿ ಎದೆಯ ಮೇಲೆ ಕೈಯಿಟ್ಟುಕೊಂಡು ಸಮಾಧಾನದ ಉಸಿರು ದಬ್ಬಿದರು. ಸದ್ಯ ಗಂಡ

ಮನೆಯಲ್ಲಿಲ್ಲವೆಂದು ಮನದಟ್ಟಾದಮೇಲೆ ಧೈರ್ಯಗೊಂಡರು.

"ಅನು, ನಿಂಗ್ಯಾಕೆ ಬುದ್ಧಿಯಿಲ್ಲಾ? ಈ ವಿಷ್ಯ ನಿಮ್ಮಪ್ಪನ ಕಿವಿಗೆ ಬಿದ್ರೆ ನರಸಿಂಹಾವತಾರ ತಾಳಿಬಿಡ್ತಾರೆ!"

ಅನುಪಮಳ ಮುಖ ಕೆಂಪಗಾಯಿತು. ಶಾಮಣ್ಣನವರ ಕಟ್ಟಾಜ್ಞೆಯಲ್ಲಿ ಉಸಿರಾಡುವುದೇ ಕಷ್ಟವಾಗಿತ್ತು. ಒಮ್ಮೊಮ್ಮೆ ಬೇಸರವಾಗುತ್ತಿತ್ತು.

"ಏನಮ್ಮ... ನೀನೂ? ಕಣ್ಮುಚ್ಕೊಂಡು ಓಡಾಡೋಕೆ ಆಗುತ್ತಾ? ಇಲ್ಲೇ ಇದ್ಮೇಲೆ ನೋಡ್ಬೇಕಾಗುತ್ತೆ!" ಅನುಪಮಳ ಸ್ವರದಲ್ಲಿ ಮಗನ್ಮೇಲೆ ಅಸಮಾಧಾನ ಇಣಕಿತು. "ಶೀನಿ ಮಾವನ ಮೇಲಿನ ಕೋಪನ ಅವ್ನ ಮಗನ್ಮೇಲಿ ತೀರ್ಸಿಕೊಳ್ಳೋದು ಯಾವ ನ್ಯಾಯ? ಅಷ್ಟು ಶ್ರೀಮಂತ ದೇಶದಿಂದ ಎಲ್ಲರನ್ನು ಬಿಟ್ಟು ಇಲ್ಲಿಗೆ ಒಂಟಿಯಾಗಿ ಬಂದಿದ್ದಾನಲ್ಲ, ನಿಮ್ಗೆ ಅಯ್ಯೋ ಅಂತ ಅನ್ನಿಸೋಲ್ವಾ?!"

ಸುನಂದಮ್ಮನ ಗಂಟಲುಬ್ಬಿತು. ಕಣ್ಣುಗಳಲ್ಲಿ ವ್ಯಥೆಯ ನೆರಳಾಡಿತು. ಈಗ ತಂದೆ ಬದುಕಿದ್ದರೆ ಹೇಗೆ ವರ್ತಿಸುತ್ತಿದ್ದರು? ಗಂಭೀರ ಸ್ವಭಾವದ ಒಳ್ಳೆಯತನದ ಮಾನವೀಯ ವ್ಯಕ್ತಿತ್ವವುಳ್ಳ ಜನ ಮಗನ ದೊಡ್ಡ ತಪ್ಪನ್ನು ಕ್ಷಮಿಸಿ ದೂರದಿಂದ ಅರಸಿ ಬಂದ ಮೊಮ್ಮಗನನ್ನು ಮಮತೆಯಿಂದ ಅಪ್ಪಿಕೊಳ್ಳುತ್ತಿದ್ದರೇನೋ!

ಸುನಂದಮ್ಮ ತುಟಿ ಎರಡು ಮಾಡದೆ ಎದ್ದು ಹೋದರು. ತಾಯಿಯ ಮನದ ವೇದನೆಯ ಜೊತೆ ಇಬ್ಬದಿಯ ಸಂಕಟವನ್ನು ಅರ್ಥಮಾಡಿಕೊಂಡಳು.

ಎಷ್ಟೋ ಹೊತ್ತು ಹಾಗೆಯೇ ಕೂತಿದ್ದಳು.

ಅನುಪಮ ವಿರಾಮದ ವೇಳೆಯಲ್ಲಿ ತೋಟಕ್ಕೆ ಹೋಗುತ್ತಿದ್ದಳು. ಇದು ಚಿಕ್ಕಂದಿನಿಂದ ಬೆಳೆದು ಬಂದ ಅಭ್ಯಾಸ. ಶಾಮಣ್ಣನವರು ಅಡ್ಡಿಪಡಿಸಿರಲಿಲ್ಲ. ಆದರೆ ಈಗ ಅಲ್ಲಿಗೆ ಹೋಗಲೇಬಾರದೆಂಬ ಕಟ್ಟಪ್ಪಣೆಯಾಗಿತ್ತು. ಯಾಕೆ? ಅವರ ಮನದಲ್ಲೇನಿತ್ತು ಎಂಬುದು ಅವಳಿಗೆ ಅರಿವಾಗಲಿಲ್ಲ.

ನರ್ಸಿಂಗ್ ಹೋಂ ಕಟ್ಟಡ ಶರವೇಗದಿಂದ ಮೇಲೇಳುತ್ತಿತ್ತು. ಊರವರು ಕಣ್ಣರಳಿಸುವಂತಾಗಿತ್ತು. ಕೃಷ್ಣನ್ ತಪ್ಪದೇ ಎರಡು ದಿನಕ್ಕೊಮ್ಮೆ ಬಂದು ಹೋಗುತ್ತಿದ್ದರು. ಮಗ, ಮಗಳು ಕೂಡಾ ಆಗಾಗ ಬಂದು ಒಂದೆರಡು ದಿನವಿದ್ದು ಹೋಗುತ್ತಿದ್ದರು.

ಡಾ॥ ಗೋಕುಲ್ ಅನುಕೂಲಕ್ಕಾಗಿ ಕಾರು ಬಂತು. ಮುಂದಿನ ವ್ಯವಸ್ಥೆ ಬಗೆಗೆ ಬಹಳಷ್ಟು ಯೋಚಿಸಿಯೇ ಸರಿಯಾದ ಕ್ರಮದಲ್ಲಿ ಯೋಜನೆ ಸಿದ್ಧಪಡಿಸಬೇಕಾದ ವ್ಯವಸ್ಥೆ ಮಾಡಿ ಕೃಷ್ಣನ್‌ಗೆ ಒಪ್ಪಿಸಿ ಶ್ರೀನಿವಾಸ್ ಕಣ್ಮುಚ್ಚಿದ್ದರು. ಅವರಿಗಿಂತ ಆತ್ಮೀಯವಾದ ವ್ಯಕ್ತಿ ಭಾರತದಲ್ಲಿ ಅದರಲ್ಲೂ ಕರ್ನಾಟಕದಲ್ಲಿ ತಮ್ಮ ಹಳ್ಳಿಯ ಸಮೀಪ ಅವರೊಬ್ಬರೇ ಇದ್ದಿದ್ದು.

ಸಂಜೆ ಗೋಕುಲ್ ತೋಟದ ಕಡೆ ನಡೆದ. ಬದಲಾವಣೆ ಎದ್ದು ಕಾಣಿಸುತ್ತಿತ್ತು. ಒಂದು ಲಾರಿಯ ವಿವಿಧ ಹೂ, ಕ್ರೋಟನ್ ಗಿಡಗಳು ಬಂದು ಅಲಂಕರಿಸಿದ್ದವು. ಹೊಸ ಶೋಭೆಯಲ್ಲಿ ಅರಳಿ ನಿಂತ ಅದು ಕಣ್ಣು ಮನ ತಣಿಸಿತು. ಕೃಷ್ಣನ್ ಬಗ್ಗೆ ಎದೆ ಕೃತಜ್ಞತೆಯಿಂದ ಮಿಡಿಯಿತು.

ನೋಟ ಎಲ್ಲೆಡೆ ಹರಿದಾಡಿ ಒಂದು ಕಡೆ ನಿಂತಿತು. ಕಣ್ಣೆವೆಗಳು ನಿಶ್ಚಲವಾದವು. ಯಾವುದೋ ಅನುಬಂಧ ಅವನನ್ನು ಕಟ್ಟಿಹಾಕಿ ಆತ್ಮೀಯತೆಯ ಹೊನಲು ಹರಿಸಿತು.

ಕಲ್ಲು ಬೆಂಚಿನ ಮೇಲೆ ಕೂತ ಅನುಪಮಳ ಕೈಯಲ್ಲಿ ಪುಸ್ತಕವಿತ್ತು. ನೀಳವಾದ ಕಪ್ಪು ಬಣ್ಣದ ಮಿರುಗುವ ಕೂದಲು, ಸಡಿಲವಾದ ಜಡೆಯಾಗಿ ಬೆನ್ನು ಮೇಲೆ ಬಿದ್ದಿತ್ತು. ತುಂಬು ಕಾಂತಿಯಿಂದ ಬೆಳಗುತ್ತಿದ್ದ ಮೈ ಮುಖ ಶುಭ್ರ ಆರೋಗ್ಯದ ಪ್ರತೀಕವಾಗಿತ್ತು. ಎಲ್ಲಕ್ಕಿಂತ ಹೆಚ್ಚಾಗಿ ಮಾರ್ದವತೆ ತುಂಬಿದ ಮುಖ, ಸ್ತ್ರೀ ಚೈತನ್ಯ ತುಂಬಿದ ಅಂಗಾಂಗಗಳು – ಅಲುಗಾಡದೆ ನಿಂತುಬಿಟ್ಟ. ಭಾರತೀಯ ಸಂಸ್ಕೃತಿ, ಸಾಹಿತ್ಯ, ಸಂಗೀತದ ಸಾಂಗತ್ಯವೆನ್ನುವಂತೆ ಕಂಡಳು.

ಆಗಾಗ ಅಪರೂಪಕ್ಕೊಮ್ಮೆ ಅನುಪಮ ಕಣ್ಣಿಗೆ ಬಿದ್ದಿದ್ದರೂ ಎಂದೂ ಪೂರ್ಣವಾಗಿ ನಿಂತು ನೋಡುವ ಅವಕಾಶ ಅವನಿಗೆ ಸಿಕ್ಕಿರಲಿಲ್ಲ. ಭಾರತೀಯ ಹೆಣ್ಣಿನ ಚೈತನ್ಯದಲ್ಲಿ ಅದಮ್ಯ ಆಕರ್ಷಣೆ ಅಡಗಿದೆಯೆನಿಸಿತು.

ಅಲೆಗಳ ಮಧ್ಯೆ ತೇಲಿ ಹೋದ ಅನುಭವವಾಯಿತು. ಏನೋ ಹೇಳಲು ಬಂದ ಮಾಲಿಯನ್ನು ಮಾತನಾಡಬಾರದೆಂದು ಸನ್ನೆ ಮಾಡಿದ. ಅವನು ತಲೆ ತಗ್ಗಿಸಿ ತನ್ನ ಕೆಲಸದತ್ತ ನಡೆದಾಗ ಗೋಕುಲ್ ಬೇಲಿಯತ್ತ ನಡೆದ.

ಬಲವಾದ ಕಬ್ಬಿಣದ ತಂತಿಯ ಬೇಲಿ. ಅದರ ಅಗತ್ಯವಿತ್ತೆ ? ತನ್ನಲ್ಲಿ ಆಕ್ರಮಣಕಾರಿಯನ್ನು ಗುರುತಿಸಬಹುದೆ? ತುಟಿಗಳ ನಡುವೆ ಒಂದು ರೀತಿಯಾದ ನಸುನಗು ಚಿಮ್ಮಿತು.

ಮುಖವೆತ್ತಿ ಅನುಪಮಳತ್ತ ನೋಡಿದ. ಪುಸ್ತಕ ಓದುವುದರಲ್ಲಿ ಪೂರ್ಣವಾಗಿ ತಲ್ಲೀನಳಾಗಿದ್ದಳು. ಮಾತುಗಳು ತುಟಿಯವರೆಗೂ ಬಂತು. ಬಂಧುಗಳು ಬಗೆಗೆ ಅವನೆದೆಯ ಪ್ರೀತಿ ಉಕ್ಕುಕ್ಕಿ ಹರಿದು ಗಂಟಲು ಕಟ್ಟಿದಂತಾಯಿತು. ಸಾವರಿಸಿಕೊಂಡ.

''ಗುಡ್ ಈವ್ನಿಂಗ್ ಮೇಡಮ್'' ತುಟಿ ದಾಟಿ ಸ್ವರ ಹೊರಗೆ ಧಾವಿಸಿತು. ಅನುಪಮ ಬೆಚ್ಚಿದಂತೆ ಎದ್ದು ನಿಂತಳು. ಸ್ವರ ಉಡುಗಿದಂತಾಯಿತು. ಕಣ್ಣೆವೆಗಳು ಚಲಿಸದೆ ಅಚಲವಾಗಿ ನಿಂತವು. ''ಗುಡ್ ಈವ್ನಿಂಗ್....'' ತುಟಿಗಳು ಕಂಪಿಸಿದವು. ತಾನೊಬ್ಬ ವಿದೇಶಿ ಯುವಕನನ್ನು ನೋಡುತ್ತಿರುವುದು! ಅಲ್ಲ ಶೀನಿ ಮಾವನ ಮಗನನ್ನು. ಅವಳೆದೆ ಹಾರಿತು. ಸುಸ್ವರದ... ಸುಂದರ... ಕನ್ನಡ... ಸ್ವರ.... ಕಣ್ಣುಗಳಲ್ಲಿ ಕುತೂಹಲ ಬೆರೆತ ಆತಂಕ ಚಿಮ್ಮಿತು.

''ಇದ್ರ ಅಗತ್ಯವೇನು ಇರ್ಲಿಲ್ಲ!'' ಬೇಲಿಯನ್ನು ಉದ್ದೇಶಿಸಿ ಹೇಳಿದ್ದನ್ನು ಅರ್ಥಮಾಡಿಕೊಂಡಳು.

ಶುದ್ಧ ತಪ್ಪಿಲ್ಲದ ಕನ್ನಡ ಸ್ವರ! ಅದು ಹೇಗೆ ಸಾಧ್ಯ ? ಅವಳ ಮಿದುಳು ಬೇರೆಯ ದಿಕ್ಕಿನಲ್ಲಿ ಕೆಲಸ ಮಾಡತೊಡಗಿತು. ನೋಟ ನೆಲದಲ್ಲಿ ಹರಿದಾಡತೊಡಗಿತು.

ಸಂಜೆಯ ಹೊಂಗಿರಣದ ಸೊಬಗು ಅವಳ ಮುಖದ ಮೇಲೆ ಬಿದ್ದು ನವಶೋಭೆ ತಂದುಕೊಟ್ಟಿತ್ತು. ತನ್ನ ದೇಶದ ಬೆಡಗಿನ ಸುಂದರಿಯರು ಕಣ್ಮುಂದೆ ಹರಿದಾಡಿದರು. ತಂದೆಯ ಬಗ್ಗೆ ಯೋಚಿಸಿದ. ಅವರಲ್ಲಿ ಸೌಂದರ್ಯ ಪ್ರಜ್ಞೆ ಇರಲಿಲ್ಲವೇ? ವಯೋಧರ್ಮದ ಆಕರ್ಷಣೆ ಅವರನ್ನು ಮತ್ತಿನಲ್ಲಿ ಕೆಡವಿರಬೇಕು.

''ನಾನೇನಾದ್ರೂ ತಪ್ಪಾಗಿ ಹೇಳಿದ್ನಾ?'' ಅವಳ ಮೌನ ಒಗಟಾದಾಗ ನವಿರಾಗಿ ಕೇಳಿದ. ಉಗುಳು ನುಂಗಿದಳು. ಸಂಕೋಚ ನುಗ್ಗಿ ರೆಪ್ಪೆಗಳನ್ನು ಮೇಲಕ್ಕೆತ್ತಿದಳು. ''ನಿಮ್ಮ ಮದರ್ ಹತ್ರ ಮಾತಾಡ್ಬೇಕೂಂತ ತುಂಬ ಆಸೆ. ಡ್ಯಾಡಿ ಆಗಾಗ ನೆನೆಸಿಕೊಂಡು ದುಃಖಪಡ್ತಾ ಇದ್ರು!'' ಅವಳ ಕರುಳು ಚುರುಕ್ ಎಂದಿತು. ಕಣ್ಣುಗಳಲ್ಲಿ ಸಹಾನುಭೂತಿ ಹೊಯ್ದಾಡಿತು. ಆದರೂ ಅವಳೇನು ಹೇಳಬಲ್ಲಳು?

''ನಾನೇನು ಹೇಳ್ಲಾರೆ'' ಸ್ವರದಲ್ಲಿ ನೋವು ಮಿನುಗಿದರೂ ಮುಖಕ್ಕೆ ಅಪ್ಪಳಿಸಿದಂತಾಯಿತು. ಅವನ ಹುಬ್ಬುಗಳು ಸಂಕುಚಿಸಿ ಕಣ್ಣುಗಳು ಕಿರಿದಾದವು ''ಥ್ಯಾಂಕ್ಯೂ ಮೇಡಮ್'' ಮೃದುವಾಗಿ ಹೇಳಿದ. ಅನುಪಮ ದಾಪುಗಾಲು ಹಾಕುತ್ತ ಸರಿದು ಹೋದಳು. ಕಣ್ಣಿನ ನೋಟ ಮರೆಯಾಗುವವರೆಗೂ ಹಿಂಬಾಲಿಸಿದ.

ಹೆಜ್ಜೆಗಳು ಕೆಲಸ ಮಾಡುತ್ತಿದ್ದ ಮಾಲಿಯತ್ತ ಸರಿಯಿತು. ನೀರುಣಿಸುತ್ತಿದ್ದ ಪೂವಯ್ಯನ ಸೊಂಟ ನೆಟ್ಟಗಾಯಿತು. ತಲೆಗೆ ಮುಂಡಾಸಿನಂತೆ ಸುತ್ತಿದ್ದ ವಸ್ತ್ರವನ್ನು ಬಿಚ್ಚಿ ಹೆಗಲ ಮೇಲೆ ಹಾಕಿಕೊಂಡ. ಕಣ್ಣುಗಳಲ್ಲಿ ನಿರ್ಮಲ ಕೃತಜ್ಞತಾಭಾವದ ಕಾಂತಿ ಇತ್ತು.

ಗೋಕುಲ್ ಅವನು ತೊಟ್ಟ ಬಟ್ಟೆಗಳನ್ನೇ ಅವಲೋಕಿಸಿದ. ಹೆಗಲ ಮೇಲಿನ ವಸ್ತ್ರವನ್ನು ತೆಗೆದು ಅವನ ಮುಂದಿಡಿದ. "ಎಷ್ಟೊಂದು ಕೊಳೆಯಾಗಿದೆ!" ಪೂವಯ್ಯನ ತಲೆ ಮತ್ತಷ್ಟು ಬಾಗಿತು. ನೋಟ ದೈನ್ಯದ ನೆರಳಾಗಿ ನೆಲದಲ್ಲಿ ಹರಿದಾಡಿತು.

ಡಾ|| ಗೋಕುಲ್ ಪ್ರೀತಿಯಿಂದ ಅವನ ಭುಜದ ಮೇಲೆ ಕೈ ಹಾಕಿ ಸ್ವಚ್ಛತೆಯ ಬಗ್ಗೆ ವಿವರಿಸಿದ.

"ನಾಳೆಯಿಂದ ದಿನ ಸ್ನಾನ ಮಾಡಿ ಒಗ್ದ ಬಟ್ಟೆನೇ ಹಾಕ್ಕೋಬೇಕು" ಸ್ವರದಲ್ಲಿ ತಿರಸ್ಕಾರವಾಗಲಿ, ಅಸಹ್ಯವಾಗಲಿ ಇರಲಿಲ್ಲ, ಸನಿಹದಲ್ಲಿ ನಿಂತು ಆತ್ಮೀಯವಾಗಿ ಹೇಳಿದ್ದ.

ಪೂವಯ್ಯನ ಕಣ್ಣಂಚಿನಲ್ಲಿ ನೀರಿಣುಕಿತು. ಎಷ್ಟೋ ಜನ ಯಜಮಾನರ ಕೈಕೆಳಗೆ ಕೆಲಸ ಮಾಡಿದ್ದ. ಯಾರೂ ಇಷ್ಟು ಮುತುವರ್ಜಿಯಿಂದ ನೋಡಿಕೊಂಡಿರಲಿಲ್ಲ. ಅಷ್ಟು ದೂರ ನಿಲ್ಲಿಸಿ ಮಾತಾಡಿಸುತ್ತಿದ್ದರು. ಗದರಿಸಿ ಬೈಯಿಸಿಕೊಂಡೇ ಅವನಿಗೆ ಅಭ್ಯಾಸವಾಗಿತ್ತು.

ಭುಜತಟ್ಟಿ ಕಬ್ಬಿಣದ ಗೇಟನ್ನು ತೆರೆದುಕೊಂಡು ಹೊರಗೆ ಬಂದ. ದಿನಕ್ಕೆ ಎರಡು ಬಾರಿ ತೋಟಕ್ಕೆ ಹೋಗಿ ಬರುತ್ತಿದ್ದರಿಂದ ಹಿಂದಿನ ಹಾಗೆ ಜನ ಬೆರಗುಗಣ್ಣುಗಳಿಂದ ನೋಡುತ್ತ ನಿಲ್ಲುತ್ತಿರಲಿಲ್ಲ. ಕೆಲವು ವಿದ್ಯಾವಂತ ಯುವಕರು ತಾವಾಗಿ ಮುಂದೆ ಬಂದು ಅವನ ಪರಿಚಯ ಮಾಡಿಕೊಂಡಿದ್ದರು. ಮುಂದಿನ ಕೋಣೆಯಲ್ಲಿ ಕ್ಲಿನಿಕ್ ತೆಗೆದಿದ್ದ. ಕೃಷ್ಣನ್ ಪ್ರಕಾರ ಇದೊಂದು ನಷ್ಟದ ಯೋಚನೆ.

ಇವನು ಮನೆ ತಲುಪುವ ವೇಳೆಗೆ ಊರಿನ ಮುಖಂಡರಲ್ಲಿ ಒಬ್ಬರಾದ ಪರಪ್ಪನವರು ಬಂದು ಕಾದು ಕೂತಿದ್ದರು. ಪರಿಚಯ ನಗುವಷ್ಟೇ ಬೀರಿದ.

"ನಮಸ್ಕಾರ ಡಾಕ್ಟ್ರೆ...." ಕೃತಕ ವಿನಯಕ್ಕೆ ಅವನ ಕಣ್ಣುಗಳು ಕನ್ನಡಿಯನ್ನು ಹಿಡಿಯಿತು. ಡಾ|| ಗೋಕುಲ್ ತುಟಿಯಂಚಿನಲ್ಲೇ ನಕ್ಕ "ನಮಸ್ಕಾರ ಕೂತ್ಕೊಳ್ಳಿ" ಎದ್ದು ನಿಂತವರಿಗೆ ಕುರ್ಚಿ ತೋರಿಕೂ. ಅವನ ನೋಟ ಆಳವಾಯಿತು.

"ರಾಜ...." ನವಿರಾಗಿ ಕೂಗಿದ. ಬೆಚ್ಚಿದವರಂತೆ ಪರಪ್ಪನವರು ಎದ್ದು ನಿಂತರು "ಏನು ಬೇಡ. ಎಲ್ಲ ಮುಗ್ಸಿಕೊಂಡೇ ಬಂದಿದ್ದೀನಿ. ಬೇರೆ ಕಡೆ ಏನೂ ತಗೊಳ್ಳೋ ಅಭ್ಯಾಸವಿಲ್ಲ!" ಮುಖಕ್ಕೆ ರಾಚಿದಂತೆ ಹೇಳಿದರು. ಅವನ ಮುಖದ ಹಸನ್ಮುಖತೆಯೇನೂ ಇಂಗಿಹೋಗಲಿಲ್ಲ "ಆಯ್ತು, ಬಂದ್ವಿಷ್ಯ ಹೇಳಿ."

"ಜೋಯಿಸರ ಕಾಲ್ದಲ್ಲಿ ಒಳ್ಳೆ ಸ್ಥಿತಿಯಲ್ಲಿದ್ದ ಮನೆ ...." ಅವರ ಸ್ವರದಲ್ಲಿ ಸಹಾನುಭೂತಿ ಇಣಕಿದಾಗ ಗೋಕುಲ್ ಸೋಫಾ ಬೆನ್ನು ಬಿಟ್ಟು ಮುಂದಕ್ಕೆ ಬಂದ "ವಾಟ್, ಏನ್ಹೇಳ್ತಾ ಇದ್ದೀರಾ!" ಹುಬ್ಬು ಗಂಟಿಕ್ಕಿದ. ಬೇಸರದಿಂದ ಹಣೆಯ ಮೇಲಿನ ಕೂದಲನ್ನು ಹಿಂದಕ್ಕೆ ದೂಡಿದ.

ಅರ್ಥವಾಗದೆ ಗೋಕುಲ್ ಚಡಪಡಿಸಿದ. ಕೃಷ್ಣನ್ ಒಂದು ಸ್ಥಿತಿಗೆ ತರಲು ಬಹಳಷ್ಟು ಹೆಣಗಾಡಿದ್ದರೂ ಹಿಂದಿ ಚೆಲುವು, ಪ್ರಾಚೀನತೆ ಉಳಿಸಿಡಲು ಬಹಳಷ್ಟು ಪ್ರಯತ್ನಪಟ್ಟರು.

ಪರಪ್ಪನವರು ನೇರವಾಗಿ ವಿಷಯ ಅವನ ಮುಂದಿಡಲು ಪರದಾಡಿದರು. ಕೈ ಕೈ ಹೊಸೆದರು. ಹಣೆಯುಜ್ಜಿದರು. ಗಲ್ಲ ತೀಡಿದರು. ನಾಲಿಗೆಯ ಮೇಲೆ ತುಟಿಯಾಡಿಸಿದರು. ಡಾ|| ಗೋಕುಲ್ ಗಂಭೀರ ಮುಖ ನೋಡಿದ ಕೂಡಲೇ ಅವರ ಸ್ವರ ಉಡುಗಿಹೋಗುತ್ತಿತ್ತು.

"ವಿಷ್ಯ ಏನೂಂತ ತಿಳ್ಸಿ" ನೇರವಾಗಿ ಕೇಳಿದಾಗ ಪರಪ್ಪನವರ ಕತ್ತಿನ ನರಗಳು ಉಬ್ಬಕೊಂಡವು. "ಜೋಯಿಸರ ಸಂಬಂಧವೇ.... ನಾನು...."

ಗೋಕುಲ್ ಮೈಯಲ್ಲಿ ಹೊಸಚೇತನದ ಸಂಚಾರವಾಯಿತು. ಮುಂದಕ್ಕೆ ಬಗ್ಗಿದ "ತುಂಬ.... ಸಂತೋಷ...." ಅವರ ಎರಡು ಕೈಗಳನ್ನು ಹಿಡಿದುಕೊಂಡ. ಮುಜುಗರದಿಂದ ನಲುಗಿಹೋದರು.

"ಛೇ ! ಛೇ !...." ಏನನ್ನೋ ನೆನೆಸಿಕೊಂಡು ವಾಕರಿಸಿಕೊಂಡರು. ಹೊಟ್ಟೆಯಲ್ಲಿದ್ದಿದ್ದು ಬಾಯಿಗೆ ಬಂದಂತಾಯಿತು. ಬಿಡಿಸಿಕೊಂಡು ಹಿಂದಕ್ಕೆ ಸರಿದು ಕೂತರು. ಪಂಚೆ ಮುದುರಿಕೊಂಡು ಶಾಮಣ್ಣನಿಗೆ ಮನದಲ್ಲಿಯೇ ಹಿಡಿ ಶಾಪ ಹಾಕಿದರು.

ಗೋಕುಲ್ ತುಟಿ ಕಚ್ಚಿ ಯೋಚಿಸಿದ. ಒರಟಾಗಿ ಕಂಡರು. ಕೆಮ್ಮಿ ಧ್ವನಿ ಸರಿಪಡಿಸಿಕೊಂಡ.

"ನೀವ್ಯಾಕೆ ಇಲ್ಲಿಗೆ ಬಂದಿದ್ದು?" ಪ್ರಶ್ನೆ ನೇರವಾಗಿ ಅವನೆದೆಯನ್ನು ಬಗೆಯಿತು. ಸೆಟೆದು ಕುಳಿತ "ನಿಮ್ಗೆ ಕಾರಣ ಬೇಕಾ? " ಅವನ ತುಟಿಯಂಚಿನಲ್ಲಿ ನಸು ನಗು ಇತ್ತು.

ಅವನ ಕಣ್ಣಿನ ತೀಕ್ಷ್ಣತೆಗೆ ಪರಪ್ಪನವರು ಬೆವರತೊಡಗಿದರು. ತಮ್ಮ ಮೈನ ಪ್ರತಿಯೊಂದು ಭಾಗವನ್ನು ಕತ್ತರಿಸಿ ಪರೀಕ್ಷಿಸುತ್ತಿರುವನೆನಿಸಿತು. ಕುಳಿತಿರುವುದೇ ಕಷ್ಟವೆನಿಸಿತು. ಲಜ್ಜೆಯ ಭಾರಕ್ಕೆ ಇಡೀ ಅಂಗಸೌಷ್ಟವ ಸಂಕುಚಿಸಿ ಹೋಡಿಯಾದ ಅನುಭವವಾಯಿತು.

"ನನ್ನ ವಂಶದ ಬೇರು ಇಲ್ಲೇ ಇದೆ" ದೃಢವಾಗಿ ಹೇಳಿದ.

ಪರಪ್ಪನವರ ಮೇಲೆ ಗದಾ ಪ್ರಹಾರವಾದಂತಾಯಿತು. ಅವರ ಮುಸುಡಿ ಕೆಂಪತ್ತಿ ಉರಿಯತೊಡಗಿತು. ಯುದ್ಧಕ್ಕೆ ಸನ್ನದ್ಧರಾದವರಂತೆ ಸೆಟೆದು ಕೂತರು.

"ಒಂದ್ಕೆಲ್ಸ ಮಾಡು, ನಿಂಗೇನು ಅನ್ಯಾಯ ಮಾಡ್ಬೇಕೂ ಅನ್ನೋ ಮನಸ್ಸಿಲ್ಲ. ಈ ಮನೆ, ಜಮೀನು, ತೋಟ ಎಲ್ಲ ಮಾರಿಬಿಡು. ಸರ್ಯಾದ ಕ್ರಯನೇ ಕೊಡಿಸ್ತೀನಿ. ಶಾಮಣ್ಣ ತಗೋತಾನಂತೆ. ಇಷ್ಟಪಟ್ರೆ ಬೆಂಗ್ಳೂರ್ಗೋ, ಕಲ್ಕತ್ತಾಗೋ, ಬೊಂಬಾಯಿಗೋ ಹೋಗು. ಯಾಕೆ ಸುಮ್ನೆ ಕಷ್ಟಪಡ್ತೀಯಾ?"

ಕಾದ ಎಣ್ಣೆಯನ್ನು ಅವನ ಮೈ ಮೈಲೆ ಸುರಿದಂತಾಯಿತು. ಅವಮಾನದಿಂದ ಹತ್ತಿ ಉರಿಯಿತು ಅವನೆದೆ. ಮುಂದಿದ್ದ ಟೀಪಾಯಿಯನ್ನು ಹಿಂದಕ್ಕೆ ದೂಡಿ ಎದ್ದು ನಿಂತ.

"ನಿಮ್ಮ ಸಲಹೆಗೆ ಧನ್ಯವಾದಳು, ಹೋಗ್ಬಹುದ್ದು." ಬಾಗಿಲತ್ತ ಕೈ ಮಾಡಿದ್ದ, ಪರಪ್ಪನವರ ಕಣ್ಣು ಗುಡ್ಡೆಗಳು ವಿಚಿತ್ರ ಗತಿಯಲ್ಲಿ ಸುತ್ತಿದವು. "ನನ್ಮಾತು.... ಕೇಳು" ಎಲ್ಲಿ ಸಹನೆ ಕಳೆದುಕೊಳ್ಳುವೆನೋ ಎಂದು ಗೋಕುಲ್ ಹೆದರಿದ. "ಪ್ಲೀಸ್ ಗೋ ಔಟ್..." ಎರಡು ಕೈ ಜೋಡಿಸಿದ. ಸಿಡಿಯುವ ಮಿದುಳು ಸಮಾಧಾನ ಸ್ಥಿತಿಗೆ ಬರಬೇಕಾದರೆ ಆ ವ್ಯಕ್ತಿ ಅಲ್ಲಿಂದ ಕದಲಬೇಕು.

"ನೋಡಮ್ಮ ಪರಂಗಿ ಹುಡ್ಗ.... ಈ ಮೇಲೆಂದ್ರೆ ಸಾಮಾನ್ಯವಲ್ಲ! ದೇವರಂಥ ಆಚಾರವಂತ ಜನ ಬಾಳಿ ಬದ್ಕಿದ ಮನೆ. ನಿಮ್ಮಪ್ಪ ಇಲ್ಲಿನ ಕೂಲೀನ ಹೆಣ್ಣನ್ನ ಮದ್ವೆಯಾಗಿ ಆಚಾರ, ವಿಚಾರ ಧರ್ಮ-ಕರ್ಮ ನಡ್ಸಿಕೊಂಡ್ಹೋಗಿದ್ರೆ ಈ ಮನೆಯಲ್ಲಿರೋ ಹಕ್ಕು ನಿನ್ನದಾಗ್ತ ಇತ್ತು. ಈಗ ಆ ಹಕ್ಕು ಇಲ್ಲ!"

ನಿಶ್ಚಲವಾಗಿ ನಿಂತವನ ತಲೆಯ ಮೇಲೆ ಸಿಡಿಲು ಅಪ್ಪಳಿಸಿದಂತಾಯಿತು. ಒಂದು ನಿಮಿಷ ಯೋಚನಾಪರವಶನಾದರೂ ಮರುಗಳಿಗೆ ನಕ್ಕುಬಿಟ್ಟ.

"ಯುವರ್ ರಿಮಾರ್ಕ್ಸ್ ಆರ್ ನಾಟ್ ಬೆಸ್ಟ್ ಆನ್ ಫ್ಯಾಕ್ಟ್. ನನ್ನ ತಾತ ವಿಚಾರವಂತರು, ಅಧ್ಯಯನಶೀಲರು. ನಿಮ್ಮ ಅಭಿಪ್ರಾಯಕ್ಕೆ ಅವ್ರು ಬಂದಿದ್ರೆ... ಈ ಆಸ್ತಿಯೆಲ್ಲ ನನ್ನ ತಂದೆಗೆ ಬಿಟ್ಟು ಹೋಗ್ತಾ ಇರಲಿಲ್ಲ. ನಿಮ್ಮ ಶ್ರಮಕ್ಕೆ ಧನ್ಯವಾದ. ಪ್ಲೀಸ್ ಗೆಟ್ ಔಟ್...."

ಪರಪ್ಪನವರ ಮೈ ಬೆವರಿ ಸಣ್ಣಗೆ ಕಂಪನ ಶುರುವಾಯಿತು. ಅವಮಾನದಿಂದ ನೇರವಾಗಿ ಶಾಮಣ್ಣನ ಮನೆಗೆ ಹೋದರು.

"ಬನ್ನಿ...." ಕೂತಿದ್ದ ಸುನಂದಮ್ಮ ಎದ್ದು ಒಳಗೆ ಹೋದರು.

ಆಕೆಯೇನೂ ಎಂದೂ ಪರಪ್ಪನನ್ನು ತುಂಬು ಮನಸ್ಸಿನಿಂದ ಸ್ವಾಗತಿಸುತ್ತಿರಲಿಲ್ಲ. ಜೋಯಿಸರು ಬದುಕಿದ್ದ ಕಾಲದಲ್ಲಿ ನಿಷ್ಟುರ ಕಟ್ಟಿಕೊಳ್ಳದಿದ್ದರೂ ಪರಪ್ಪನವರ ಕುಟುಂಬವನ್ನು ದೂರವೇ ಇಟ್ಟಿದ್ದರು. ದೂರದ ಬಂಧುವೆಂಬ ನೆಪದಿಂದ ಬಂದರೂ ಬಿಗುಮಾನದ ಧೋರಣೆಯಿಂದಲೇ ಆದಷ್ಟು ಬೇಗ ಅಟ್ಟುತ್ತಿದ್ದರು. ಈಗ ಅಪ್ಪ ಸತ್ತಿದ್ದ. ಮಗ ಇನ್ನೂ ಒಂದು ಹೆಜ್ಜೆ ಮುಂದಕ್ಕೆ ಹೋಗಿದ್ದ.

"ಒಳ್ಳೆ ಮರ್ಯಾದೆ ಮಾಡ್ಸಿಕೊಂಡು ಬಂದಂಗಾಯ್ತು" ಕೋಣೆಯಲ್ಲಿ ಕೂತು ನೋಟ್ಸು ಬರೆಯುತ್ತಿದ್ದ ಅನುಪಮಳ ಕೈ ಬೆರಳುಗಳು ಪರಪ್ಪನ ಮಾತಿಗೆ ಸ್ತಬ್ಧಗೊಂಡವು. "ಶ್ಯಾಮ ದೊಡ್ಡ ತಪ್ಪು ಮಾಡ್ದ. ಕಾಗ್ದ, ಪತ್ರ ಅವ್ರ ವಶಕ್ಕೆ ಒಪ್ಸಿ ತೋಟ, ಮನೆ ಯಾಕೆ ಬಿಟ್ಟುಕೊಡಬೇಕಾಗಿತ್ತು." ತಲೆಬುಡವೊಂದು ಅರ್ಥವಾಗಲಿಲ್ಲ. ತೆರೆದ ಪೆನ್ನಿನ ಕ್ಯಾಪ್ ಸಿಕ್ಕಿಸಿದಳು.

ಮಡಚಿದ್ದ ಅನುಪಮ ಕಾಲುಗಳು ಮೆಲ್ಲಗೆ ಕೆಳಗೆ ಇಳಿದವು. ಹೆಜ್ಜೆಯ ಸಪ್ಪಳವಾದ ಕೂಡಲೇ ಓದುವ ನಟನೆ ಮಾಡಿದಳು.

"ನಿಮ್ಮಪ್ಪ ಎಲ್ಲೇ ಹುಡ್ಗಿ?" ಸ್ವರ ಬಂದು ಕಿವಿಗೆ ಅಪ್ಪಳಿಸಿದಂತಾಯಿತು.

ಅನುಪಮ ಮೆಲ್ಲಗೆ ಅವರತ್ತ ನೋಟವರಿಸಿದಳು. ಬಾಯಿಗೆ ಕೈ ಅಡ್ಡ ಇಟ್ಟಳು. ತಣ್ಣನೆಯ ಸಂಜೆಯ ವೇಳೆಯಲ್ಲೂ ಅವರ ಕರಿ ಮುಖದಿಂದ ಧಾರೆಯಾಗಿ ಇಳಿಯುತ್ತಿದ್ದ ಬೆವರನ್ನು ನೋಡಿ ಕೈಯುಡಿಯಲ್ಲಿಯೇ ಕಿಸಕ್ಕನೇ ನಕ್ಕಳು.

''ಕೇಳ್ಸಲಿಲ್ಲೇನು?'' ಪರಪ್ಪನ ಕಟು ಸ್ವರಕ್ಕೆ ಅವಳ ಕೈ ಜಾರಿತು. ಉಗುಳು ನುಂಗಿದಳು. ''ಕೇಳಿಸ್ತು, ಯೋಚಿಸ್ತಾ ಇದ್ದೆ!'' ಪರಪ್ಪನ ಪಿತ್ತ ನೆತ್ತಿಗೇರಿತು. ಕಾಲೇಜು ಮೆಟ್ಟಲು ಹತ್ತಿದ ಹುಡುಗಿಯರನ್ನು ಕಂಡರೆ ಅವರಿಗೆ ಮೈಯೆಲ್ಲ ಉರಿ. ಅದರಲ್ಲೂ ಅನುಪಮಳ ಮುಖ ಕಂಡರಾಗದು ಅವರಿಗೆ. ''ನಿನ್ತಲೆ... ಯೋಚ್ಸೋಕೇನಿದೆ? ಎಲ್ಹೋದ ಶಾಮಣ್ಣ?'' ನೆಲದ ಮೇಲೆ ಇಡೀ ಶರೀರದ ಭಾರ ಹಾಕಿ ಎದ್ದು ನಿಂತಳು.

''ಅದೇ ಗೊತ್ತಿಲ್ಲ'' ಹುಬ್ಬೆತ್ತಿ ಹೇಳಿದಳು.

ಹಿಂದೆಯೇ ಚಪ್ಪಲಿ ಶಬ್ದ ಕೇಳಿಸಿದ ಕೂಡಲೇ ಮೆಲ್ಲಗೆ ಜಾಗ ಖಾಲಿ ಮಾಡಿದಳು. ತಂದೆಯ ಕೆಲವು ವಿಚಾರಗಳು ಅವಳಿಗೆ ಹಿಡಿಸುತ್ತಿರಲಿಲ್ಲ. ಹಾಗೆಂದು ಎದುರಿಸುವಷ್ಟು ಪ್ರಬಲಳಾಗಿರಲಿಲ್ಲ.

''ಬಂದು ತುಂಬ ಹೊತ್ತಾಯ್ತ ?'' ಶಾಮಣ್ಣನವರು ವಿಶ್ವಾಸದಿಂದ ವಿಚಾರಿಸಿಕೊಂಡಾಗ ಮೈ ಬೆಂಕಿಯಾಯಿತು. ''ಆ... ಹೋಗಿದ್ದೆ. ಮುಖಕ್ಕೆ ಮಂಗಳಾರತಿ ಎತ್ತಿ ಕಳಿಸ್ದಾ!''

ಶಾಮಣ್ಣನವರು ಸ್ವಲ್ಪ ಹಿಂದಕ್ಕೆ ಸರಿದು ಕೂತರು. ದಟ್ಟವಾದ ಕಪ್ಪು ಬಣ್ಣದ ಛಾಯೆಯೊತ್ತಿದ್ದ ಪರಪ್ಪನವರು ಈಗ ಮತ್ತಷ್ಟು ಕುರೂಪವಾಗಿ ಕಾಣಿಸಿದರು.

''ಏನಂದ?'' ಮೆಲ್ಲಗೆ ಪ್ರಶ್ನಿಸಿದರು.

''ಹೇಳಿದ್ನಲ್ಲಯ್ಯ ! ಮುಖಕ್ಕೆ ಮಂಗಳಾರತಿ ಎತ್ತಿಕಳಿಸ್ದಾ! ಅಯೋಗ್ಯ ಕೆಲ್ಸ ಮಾಡ್ಕೊಂಡೆ. ಈಗ ಅನುಭವಿಸು. ಆ ಕಾಗ್ದ, ಪತ್ರಗಳನ್ನ ಕೊಡೋ ಮೊದ್ಲು ಒಂದ್ಸಲ ನನ್ನ ಕೇಳಿದ್ರೆ ಏನಾಗ್ತಾ ಇತ್ತು ?''

ಶಾಮಣ್ಣನವರ ತಲೆ ತಗ್ಗಿತು. ಅವರ ಆಸ್ತಿಯನ್ನು ಎತ್ತಿಹಾಕಬೇಕೆಂಬ ಕೆಟ್ಟ ಮನೋಭಾವ ಅವ್ರಿಗೇನು ಇರಲಿಲ್ಲ.

''ನಿಮ್ಮಾವ ಅಯೋಗ್ಯ.... ಕೆಲ್ಸ'' ಮಧ್ಯದಲ್ಲಿಯೇ ಶಾಮಣ್ಣ ಪರಪ್ಪನ ಮಾತುಗಳನ್ನು ತಡೆದರು. ''ಅವ್ರುನ್ನ ಏನೋ ಅನ್ನೋಕೆ ಹೋಗ್ಬೇಡಿ. ಆ ಯೋಗ್ಯತೆ ಇನ್ನು ಹತ್ತು ಜನ್ಮ ಎತ್ತಿದ್ರೂ ನಮ್ಗೆ ಸಂಪಾದ್ನೇ ಮಾಡೋಕಾಗೋಲ್ಲ. ಒಂದು ದಿನಕ್ಕೂ ಮಗನನ್ನು ಒಂದ್ಮಾತು ಅಂದೋರಲ್ಲ. ಅವ್ರ ಮನಸ್ಸಿನಲ್ಲಿ ಏನಿತ್ತೋ ನಿಮ್ಗೆ ಅರ್ಥಮಾಡಿಕೊಳ್ಳಿಕ್ಕೆ ಆಗ್ಲಿಲ್ಲ'' ಅವರೆದೆ ಭಾರವಾಗಿ ಸ್ವರ ಕುಗ್ಗಿತು. ಹಣೆ ಸಂಕುಚಿಸಿ ಗೆರೆಗಳು ಮೂಡಿದವು.

“ಏನೋ ಒಂದು ತರಹ ಸಂಕ್ಟ, ಹುಚ್ಚು ವ್ಯಾಮೋಹ, ಆಚಾರ-ವಿಚಾರ ಇಟ್ಕೊಂಡವ್ರು ನಾವು ಸದಾ ಮಂತ್ರಪಠಣ, ಪೂಜೆ, ಪುರಸ್ಕಾರದಿಂದ ತುಂಬಿರುತ್ತಿದ್ದ ಮನೆಯಲ್ಲಿ ದನದ ಮಾಂಸ ಬೇಯೋದ್ಬೇಡಾಂತ ಅಷ್ಟೆ” ಶಾಮಣ್ಣನವರ ಹೊಟ್ಟೆ ತೊಳೆಸಿದಂತಾಯಿತು. ಪರಪ್ಪನವರು ಯೋಚಿಸುತ್ತ ಕೂತರು.

“ಅದ್ಕೆ ಬೇರೇನಾದ್ರೂ.... ಮಾಡೋಣ” ಪರಪ್ಪನವರು ಒಳಗೆ ಲೆಕ್ಕ ಹಾಕಿದರು.

ಊರವರನ್ನು ಎತ್ತಿ ಕಟ್ಟಿದರೆ ಕೆಲಸ ಸುಲಭವಾಗಿ ಆಗಬಹುದು! ಆದರೆ ಕಾಲೇಜು ಕಲಿತು ಕೆಲಸವಿಲ್ಲದೆ ಹಳ್ಳಿಯಲ್ಲಿ ಗೂಳಿಗಳಂತೆ ತಿರುಗುತ್ತಿದ್ದ ಯುವಕರಿಗೆ ಅಮೆರಿಕದಿಂದ ಬಂದ ಡಾ।। ಗೋಕುಲ್ ಬಗ್ಗೆ ವಿಪರೀತ ಅಭಿಮಾನ. ಎಲೆ ಸೆಟೆಸಿಕೊಂಡು ಸುತ್ತುಮುತ್ತ ಊರವರ ಬಳಿ ತಮ್ಮೂರಿನಲ್ಲಿ ಆಧುನಿಕವಾಗಿ ಮೇಲೇಳುತ್ತಿದ್ದ ನರ್ಸಿಂಗ್ ಹೋಂ ಬಗ್ಗೆ ಹೇಳಿಕೊಳ್ಳುತ್ತಿದ್ದರು.

ಹೇಗೆ ಮಾಡಿದರೆ ಸರಿ ಹೋಗಬಹುದು? ಇಬ್ಬರೂ ಯೋಚಿಸತೊಡಗಿದರು.

“ಏನಾದ್ರೂ ಕೊಡು” ಹೆಂಡತಿಗೆ ಕೂಗಿ ಹೇಳಿದರು.

ಸುನಂದಮ್ಮ ಕಾಫಿ ಹಿಡಿದು ಬಂದಾಗ ಅವರು ಹುಬ್ಬು ಗಂಟುಹಾಕಿದರು. ಯಾವುದೋ ಭಯ ಅವರನ್ನು ಆವರಿಸಿಕೊಂಡಿತ್ತು.

“ಅನು ಎಲ್ಲೋದ್ಳು?” ದಪ್ಪನೆಯ ಸ್ವರದಲ್ಲಿ ಕೇಳಿದರು.

“ಎಲ್ಹೋಗ್ತಾಳೆ! ಕೋಣೆಯಲ್ಲಿರಬೇಕು” ಸುನಂದಮ್ಮ ಅಲ್ಲಿ ನಿಲ್ಲಲಿಲ್ಲ ‘ಯಾಕೀ ಧಾವಂತ ಇವ್ರಿಗೆ?’ ಅವರಿಗೆ ಅರ್ಥವಾಗಲಿಲ್ಲ.

ತಂದೆಯ ಸ್ವರ ಕಿವಿಗೆ ಬಿದ್ದ ಕೂಡಲೆ ಮತ್ತಷ್ಟು ಮುದುರಿ ಕೂತಳು. ಕೈ ಹಣೆಯನ್ನು ಒತ್ತಿ ಹಿಡಿಯಿತು. ತಂದೆನ ಅರ್ಥ ಮಾಡಿಕೊಳ್ಳುವುದೇ ಅವಳಿಗೆ ಕಷ್ಟವಾಗಿತ್ತು. ಅವಳ ಕೆಲವು ಸ್ವತಂತ್ರಗಳನ್ನು ಮುಲಾಜಿಲ್ಲದೆ ಮೊಟಕು ಮಾಡಿದ್ದರು.

ಗದ್ದಕ್ಕೆ ಕೈಯೂರಿ ಯೋಚಿಸತೊಡಗಿದಳು. ಡಾ।। ಗೋಕುಲ್ ಹಳ್ಳಿಗೆ ಬಂದಾಗಿನಿಂದ ಒಂದು ವಿಧವಾದ ಚಡಪಡಿಕೆ. ಮಾತಿಗೆ ಮುಂಚೆ ಸಿಟ್ಟಿಗೇಳುತ್ತಿದ್ದರು. ರಾತ್ರಿಗಳಲ್ಲೂ ಕೂಡ ಸರಿಯಾಗಿ ನಿದ್ರಿಸುತ್ತಿರಲಿಲ್ಲ. ಯಾವುದೋ ಭಯ ಅವರನ್ನು ಕುಟುಕುತ್ತಿತ್ತು. ಅದು ಯಾವುದು?

ತೊಡೆಯ ಮೇಲೆ ನೋಟ್ ಬುಕ್ ಜಾರಿತು.

"ಅನು..." ತಂದೆಯ ಸ್ವರ ಬಂದು ಕಿವಿಗೆ ಅಪ್ಪಳಿಸಿದಾಗ ಅವಳ ಮುಖದ ಗೆಲುವು ಇಂಗಿತು. ಮೆಲ್ಲಗೆ ಹೊರಗೆ ಬಂದಳು. ಮಗಳ ಶಾಂತ ಮುಖ ನೋಡಿದ ಕೂಡಲೇ ಸ್ವಲ್ಪ ತಣ್ಣಗಾದರು. ತೋಟದ ಕಡೆ ಹೋಗಿದ್ಯಾ ? ಬಣ್ಣ ಹಚ್ಚಿದ ಉಗುರುಗಳನ್ನು ನೋಡುತ್ತಿದ್ದ. ಅನುಪಮ ತಟ್ಟನೆ ತಲೆಯೆತ್ತಿದಳು. ಕಣ್ಣುಗಳು ಕಿರಿದಾಗಿ ಮುಖದ ಮೇಲೆ ಬೇಸರ ಮೂಡಿತು.

ತೋಟ ಅವಳಿಗೆ ಅತ್ಯಂತ ಪ್ರಿಯವಾದ ಸ್ಥಳ. ಎಲ್ಲರಿಗೂ ಗೊತ್ತಿದ್ದ ವಿಷಯ. ಆದರೆ ಡಾ|| ಗೋಕುಲ್ ಇಲ್ಲಿಗೆ ಬಂದ ಮೇಲೆ ಅಲ್ಲಿಗೆ ಹೋಗಲೇಕೂಡದೆಂಬ ಕಟ್ಟಾಜ್ಞೆ. ಆದರೂ ಅವಳಿಗೆ ಸುಳ್ಳು ಹೇಳಬೇಕೆನಿಸಲಿಲ್ಲ.

"ಹೋಗಿದ್ದೆ...." ಸ್ವರದಲ್ಲಿ ದೃಢತೆಗೆ ಬೆಚ್ಚಿದರು. "ಯಾಕೆ ಹೋಗಿದ್ದೆ?" ಅನುಪಮ ಗಲಿಬಿಲಿಗೊಳ್ಳಲಿಲ್ಲ. ಹಗುರವಾಗಿ ನಕ್ಕಳು.

"ನೀವು ಹೀಗಂಥ ಕೇಳಿದ್ರೆ.... ನಾನೇನ್ಹೇಳ್ಲಿ? ತಮ್ಮ ತೋಟಕ್ಕೆ ನಾವು ಹೋಗೋದು ತಪ್ಪಾ? ಹೇಗೂ ಬೇಲಿ ಹಾಕಿದ್ದೀರಲ್ಲ..." ಹಾಸ್ಯದ ಸ್ವರ ಶಾಮಣ್ಣನವರನ್ನು ಕುಟುಕಿತು. ತಿಳಿಗೇಡಿತನಕ್ಕೆ ಒಂದು ಕ್ಷಣ ನಾಚಿದರು.

"ಓದ್ಕೋ ಹೋಗು" ಸೋಲುವ ಮನುಷ್ಯ ಗೆಲುವನ್ನು ಸಾಧಿಸುವ ಚಮತ್ಕಾರ ಇದೆನಿಸಿತು. ಅನುಪಮ ತುಟಿಯಂಚಿನಲ್ಲಿ ನಕ್ಕಳು.

"ಹೆಣ್ಣು ಮಕ್ಕಳು ಕಾಲೇಜಿಗೆ ಹೋದ್ಮೇಲೆ ಮುಗ್ದೋಯ್ತು!" ಪರಪ್ಪ ತಮ್ಮ ನುಣ್ಣನೆಯ ತಲೆಯ ಮೇಲೆ ಕೈಯಾಡಿಸಿಕೊಂಡರು.

ಪರಪ್ಪನವರು ಅರ್ಧಗಂಟೆ ಮೆಲುದನಿಯಲ್ಲಿ ಕೊರೆದರು. ಮುಂದಿನ ಯೋಜನೆ ಬಗ್ಗೆ ಸಾಕಷ್ಟು ತಲೆ ಬಿಸಿ ಮಾಡಿಕೊಂಡರು.

ಶಾಮಣ್ಣನವರಿಗೆ ತಮ್ಮ ಆಚಾರ ವಿಚಾರಗಳಲ್ಲಿ ಅನನ್ಯ ನಿಷ್ಠೆ. ತಮ್ಮ ಎತ್ತರದ ಜೀವನದ ಬಗ್ಗೆ ಸಲ್ಲದ ಅಪಮಾನ. ಈ ದುರ್ಬಲತೆಯ ಎಳೆಯನ್ನು ಹಿಡಿದೆ ಪರಪ್ಪ ವಿಶ್ವಾಸ ಗಿಟ್ಟಿಸಿಕೊಂಡಿದ್ದರು.

* * *

ಅನುಪಮ ಫರ್ಲಾಂಗ್ ಹಾದಿ ನಡೆದು ಬಂದು ಬಸ್ಸಿಗಾಗಿ ಕಾದು ನಿಂತಳು.

ಬಂದ ದಾರಿಯತ್ತ ಹಿಂದಿರುಗಿ ನೋಡಿದಳು, ಕಾಲೇಜಿಗೆ ಬರುತ್ತಿದ್ದ ಸಹಪಾಠಿಗಳ ಸುಳಿವಿರಲಿಲ್ಲ, ಯಾಕೆ ಬರಲಿಲ್ಲ? ಜಯೆ ಕೊನೆಗೂದಲನ್ನು ಬೆರಳಿಗೆ ಸುತ್ತುತ್ತ ನಿಂತಳು.

ಹತ್ತು ನಿಮಿಷ ಕಾದಳು. ಬಸ್ಸು ಬರುವ ಸೂಚನೆ ಕಾಣಲಿಲ್ಲ. ಸಿಡಿ ಮಿಡಿಗುಟ್ಟಿದಳು.

''ನಾನು ಹಾಸ್ಟಲ್‌ನಲ್ಲಿದ್ದು ಓದ್ತೀನಿ'' ಎಷ್ಟೋ ಸಲ ತಂದೆಗೆ ದುಂಬಾಲು ಬಿದ್ದಿದ್ದಳು. ಶಾಮಣ್ಣನವರು ಮಾತ್ರ ಒಪ್ಪಲಾರರು ''ನಿಂಗಷ್ಟು ಕಷ್ಟವಾದ್ರೆ ಕಾಲೇಜಿಗೆ ಹೋಗ್ಲೇ ಬೇಡಾ.''

ಕಲಿತ ಗಂಡುಗಳೆಲ್ಲ ಗ್ರಾಜುಯೇಟ್ ಹೆಣ್ಣುಗಳನ್ನೆ ಕೇಳುವುದು ಎಂದು ಒಬ್ಬ ಮಿತ್ರರು ಎಚ್ಚರಿಸಿದ್ದರಿಂದ ಧಾರಾಳ ಮನಸ್ಸು ಮಾಡಿ ಅವಳನ್ನು ಕಾಲೇಜಿಗೆ ಸೇರಿಸಿದ್ದರು.

ಊರು ಕಡೆಯಿಂದ ಧೂಳೆಬ್ಬಿಸುವ ಕಾರು ಬಂತು. ಅರ್ಥ ಮಾಡಿಕೊಂಡು ಹಿಂದಕ್ಕೆ ಸರಿದು ನಿಂತಳು. ಸದ್ಯ ಮಾತನಾಡಿಸದೆ ಸುಮ್ಮನೆ ಹೋಗಿಬಿಟ್ಟರೆ... ಸಾಕು! ಮನದಲ್ಲಿಯೇ ಹರಕೆ ಹೊತ್ತಳು.

ಕಾರು ಮುಂದು ಹಾದು ಹೋದಾಗ ಎದೆಯ ಮೇಲೆ ಕೈಯಿಟ್ಟು ನೆಮ್ಮದಿಯ ಉಸಿರು ದಬ್ಬಿದಳು. ಬರೀ ಗಳಿಗೆಯ ಸಮಾಧಾನವಷ್ಟೆ. ಕಾರು ಹಿಂದಕ್ಕೆ ಬಂತು.

ಡಾ||ಗೋಕುಲ್ ಕಾರಿನಿಂದ ತಲೆ ಹೊರಗೆ ಹಾಕಿದ. ''ಗುಡ್ ಮಾರ್ನಿಂಗ್ ಮೇಡಮ್'' ಸ್ವರದಲ್ಲಿ ಸಜ್ಜನಿಕೆ ಮಿನುಗಿತು. ಒಂದಿಂಚು ಅರಿವಾಗದಂತೆ ತಲೆ ತಗ್ಗಿತು ''ವೆರಿಗುಡ್ ಮಾರ್ನಿಂಗ್'' ಎದೆಯ ಬಡಿತ ಹೆಚ್ಚಿತು. ನೋಟ ಬೇರೆಡೆ ಹೊರಳಿಸಿದಳು.

ಗೋಕುಲ್ ಸುಲಭವಾಗಿ ಅರಿತು ಅರಗಿಸಿಕೊಂಡ. ಕಣ್ಣುಗಳಲ್ಲಿ ನೋವು ಬೆರೆತ ವಿಶಿಷ್ಟಭಾವವೊಂದು ತೇಲಿತು. ಕೃಷ್ಣನ್ ಆ ಮನೆಯವರ ಕೋಪ, ಜಿಗುಪ್ಸೆಯನ್ನು ಪ್ರತಿ ಬಾರಿಯು ನೆನಪು ಮಾಡಿ ಹೋಗುತ್ತಿದ್ದರು. ಮರೆಯಲು ಎಲ್ಲಿ ಸಾಧ್ಯ ? ತಂದೆಯ ನುಡಿಗಳು ಅವರ ನೋವು ನಿರಾಶೆಯನ್ನು ಒತ್ತಿ ಹೇಳಿದಂತಾಯಿತು. ಅದನ್ನು ತೊಡೆದುಹಾಕಲು ನನ್ನಿಂದ ಸಾಧ್ಯವೇ? ಪ್ರಯತ್ನಿನಬಾರದೇಕೆ? ಹಳೆಯ ಮಣ್ಣು ಜಿಗುಟು ಹಸಿಹಸಿಯಾದ ಜೇಡಿ ಮಣ್ಣು ಗೊಂಬೆಯಾಗಿಸಲು ಸುಲಭ.

ಆದರೆ ಶಿಲ್ಪಿ ಕುಶಲಿಯಾಗಿರಬೇಕಷ್ಟೆ.

"ಬಸ್‌ಗೋಸ್ಕರ ಕಾಯ್ತಾ ಇದ್ದೀರಾ" ಸ್ವರ ಬಂದತ್ತ ಹುಬ್ಬೆತ್ತಿ ನೋಡಿದಳು.

ಆ ಕಣ್ಣುಗಳಲ್ಲಿ ಕಾಣದ ಶೀನಿ ಮಾವನನ್ನು ಕಂಡಂತಾಯಿತು. ಆತ್ಮೀಯತೆ ತುಳುಕಾಡಿತು. ಅರ್ಥವಾಗದ ಹೊಸ ಭಾವವೊಂದು ಕಣ್ಣುಗಳಲ್ಲಿ ತುಂಬಿಕೊಂಡಿತು.

"ಹೌದು...." ಸ್ವರ ತೀರ ಮೃದುವಾಯಿತು.

"ಕಮಿನ್, ಡ್ರಾಪ್ ಕೊಡ್ತೀನಿ" ಅನುಪಮಳಿಗೆ ತಂದೆಯ ಮುಖ ಅಡ್ಡವಾಯಿತು. ಕಾಲುಗಳಲ್ಲಿನ ಶಕ್ತಿ ನೆಲದ ಬುಡದಲ್ಲಿ ಸೋರಿಹೋದ ಅನುಭವವಾಯಿತು. "ಥ್ಯಾಂಕ್ಯೂ, ಎಕ್ಸ್‌ಕ್ಯೂಜ್ ಮಿ. ನನ್ನ ಫ್ರೆಂಡ್ಸ್ ಬರ್ತಾರೆ" ಸ್ವರದಲ್ಲಿ ದೃಢತೆ ತಪ್ಪಿತು. ಸೀಳಾಯಿತು. ಭೀತಿ ನುಸುಳಿತು.

"ಓ.ಕೆ.ಮೇಡಮ್" ಕಾರು ಮುಂದಕ್ಕೆ ಚಿಮ್ಮಿತು.

ಎದೆಯ ಮೇಲೆ ಕೈಯಿಟ್ಟುಕೊಂಡು ಸಮಾಧಾನದ ಉಸಿರು ದಬ್ಬಿದಳು. ಮನದಲ್ಲಿ ಮಧುರವಾದ ಭಾವನೆಯೊಂದು ಹಾದುಹೋಯಿತು. ಮುಖ ಅರಕ್ತವಾಯಿತು.

ಕೆಲವು ಬೇಕಾದ ಔಷಧಿಗಳನ್ನು ಕೊಂಡ ಡಾ॥ ಗೋಕುಲ್ ಕಾರನ್ನು ಕೃಷ್ಣನ್ ಮನೆಯ ಮುಂದೆ ಲಾಕ್ ಮಾಡಿದ.

ಹಳ್ಳಿ ಮತ್ತು ಬೆಂಗಳೂರು ನಡುವೆ ಬಿ.ಟಿ.ಎಸ್. ಬಸ್ಸುಗಳು ಓಡಾಡುತ್ತಿದ್ದರಿಂದ ಅನುಪಮ ಕಾಲೇಜಿಗೆ ಅದರಲ್ಲಿ ಹೋಗಿ ಬರುತ್ತಾಳೆಂದುಕೊಂಡ.

ಒಳಗೆ ಬಂದಾಗ ಜೀನ್ಸ್ ತೊಟ್ಟ ಸುನೀತ ಎದುರುಗೊಂಡಳು. ಅನುಪಮ ಸುನೀತಳನ್ನು ಒಬ್ಬರ ಪಕ್ಕ ಒಬ್ಬರನ್ನು ನಿಲ್ಲಿಸಿ ಮನದಲ್ಲಿಯೇ ಅವಲೋಕಿಸತೊಡಗಿದ. ಅನುಪಮ ಭಾರತೀಯ ಸಂಸ್ಕೃತಿಯ ಪ್ರತೀಕ ಸುನೀತ ಎರಡರ ನಡುವೆ ಅಡ್ಡಗಾಲಿಟ್ಟ ವನಿತೆ.

"ಓ... ಗೋಕುಲ್" ಅವನ ಕೈ ಹಿಡಿದು ತುಟಿಗೊತ್ತಿಕೊಂಡಳು. ಆಳವಾಗಿ ವಿಮರ್ಶಿಸುವಂತೆ ನೋಡಿದ "ಸುನೀತ, ಅಂಕಲ್ ಎಲ್ಲಿ?"

ಸೋಫಾ ಮೇಲೆ ಜಾರಿ ಕೂತ ತಂದೆ ಶ್ರೀನಿವಾಸ್ ಭಾರತೀಯ ಸಂಸ್ಕೃತಿ

ನಡೆನುಡಿಗಳ ಬಗ್ಗೆ ಹೇಳುವಾಗ ಹೆಣ್ಣಿನ ಬಗೆಗಿನ ವಿಚಾರದಲ್ಲಿ ಅತ್ಯಂತ ಗೌರವವಾಗಿ ಮಾತನಾಡುತ್ತಿದ್ದರು. ವಿದ್ಯಾವಂತ ಮಹಿಳೆಯರು ಕೂಡ ಪಾಶ್ಚಿಮಾತ್ಯ ದೇಶಗಳಂತೆ ಗಂಡಸರೊಂದಿಗೆ ಬೆರೆಯಲಾರರು.

ಸುನೀತಳ ಸ್ವರಕ್ಕೆ ತಲೆಯೆತ್ತಿದರೂ ಅವಳು ಹೇಳಿದ್ದು ಅವನ ಕಿವಿಗೆ ಬೀಳಲೇ ಇಲ್ಲ. ಸುನೀತಾಳ ಬೋಳು ಹಣೆ ನೋಡಿ ಸನ್ನೆಯಿಂದಲೇ 'ಯಾಕೆ ಇಟ್ಟಿಲ್ಲ?' ಎಂದು ಪ್ರಶ್ನಿಸಿದ. ಸುನೀತ ಜೋರಾಗಿ ನಕ್ಕುಬಿಟ್ಟಳು. ಕಕ್ಕಾಬಿಕ್ಕಿಯಾದ.

ಅಲ್ಲಿನ ಏಕತಾನತೆಗಿಂತ ಇಲ್ಲಿನ ವೈವಿಧ್ಯಮಯದ ಬದುಕು ಅವನಿಗೆ ಆಕರ್ಷಣೀಯವೆನಿಸಿತು.

ಅಷ್ಟರಲ್ಲಿ ಕೃಷ್ಣನ್ ಬಂದಿದ್ದರಿಂದ ಆ ಮಾತಿಗೆ ವಿರಾಮ ಬಿತ್ತು. ಕೈ ಕುಲುಕಿ ಬೆನ್ನು ಚಪ್ಪರಿಸಿದ ಆತ್ಮೀಯತೆಯಿಂದ ಮಾತನಾಡಿದರು.

"ಹೇಗಿದೆ?" ತಲೆಯಾಡಿಸಿದ "ಚೆನ್ನಾಗಿದೆ ಲೈಫ್‌ನಲ್ಲಿ ಒಂದು ತರಹ ಇಂಟರೆಸ್ಟ್ ಬರ್ತಾ ಇದೆ" ಕೃಷ್ಣನ್ ಬಾಯಿತುಂಬ ನಕ್ಕರು.

ಅಲ್ಲಿನ ಜನರ ಬಗ್ಗೆ ಕೃಷ್ಣನ್ ಬೇಸರ ವ್ಯಕ್ತಪಡಿಸಿದರು. ಒಂಟಿಯಾಗಿ ಹೋರಾಡಲು ನಿಂತ ಗೋಕುಲ್ ಬಗ್ಗೆ ಅವರಿಗೆ ಸಹಾನುಭೂತಿ.

"ಈಗ್ಲೂ ನಿನ್ನ ನಿರ್ಧಾರ ಬದಲಾಯ್ತು, ನಾನೆಲ್ಲ ಏರ್ಪಾಟು ಮಾಡ್ತೀನಿ. ಶೀನಿ ಯೋಚ್ನೆ ಅತಿಯಾಯ್ತು." ಕೃಷ್ಣನ್ ಮಾತುಗಳಿಗೆ ಕಣ್ಣುಮುಚ್ಚಿ ತೆರೆದು ನಕ್ಕ.

ಅಮೆರಿಕದಲ್ಲಿನ ಶ್ರೀಮಂತ ಬದುಕಿಗಿಂತ ಅವನಿಗೆ ಇಲ್ಲಿನ ಸರಳ ಜೀವನದಲ್ಲಿ ವಿಶಿಷ್ಟತೆ ಇದೆ, ಶಾಂತಿ ಇದೆಯೆನಿಸಿತ್ತು. ಈ ವೈವಿಧ್ಯತೆಯ ಬದುಕು ಮನಕ್ಕೆ ಹಿತವಾಗಿತ್ತು.

ಗೋಕುಲ್ ತಾಯಿ ವರ್ಜಿನಿಯಾ ಕ್ಯಾಲಿಫೋರ್ನಿಯ ವಿಶ್ವವಿದ್ಯಾಲಯದಲ್ಲಿ ಡಾಕ್ಟರೇಟ್ ಪಡೆದ ಮಹಿಳೆ. ಸಂಬಂಧಿಕರು ರಾಜಕೀಯ ಪ್ರಮುಖ ಸ್ಥಾನಗಳಿಸಿದ್ದರು. ಬಯಸಿದ್ದರೆ ಗಣ್ಯ ವ್ಯಕ್ತಿಯಾಗಬಹುದಿತ್ತು. ಆದರೆ ಶ್ರೀನಿವಾಸ್ ಮಗನ ಹೃದಯದಲ್ಲಿ ಚಿಗುರಿಸಿದ ಭಾರತದ ಬಳ್ಳಿ ಹೆಮ್ಮರಕ್ಕೆ ಹಬ್ಬಿಕೊಂಡಿತ್ತು. ಯಾವ ಆಕರ್ಷಣೆಯೂ ಕಡಿದೊಗೆಯಲಾರದಾಗಿತ್ತು.

"ಶ್ರೀನಿವಾಸ್ ತಪ್ಪು ಮಾಡ್ದ ಅನ್ನಿಸುತ್ತೆ" ಕೃಷ್ಣನ್ ಸ್ವರದಲ್ಲಿ ಬೇಸರ ಇಣಕಿತು.

ಗೋಕುಲ್ ಸೋಫಾ ಬೆನ್ನು ಬಿಟ್ಟು ಮುಂದಕ್ಕೆ ಬಂದ ''ನೋ ನೋ.... ಅಂಕಲ್.... ಇದ್ರಿಂದ ನಂಗೆ ಸಂತೋಷವೆನಿಸಿದೆ!''

ಯಾವುದೋ ನೆನಪಿನಿಂದ ಮಂಕಾದ ಶ್ರೀನಿವಾಸ್ ಪಟ್ಟ ವೇದನೆ ಅವನ ಕಣ್ಮುಂದೆ ರೀಲುಗಳಂತೆ ಸರಿದುಹೋಯಿತು.

''ಅಂಕಲ್, ಡ್ಯಾಡ್ ತಾವಾಗಿ ಸಾವಿಗೆ ಹತ್ತಿರವಾದ್ರು. ತಾವು ಅಮೆರಿಕದಲ್ಲಿ ಒಂಟಿ ಅನ್ನೋ ಭಾವನೆ ಅವರನ್ನು ಕಾಡತೊಡಗಿತು. ತುಂಬ ಪ್ರೀತಿಸುತ್ತಿದ್ದ ಮಮ್ಮಿಯಿಂದ ಕೂಡ ವಿಮುಖರಾದ್ರು. ಅವ್ರ ವೇದನೆ ಸಂಕಟ ಅಸಾಧ್ಯವಾಗಿತ್ತು. ಕುಡ್ದು ಕುಡ್ದು ತಮ್ಮ ಆರೋಗ್ಯ ಹಾಳು ಮಾಡ್ಕೊಂಡ್ರು. ನಂಗೆ ಸ್ವಲ್ಪ ಬುದ್ಧಿ ಬಂದ ಕೂಡಲೇ ಕನ್ನಡದಲ್ಲಿಯೇ ಅಕ್ಷರಾಭ್ಯಾಸ ಮಾಡ್ಸಿದ್ರು. ನನ್ನೊಂದಿಗೆ ಅವ್ರ ಸಂಭಾಷಣೆ, ಮಾತುಕತೆಯೆಲ್ಲ ಕನ್ನಡದಲ್ಲೇ ನಡೆಯುತ್ತಿತ್ತು. ಆಗ ಅವ್ರ ಕಣ್ಣುಗಳಲ್ಲಿ ಅವ್ಯಕ್ತವಾದ ತೃಪ್ತಭಾವ ಮಿನುಗುತ್ತಿತ್ತು. ಕೊನೆಯ ದಿನಗಳಲ್ಲಿ ತಮ್ಮ ಕಾರ್ಟರ್‌ನ ಕಂಡರೆ ಸಿಡಿಮಿಡಿಗುಟ್ಟುತ್ತಿದ್ದರು. ಕಾರಣ ಅವ್ನು ಮಮ್ಮಿ ರೂಪ ಹೊತ್ತು ಹುಟ್ಟಿದ್ದ. ''

ಮಾತುಗಳ ಜೊತೆ ಗೋಕುಲ್‌ನ ಕಣ್ಣುಗಳಲ್ಲಿ ವೇದನೆಯ ಮಹಾಪೂರವೇ ಹರಿದು ಬಂತು.

''ಡ್ಯಾಡ್ ಅವ್ರ ತಂದೆನ ತುಂಬ ಪ್ರೀತಿಸ್ತಿದ್ರು, ಗೌರವಿಸಿದ್ರು'' ಗೋಕುಲ್ ಹಣೆಯುಜ್ಜಿದ. ಅವನ ಹೆಗಲ ಮೇಲೆ ಕೃಷ್ಣನ್ ಕೈ ಬಿತ್ತು. ''ಐ ಅಂಡರ್ ಸ್ಟಾಂಡ್ ಮೈ ಬಾಯ್, ಬೆಸ್ಟ್ ಆಫ್ ಲಕ್.

ಕಳುಹಿಸಲು ಹೊರಗೆ ಬಂದ ಕೃಷ್ಣನ್ ಒಂದು ಕ್ಷಣ ನಿಂತರು ''ಬೈ ದಿ ಬೈ, ನಿಂಗೆ ಬೇಸರವಾದ್ರೆ ಸುನೀತನ ಕರ್ಕೊಂಡ್ಹೋಗು. ನಿನ್ನ ಕೆಲ್ಸದಲ್ಲಿ ಅಷ್ಟಿಷ್ಟು ಸಹಾಯ ಮಾಡ್ತಾಳೆ!''

ಕಾರ್ ಡೋರ್ ತೆಗೆಯುತ್ತಿದ್ದವನು ನಿಬ್ಬೆರಗಾಗಿ ನಿಂತ. ಕಣ್ಣುಗಳು ಕಿರಿದಾದವು. ಮೆಲ್ಲಗೆ ರೆಪ್ಪೆಯೆತ್ತಿದ. ''ಅಂಕಲ್...'' ಸ್ವರದಲ್ಲಿ ಅನುಮಾನ ಇಣಕಿತು. ಕೃಷ್ಣನ್ ಅರಿತವನಂತೆ ಜೋರಾಗಿ ನಕ್ಕುಬಿಟ್ಟರು.

''ವೆರಿಗುಡ್, ಶೀನಿ ದೊಡ್ಡ ಕೆಲ್ಸವನ್ನೆ ಮಾಡಿದ್ದಾನೆ. ಇಲ್ಲಿನ ಸಂಪ್ರದಾಯದ ಜೊತೆ ನಡೆ, ನುಡಿಗಳನ್ನು ಹೇಳಿ ಶುದ್ಧ ಭಾರತೀಯನನ್ನಾಗಿ ಮಾಡಿದ್ದಾನೆ'' ಸ್ವರದಲ್ಲಿ ಗೆಲುವಿತ್ತು. ಕಣ್ಣುಗಳಲ್ಲಿ ಮೆಚ್ಚಿಗೆ ಇತ್ತು.

ನಕ್ಕು ಗೋಕುಲ್ ಕಾರು ಹತ್ತಿದ.

''ನಾಳಿದ್ದು ಬರ್ತೀನಿ'' ಕೃಷ್ಣನ್ ಬಗ್ಗಿ ಹೇಳಿದರು.

ಕಾರು ವೇಗವಾಗಿ ಮುಂದಕ್ಕೆ ಹೋಯಿತು. ಕೃಷ್ಣನ್ ನಿಂತಲ್ಲಿಯೇ ಶಿಲೆಯಾಗಿದ್ದರು. ಚಲನೆ ಬರಲು ನಿಮಿಷಗಳೇ ಬೇಕಾಯಿತು.

ನೆನಪು ಕಣ್ಮುಂದೆ ಹರಡಿಕೊಂಡಾಗ ಕೃಷ್ಣನ್ ಎದೆ ಭಾರವಾಯಿತು. 'ಇಡೀ ಪರಿಸರದಲ್ಲಿ ನಾನು ಒಂಟಿಯಾಗಿದ್ದೀನಿ. ಪ್ರೀತಿಸಿ ಮದುವೆಯಾದ ವರ್ಜಿನಿಯು ನನ್ನವಳಲ್ಲ ಎನ್ನುವ ಸ್ಥಿತಿಯಲ್ಲಿದೆ ಮನ. ಸೋಲಿನ ಹಿಂಸೆಯಿಂದ ಪೂರ್ತಿ ನೊಂದಿದ್ದೇನೆ' ಶ್ರೀನಿವಾಸ್ ಪತ್ರದ ಸಾರಾಂಶ ಇದೇ ತೆರನಾಗಿರುತ್ತಿತ್ತು. ಆದರೆ ನಿರಾಶೆಗೊಂಡ ಅವನ ಮನಕ್ಕೆ ಪಡಿಯಚ್ಚಿನಂತಿದ್ದ ಗೋಕುಲ್ ಚೇತನವಾಗಿದ್ದ.

ಕೃಷ್ಣನ್ ಯೋಚಿಸುತ್ತ ಎಷ್ಟೋ ಹೊತ್ತು ಕೂತುಬಿಟ್ಟರು. ಒಮ್ಮೊಮ್ಮೆ ನಿರಾಶೆಯಾದರೂ ಗೋಕುಲ್‌ನ ಆತ್ಮವಿಶ್ವಾಸಕ್ಕೆ ದಂಗಾಗುತ್ತಿದ್ದರು.

ಗೋಕುಲ್ ಹಳ್ಳಿ ಮುಟ್ಟಿದಾಗ ಸಂಜೆಯ ಸಮಯವಾಗಿತ್ತು. ಕಾರು ನಿಲ್ಲಿಸಿ ಒಳಗೆ ನಡೆದ. ಸಹಿಸಲಸಾಧ್ಯವಾದ ಧಗೆ. ಬಟ್ಟೆ ಬದಲಾಯಿಸಿಕೊಂಡ.

ತಂದೆಯ ಪಡಿಯಚ್ಚಿನಂತಿದ್ದ ಅಮೆರಿಕನ್ ತಾಯಿಯ ಸಂಜಾತ ಗೋಕುಲ್ ಅಲ್ಲೇ ಒಂದು ತರಹ ಮುಜುಗರಕ್ಕೆ ಈಡಾಗುತ್ತಿದ್ದ. ಆದರೆ ಭಾರತಕ್ಕೆ ಬಂದ ಮೇಲೆ ಈ ಮಣ್ಣಿನ ವ್ಯಾಮೋಗ ಅವನನ್ನು ಬಲವಾಗಿ ಆಕರ್ಷಿಸುತ್ತಿತ್ತು. ತಾನು ಒಂಟಿ ಎಂದು ಭಾವಿಸುತ್ತಲೇ ಇರಲಿಲ್ಲ.

''ರಾಜು ಫ್ಯಾನ್ ಹಾಕು'' ಎಂದ ಬಿಸಿಯುಸಿರು ದಬ್ಬುತ್ತ.

ಹಣ್ಣಿನ ರಸ ಕೈಯಲ್ಲಿಡಿದು ಬಂದ ಅವನು ಫ್ಯಾನ್ ಸ್ವಿಚ್ ಅದುಮಿದ. ಗೋಕುಲ್ ಎದ್ದು ಕೂತ. ರಾಜು ಕೈಯಲ್ಲಿನ ಗಾಜಿನ ಲೋಟ ಇವನ ಕೈಗೆ ಬಂತು. ನಿಧಾನವಾಗಿ ಗುಟುಕರಿಸತೊಡಗಿದ.

ರಾಜು ಅನುಮಾನಿಸುತ್ತ ಅಲ್ಲೇ ನಿಂತ. ಕೃಷ್ಣನ್ ರಾಜುಗೆ ಡ್ರಿಂಕ್ಸ್, ಮಾಂಸ ಒದಗಿಸಲು ಹೇಳಿದ್ದರು. ಆದರೆ ಗೋಕುಲ್ ಎಂದೂ ಅದರ ಪ್ರಸ್ತಾಪನೆ ಮಾಡಿರಲಿಲ್ಲ.

ಎಷ್ಟೋ ಸಲ ಅರ್ಥಗರ್ಭಿತವಾಗಿ ಕೇಳುತ್ತಿದ್ದ.

''ಏನಾದ್ರೂ ತರ್ಬೇಕಾ ಸಾರ್? ಎಲ್ಲಾ ಸಿಕ್ಕುತ್ತೆ. ನೀವೇನು ಸಂಕೋಚಪಟ್ಟು ಕೊಳ್ಳೋದ್ಬೇಡ!''

ಆದರೆ ಗೋಕುಲ್ ಅರ್ಥೈಸಿಕೊಳ್ಳುವುದಕ್ಕೆ ಹೋಗದೆ ಬೇಕಾದದ್ದು ಮಾತ್ರ ತರಲು ಹೇಳುತ್ತಿದ್ದ. ರಾಜುಗೆ ಇದೊಂದು ಸಮಸ್ಯೆಯಾಗಿತ್ತು. ಇಂದು ಸ್ವಲ್ಪ ಧೈರ್ಯವಹಿಸಿದ.

''ರಾತ್ರಿಗೆ ಏನಾದ್ರೂ ಬೇರೆ ಅಡ್ಗೆ ಮಾಡ್ಲಾ?'' ಎಂದು ಕೇಳಿದಾಗ ಗೋಕುಲ್ ಅವನತ್ತ ನೋಡಿದ. ರಾಜು ಕಣ್ಣುಗಳಲ್ಲಿ ಗಲಿಬಿಲಿ ಕಾಣಿಸಿಕೊಂಡಿತು. ತಲೆ ತಗ್ಗಿಸಿದ ''ಮಾಂಸ ಬೇಕಾದ್ರೆ ಸಿಕ್ಕುತ್ತೆ!''

ಗೋಕುಲ್ ಕಣ್ಣುಗಳಲ್ಲಿ ಒಂದು ವಿಧವಾದ ತೀಕ್ಷ್ಣತೆ ಮಿನುಗಿತು. ಎದ್ದು ಮಂಚದಕಟ್ಟಿಗೆ ಒರಗಿ ಎರಡು ಕೈ ಬೆರಳುಗಳನ್ನು ಬೆಸೆದು ತಲೆಯ ಹಿಂದಕ್ಕೆ ಇಟ್ಟುಕೊಂಡ. ರಾಜು ಕೇಳಬಾರದಾಗಿತ್ತು ಎಂದು ಪೇಚಾಡಿಕೊಂಡ.

''ಕ್ಷಮ್ಸಿ ಸಾರ್, ತಪ್ಪಾಯ್ತು'' ಮನದ ಅಪರಾಧ ಪ್ರಜ್ಞೆ ಉಸುರಿತು. ಅವನತ್ತ ತಿರುಗಿದ ಗೋಕುಲ್ ನಸುನಕ್ಕು ''ಪರ್ವಾಗಿಲ್ಲ, ಕ್ಷಮ್ಸೋ ಅಂಥ ತಪ್ಪು ನೀನೇನು ಮಾಡಿಲ್ಲ. ಕೆಲ್ಸ ನೋಡ್ಕೋಗು.''

ಕಳೆದ ದಿನಗಳನ್ನು ಮೆಲಕು ಹಾಕಿದ.

ಮಾಂಸ, ಮದ್ಯ ಅವನನ್ನು ಸಮೀಪಿಸದಂತೆ ಶ್ರೀನಿವಾಸ್ ಜಾಗ್ರತೆ ವಹಿಸಿದ್ದರು. ರೂಢಿಯುತ ಜೀವನವನ್ನೇ ಅವನಿಂದ ಬೇರೆಯಾಗಿಟ್ಟಿದ್ದರು. ಎಷ್ಟೋ ಸಲ ಗಂಡ, ಹೆಂಡತಿ ಈ ವಿಷಯವಾಗಿ ಜಗಳವಾಡಿದ್ದರು. ಆದರೆ ಶ್ರೀನಿವಾಸರದೇ ಗೆಲುವು.

''ಡಿಯರ್ ವರ್ಜಿನಿಯಾ, ಅವ್ನ ಮೂಗು, ಮುಖ, ಬಣ್ಣ ಎಲ್ಲಾ ನನ್ದೇ. ಶುದ್ಧ ಭಾರತೀಯನಾಗಿ ಹುಟ್ಟಿದ್ದಾನೆ. ಜೋಯಿಸರ ಮೊಮ್ಮಗನಾಗೇ ಅವ್ನ ಬೆಳೀಲಿ. ನನ್ನ ತಪ್ಪಿಗೆ ಪ್ರಾಯಶ್ಚಿತ್ತ!'' ವರ್ಜಿನಿಯಾ ಸ್ವರ ಉಡುಗಿಹೋಗುತ್ತಿತ್ತು.

ರೂಢಿಯಲ್ಲಿದ್ದ ಆಹಾರ, ಜೀವನದಿಂದ ಬೇರೆಯವರು ಅಚ್ಚರಿಪಡುವಂತೆ ಮಗನನ್ನು ಬೆಳೆಸುವಲ್ಲಿ ಶ್ರೀನಿವಾಸ್ ಸಫಲರಾಗಿದ್ದರು.

ಎದ್ದು ಕೂತ ಗೋಕುಲ್ ಹೊರಗೆ ಬಂದ. ಅಲ್ಲಿಗಿಂತ ಭಿನ್ನವಾದ ಪರಿಸರ, ಮನೆ ಕೂಡ ಅವನಿಗೆ ಪ್ರಿಯವಾಗಿತ್ತು. ಪ್ರತಿಯೊಂದು ವಸ್ತುಗಳು ಗತಕಾಲದ

ನೆನಪನ್ನು ಕತೆಯಾಗಿ ಹೇಳುವಂತೆ ಭಾಸವಾಗುತ್ತಿತ್ತು.

ಬಾಗಿಲಲ್ಲಿ ನೆರಳಾಡಿತು. ಹುಬ್ಬೆತ್ತಿ ಅತ್ತ ನೋಟವರಿಸಿದ. ಕೊಳೆ ಬಟ್ಟೆ, ಎಣ್ಣೆ ಕಾಣದ ಕೂದಲು, ದುಗುಡ ತುಂಬಿದ ಮುಖದ ಹುಡುಗ ಸಂಕೋಚ ಭಯದಿಂದ ಇಣುಕಿದ. ಗೋಕುಲ್ ಒಳಗೆ ಬರುವಂತೆ ಸನ್ನೆ ಮಾಡಿದ. ಇತ್ತ ಹೆಜ್ಜೆ ಹಾಕುವ ಪ್ರಯತ್ನ ಅವನು ಮಾಡಲಿಲ್ಲ.

"ಡಾಕ್ಟ್ರು ಸಾಹೇಬ್ರೆ, ನಮ್ಮಪ್ಪಾರಿಗೆ ಇಪರೀತ ಜ್ವರ..." ಗೋಕುಲ್ ಎದ್ದು ಅತ್ತ ನಡೆದ.

ಆಶ್ವಾಸನೆ ನೀಡುವಂತೆ ಮುಗುಳ್ನಕ್ಕ. ಬಿಗುಮಾನ, ಸಂಕೋಚ ಹಿಂಜರಿಕೆಗೆ ಅವಕಾಶ ಕೊಡದೆ ಅವನ ಜೊತೆ ನಡೆದ.

ಹೆದರಿಯೋ, ಗೌರವದಿಂದಲೋ ಹಿಂದೆ ಸರಿಯುತ್ತಿದ್ದ ಜನರನ್ನು ಆತ್ಮೀಯವಾಗಿ ಮಾತನಾಡಿಸಿದ. ಇದ್ದವರು ಬೆರಗುಗಣ್ಣಿನಿಂದ ನೋಡಿದರು.

ಸರಳತೆಯಿಂದ ಹಳ್ಳಿಯ ಜನರನ್ನು ಆಕರ್ಷಿಸುವಲ್ಲಿ ಸಫಲನಾದ. ಒಬ್ಬ ಕಾಂಪೌಂಡರ್, ನರ್ಸ್ ನೇಮಕಗೊಂಡರು. ಆದರೆ ಅವರ ವಿದ್ಯೆಗೆ ಸರಿಯಾದ ಬೆಲೆಯಿಲ್ಲವೆಂದು ಕೃಷ್ಣನ್ ಗೊಣಗುವುದು ನಿಜವೆಂದು ಒಪ್ಪಿಕೊಂಡರೂ ಅವನಿಗೆ ಈ ಕೆಲಸದಲ್ಲಿ ತೃಪ್ತಿ ಸಿಕ್ಕಿತ್ತು.

ಕೆಲವು ದಿನದಿಂದ ಒಂಟಿತನ ಅವನನ್ನು ಬಾಧಿಸುತ್ತಿತ್ತು. ತಮ್ಮ ಕಾರ್ಟರ್ ಮತ್ತು ತಾಯಿಯ ನೆನಪಾದಾಗ ಮಂಕಾಗಿ ಬಿಡುತ್ತಿದ್ದ. ಆಸೆಯಿಂದ ಎದುರು ಮನೆಯತ್ತ ನೋಡುತ್ತಿದ್ದ. ಯಾವುದೇ ಮಾರ್ಪಾಡು ಇಲ್ಲ. ಸಂಬಂಧಿಕರ ನಾಲ್ಕು ಕುಟುಂಬಗಳು ಅವನಿಂದ ದೂರವೇ ಉಳಿದಿದ್ದರು. ತಮ್ಮ ಕಾಯಿಲೆ ಖಸಾಲೆಗಳಿಗೂ ಬೇರೆಯ ಕಡೆ ಹೋಗುತ್ತಿದ್ದರೇ ವಿನಃ ಇತ್ತ ಇಣಕಿ ಕೂಡ ನೋಡುತ್ತಿರಲಿಲ್ಲ. ಒಂದೊಂದು ಕೊರತೆಯಾಗಿ ಕಂಡಿದ್ದು ಈ ಬ್ರಹ್ಮರಾಕ್ಷಸನ ರೂಪ ತಾಳಿ ಅವನ ಆತ್ಮವಿಶ್ವಾಸವನ್ನೇ ಕಬಳಿಸಲು ಸಿದ್ಧವಾಗುತ್ತಿತ್ತು.

ಪದೇ ಪದೇ ತಮ್ಮ ಕಾರ್ಟರ್‌ನ ನೆನಪಾಗುತ್ತಿತ್ತು. ತಾಯಿಯ ಪ್ರತಿ ರೂಪದಿಂದ ಕೆಲವೊಮ್ಮೆ ಬೇರೆಯೆಂಬ ಭಾವ ಮೂಡಿದರೂ ಅಂತಃಕರಣ ಮಿಡಿಯುತ್ತಲೇ ಇತ್ತು.

ಬಟ್ಟೆ ಧರಿಸಿ ಸುತ್ತಾಡಿ ಬರಲು ಹೊರಟ ಗೋಕುಲ್ ಮೊದಲು ಕಟ್ಟಡದ

ಬಳಿ ಬಂದ. ಅದರ ಪೂರ್ಣ ವ್ಯವಸ್ಥೆಯ ಬಗ್ಗೆ ಮುಂದಾಲೋಚನೆ ವಹಿಸಿದ್ದ. ಶ್ರೀನಿವಾಸ್ ಆರ್ಥಿಕ ಭದ್ರ ಬುನಾದಿಯ ಮೇಲೆನೇ ರೂಪಿಸಿದ್ದರು. ಅದಲ್ಲದೆ ಪೂರ್ಣ ಜವಾಬ್ದಾರಿ ಹೊತ್ತ ಕೃಷ್ಣನ್ ಸಮಾಜದಲ್ಲಿ ಮಾತ್ರವಲ್ಲ, ಆರ್ಥಿಕವಾಗಿಯೂ ಪ್ರಬಲ ವ್ಯಕ್ತಿಯೇ. ಆದ್ದರಿಂದ ಇವನು ಯಾವ ಚಿಂತೆಯನ್ನೂ ಹಚ್ಚಿಕೊಳ್ಳಬೇಕಾಗಿರಲಿಲ್ಲ.

ಮುಗಿಯುವ ಹಂತದಲ್ಲಿದ್ದ ಕಟ್ಟಡವನ್ನು ನೋಡಿಕೊಂಡು ತೋಟದ ಬಳಿ ಬಂದ. ಸೂರ್ಯ ಸಂಧ್ಯಾದೇವಿಯ ಗರ್ಭದಲ್ಲಿ ಅಡಗಿಹೋಗಲು ಆತುರನಾಗಿಯೇ ಇದ್ದ. ಸಿಹಿ ನೀರಿಗೆ ಬರುವ ಜನ ಕಮ್ಮಿಯಾಗಿದ್ದರು.

ಕಬ್ಬಿಣದ ಗೇಟನ್ನು ಸರಿಸಿ ಒಳಗೆ ಅಡಿಯಿಟ್ಟ. ಆಡುತ್ತಿದ್ದ ಪೂವಯ್ಯನ ಮಕ್ಕಳು ಬೆದುರುಬೊಂಬೆಗಳಂತೆ ನಿಂತವು. ಕಣ್ಣುಗಳಲ್ಲಿ ಭಯಮಿಶ್ರಿತ ದೈನ್ಯಾವಸ್ಥೆ. ಮುಗುಳ್ನಕ್ಕು ಹತ್ತಿರಕ್ಕೆ ಹೋಗಿ ಕೆನ್ನೆ ಸವರಿ ಮುಂದಕ್ಕೆ ಅಡಿಯಿಟ್ಟ.

ಅರಳಿ ನಿಂತ ಬಣ್ಣ ಬಣ್ಣದ ಗುಲಾಬಿ ಹೂ ಮತ್ತು ನವಶೋಭೆಗಳಿಂದ ತೋಟವನ್ನು ನೋಡಲು ಸುತ್ತಮುತ್ತಲಿನ ಹಳ್ಳಿಯವರೆಲ್ಲ ಬರುತ್ತಿದ್ದರು. ಗೋಕುಲ್‌ನ ಪ್ರತಿಯೊಂದು ಕೆಲಸದಲ್ಲೂ ಅಮೆರಿಕನ್ನರ ಶಿಸ್ತು, ಭಾರತೀಯರ ಸೌಂದರ್ಯ ಪ್ರಜ್ಞೆ ಎದ್ದು ಕಾಣುತ್ತಿತ್ತು.

ನೋಟ ಅತ್ತಿತ್ತ ಹರಿದಾಡಿ ಬೇಲಿ ಚಿಮ್ಮಿ ಒಂದೆಡೆ ನಿಂತಿತು. ಸುನಂದಮ್ಮ ಕೈಯಲ್ಲಿ ಬುಟ್ಟಿ ಹಿಡಿದು ಮೊಗ್ಗು ಬಿಡಿಸುತ್ತಿದ್ದರು. ಉಟ್ಟಿದ್ದು ಬೆಲೆಬಾಳುವ ನೂಲಿನ ಸೀರೆ, ಕಿವಿಯಲ್ಲಿ ಬಿಳಿಯ ಕಲ್ಲಿನೋಲೆ, ಸೌಮ್ಯ ಮುಖ, ಹಣೆಯಲ್ಲಿ ಅಗಲವಾದ ಕುಂಕುಮದ ಬೊಟ್ಟು.

ಎದೆಯ ಮೇಲೆ ಕೈ ಕಟ್ಟಿ ನೋಡುತ್ತ ನಿಂತ. ತಂದೆಯ ಬೆನ್ನಿಗೆ ಬಿದ್ದ ತಂಗಿ, ಮನದಾಳದಲ್ಲಿ ಅಂತಃಕರಣ ಹೊನಲು ಉಕ್ಕಿ ಭೋರ್ಗರೆಯತೊಡಗಿತು.

ಇತ್ತ ನೋಟ ಹರಿಸಿದವರೇ ಸುನಂದಮ್ಮ ಗರಬಡಿದವರಂತೆ ನಿಂತುಬಿಟ್ಟರು. ಒಂದಂಗುಲ ಚಲಿಸಲು ಅವರಿಂದಾಗಲಿಲ್ಲ. ಮಂಜು ಕಣ್ಣುಗಳ ಮುಂದೆ ಮಿಸುಕಾಡಿತು. ಎದೆಯಲ್ಲಿ ಕುದಿಯೊತ್ತಿದ್ದ ನೋವು ಸೆರಗನ್ನ ಬಾಯಿಗಡ್ಡವಾಗಿಟ್ಟು ಬಿಕ್ಕಳಿಸಿದರು. ಅಣ್ಣನ ನೆನಪು ಎದೆಯಾಳದಲ್ಲಿದ್ದ ವೇದನೆಯ ಹೊಂಡವನ್ನು ಕರಗಿಸಲು ಸಮರ್ಥವಾಗಿರಬೇಕು. ಹಿಂದಿನ ನಿರಾಶೆ, ಈಗಿನ ಭಯ, ಮುಂದಿನ

ವಿಷಾದ ಛಾಯೆಯ ಕಾರ್ಮುಗಿಲು ಕವಿದಂತಾಯಿತು.

ನಿಂತಲ್ಲಿ ಗೋಕುಲ್ ಪರಿತಪಿಸಿದ. ನಾಲಿಗೆಯೇಳಲಿಲ್ಲ. ಸುನಂದಮ್ಮ ಕಣ್ಣೀರು ತೊಡೆದುಕೊಂಡರು. ಅನುಬಂಧದ ಮುಂದೆ ಎಲ್ಲಾ ನುಚ್ಚುನೂರು. ಬೇಲಿಯ ಒಳಗೆ ಬಂದವರೇ ಅವನ ಎರಡೂ ಕೈಗಳನ್ನು ಹಿಡಿದುಕೊಂಡರು. ಗಲ್ಲ ಸವರಿದರು. ಸಂತೋಷದಿಂದಲೋ, ಭಯದಿಂದಲೋ ಅವರ ಕೈಗಳು ನಡುಗುತ್ತಿದ್ದವು. ಕಂಪಿಸುವ ತುಟಿಗಳು ನೂರು ಮಮತೆಯ ಮಾತುಗಳನ್ನು ಅವನ ಎದೆಯ ಮೇಲೆ ಬರೆದವು.

ತಟ್ಟನೆ ಕೊರಳನ್ನು ತೆಗೆದವರೇ ಹಿಂದಕ್ಕೆ ಹೋಗಿಬಿಟ್ಟರು. ಗೋಕುಲ್‌ನ ತುಟಿಗಳು ಬಿಗಿದುಕೊಂಡವು. ತಂದೆಯ ಮಾತನ್ನು ಕಡಿದೊಗೆಯಲಾರದ ಅನುಬಂಧವನ್ನು ಅರ್ಥೈಸಿಕೊಳ್ಳಲು ಪ್ರಯತ್ನಿಸಿದ. ಅದು ಸ್ಫಟಿಕದಷ್ಟು ಸ್ಪಷ್ಟವಾಗಿತ್ತು. ಆದರೆ ಭಾರತೀಯರಲ್ಲಿ ಕಟ್ಟುಪಾಡುಗಳ ಬಿಗಿ ಹೆಚ್ಚು. ಶಾಸ್ತ್ರ, ಸಂಪ್ರದಾಯ, ನೀತಿ, ನಿಯಮಗಳು ಜೀವನದ ಮೂಲ ಚೇತನವಾದ ಪ್ರೀತಿಯನ್ನು ಸುರುಟಿಸುತ್ತವೆ – ಅವನೆದೆಯ ಮೇಲೆ ದೊಡ್ಡ ಬಂಡೆಯನ್ನಿರಿಸಿದಂತಾಯಿತು.

ಎರಡು ದಿನ ಕ್ಲಿನಿಕ್ ಜವಾಬ್ದಾರಿಯನ್ನು ನರ್ಸ್, ಕಾಂಪೌಂಡರ್‌ಗೆ ಒಪ್ಪಿಸಿ ಬೆಂಗಳೂರಿಗೆ ಹೊರಟ, ಪ್ರಕ್ಷುಬ್ಧವಾದ ಮನಸ್ಸಿಗೆ ಶಾಂತಿ ಬೇಕಾಗಿತ್ತು. ಕೃಷ್ಣನ್ ನರ್ಸಿಂಗ್ ಹೋಂಗೆ ಬೇಕಾದ ಸರ್ಜಿಕಲ್ಸ್ ಸಲುವಾಗಿ ಮುಂಬಯಿಗೆ ಹೋಗಿದ್ದರು.

ಸುನೀತಳೇ ಸ್ವಾಗತಿಸಿದಳು. ಓದಿಕೊಂಡ ವಿಚಾರವಾದಿ ಹೆಣ್ಣು ನಿರರ್ಗಳವಾಗಿ ಯಾವ ವಿಷಯವಾಗಿಯಾಗಲೀ ಚರ್ಚಿಸಬಲ್ಲಳು.

"ಅಂಕಲ್ ಯಾವಾಗ್ಬರ್ತಾರೆ?" ನವಿರಾಗಿ ಕೇಳಿದ.

ಬೇಸರ, ಒಂಟಿತನದ ವ್ಯಥೆಯಿಂದ ಮೈ, ಮನ ಬಳಲಿತ್ತು. ಮ್ಲಾನವದನನಾಗಿದ್ದ.

"ಬರೋ ವಿಷ್ಯ ಗೊತ್ತಿಲ್ಲ. ಯಾಕೆ ತುಂಬ ಡಲ್ ಆಗಿ ಕಾಣ್ತೀರ?" ಸೋಫಾ ಬೆನ್ನ ಮೇಲೆ ಕೈಗಳಿಂದ ಪೂರ್ಣ ಭಾರ ಹಾಕಿ ಬಗ್ಗಿ ಕೇಳಿದಳು. ಕಿರುನಗು ನಕ್ಕ. "ನೆವರ್...."

ಸುನೀತ ತನ್ನ ಬಾಬಾ ಕೂದಲನ್ನು ಹಿಂದಕ್ಕೆ ತಳ್ಳಿದಳು. ವಿಷಯ ಅಷ್ಟಿಷ್ಟು ಗೊತ್ತಿದ್ದರೂ ಗೋಕುಲ್‌ದು ಮೂರ್ಖತನವೆಂದು ಅವಳ ಭಾವ.

''ನಿಮ್ಮ ಮಮ್ಮಿ ಡ್ಯಾಡಿಗೆ ಪತ್ರ ಬರೆದಿದ್ರು. ಅವ್ನು ಅಲ್ಲಿ ಕಷ್ಟ ಅನುಭವಿಸೋದು ಬೇಡ. ಗೋಕುಲ್‌ಗೆ ಬುದ್ಧಿ ಹೇಳಿ ಇಲ್ಲೇ ಕಳಿಸ್ಕೊಟ್ಬಿಡಿ. ಆ ಬಡದೇಶದಲ್ಲೇನಿದೆ? ಮೂರ್ಖತನ....''

''ಸ್ಟಾಪ್ ಇಟ್...'' ಗೋಕುಲ್ ಸಹನೆ ಕಳೆದುಕೊಂಡ.

''ಸಾರಿ, ಗೋಕುಲ್. ನಿಮ್ಮ ಮದರ್ ಬರ್ದ ವಿಷ್ಯನ ತಿಳಿಸ್ದೇ ಅಷ್ಟೆ....'' ಪಶ್ಚಾತ್ತಾಪ ಅವಳ ಧ್ವನಿಯಲ್ಲಿ ಮಿಡಿದಾಗ ಗೋಕುಲ್ ತಣ್ಣಗಾದ. ''ಎಕ್ಸ್‌ಕ್ಯೂಜ್ ಮಿ.... ಬೇಗ ನನ್ನ ಪೇಷನ್ಸ್‌ನ ಕಳ್ಕೊಂಡ್ಬಿಟ್ಟೆ.''

'' ಆ ವಿಷ್ಯ ಬಿಟ್ಬಿಡಿ. ಎರ್ಡು ದಿನ ಇಲ್ಲಿ ಉಳೀಬೇಕೂಂತ ಬಂದಿದ್ದೀನಿ. ನಂಗೆ ಸುತ್ತಾಡೋಕೆ ಕಂಪನಿ ಕೊಡಿ'' ಸುನೀತಳ ಮುಖ ತಾವರೆಯಂತೆ ಅರಳಿತು. ಅವಳ ಸುಂದರ ಕಣ್ಣುಗಳಲ್ಲಿ ಮಿಂಚು ಹೊಡೆಯಿತು. ''ಓ.ಕೆ....'' ಸಂತೋಷದಿಂದ ಅವನ ಕೈ ಕುಲುಕಿದಳು.

ಸುನೀಲ್‌ಗೆ ಸ್ವಂತ ಕೆಲಸವಿದ್ದುದ್ದರಿಂದ ಅವಳೇ ಆ ಕೆಲಸ ವಹಿಸಿಕೊಂಡಳು. ಒಂದೇ ದಿನದಲ್ಲಿ ಅವನ ಉತ್ಸಾಹ ಕುಗ್ಗಿತು. ಸದ್ದುಗದ್ದಲದ ಈ ಬದುಕಿಗಿಂತ ಹಳ್ಳಿಯ ಸರಳ ಜೀವನವೇ ಅವನಿಗೆ ಹೆಚ್ಚು ಪ್ರಿಯವೆನಿಸಿತು.

ಲಾಲ್‌ಬಾಗ್‌ನಿಂದ ಮನೆಗೆ ಬಂದ ಕೂಡಲೇ ಗೋಕುಲ್ ಹೇಳಿದ.

''ಸುನೀತ, ಥ್ಯಾಂಕ್ಯೂ ವೆರಿ ಮಚ್. ನಾನು ಇನ್ನು ಹೊರಟುಬಿಡ್ತೀನಿ.''

ಸುನೀತ ಕುಸಿದು ಕೂತಳು. ಅವನ ಗಂಭೀರ ಹಸನ್ಮುಖತೆಯಲ್ಲಿ ಕಾರಣ ಹುಡುಕಾಡಿದಳು. ಏನೇನೂ ಅರ್ಥವಾಗಲಿಲ್ಲ. ಕಣ್ಣುಗಳಲ್ಲಿ ನಿರಾಸೆ ಹೊಮ್ಮಿತು.

''ಗೋಕುಲ್, ನಿಮ್ಮನ್ನು ಒಂದ್ಮಾತು ಕೇಳ್ಲಾ? ಖಂಡಿತ ನಿಜ ಹೇಳ್ತೀರಾ?'' ಸುನೀತಳ ಕಣ್ಣುಗಳಲ್ಲಿ ಚೇಷ್ಟೆಯ ನಗು ಕಾಣಿಸಿಕೊಂಡಿತು. ಗೋಕುಲ್ ಹುಬ್ಬುಗಳು ಸಂಕುಚಿಸಿ, ಕಣ್ಣುಗಳು ಕಿರಿದಾದವು. ''ಕೇಳಿ, ಸುಳ್ಳು ಹೇಳ್ಬೇಕಾದ ಅವಶ್ಯಕತೆ ನಿಮ್ಗೆ ಇದೆಯೆನ್ನಿಸುತ್ತಾ ?''

ಅಷ್ಟಿಷ್ಟು ತಿಳಿದಿದ್ದರೂ ನಂಬಲು ಸುನೀತಳಿಗೆ ಕಷ್ಟವಾಗುತ್ತಿತ್ತು.

''ಎಷ್ಟೋ ಜನ ಪ್ರತಿಭಾವಂತರು ವಿದೇಶಗಳಲ್ಲಿ ಮದ್ವೆಯಾಗಿ ಅಲ್ಲೇ ಉಳಿದಿದ್ದಾರೆ. ತಮ್ಮ ಪ್ರತಿಭೆಗೆ ತಕ್ಕ ಪುರಸ್ಕಾರ ಇಲ್ಲಿ ಸಿಗೋಲ್ಲಾಂತ ಅವ್ರಿಗೆ ಗೊತ್ತು.

ಅಂಥದ್ದರಲ್ಲಿ ತಾಯಿ, ಹುಟ್ಟಿದ ದೇಶ, ಜನಾಂಗವನ್ನು ಬಿಟ್ಟು ಏಳೆಂಟು ಸಾವಿರ ಮೈಲಿ ದೂರದ ಭಾರತ ದೇಶಕ್ಕೆ ಯಾಕಾಗಿ ಬಂದ್ರಿ? ಇಲ್ಲೇನಿದೆ? ಅದರಲ್ಲೂ ಹಳ್ಳಿಯಲ್ಲಿ ಹೋಗಿ ನೆಲಸೋಂಥ ಕೆಟ್ಟ ಆಕಾಂಕ್ಷೆ ಯಾಕೆ?''

ಸ್ವಲ್ಪ ಹೊತ್ತು ಮೌನವಾಗಿ ಕೂತಿದ್ದ. ಮೆಲ್ಲಗೆ ತಲೆಯೆತ್ತಿ ನಸುನಕ್ಕ. ''ಭಾರತ ನಂಗೆ ಅಪರಿಚಿತ ದೇಶ ಅಂತ ನಿಮ್ಗೆ ಯಾರು ಹೇಳಿದ್ದು?'' ಪ್ರಶ್ನೆ ಚಾಟಿಯೇಟಿನಂತಿತ್ತು, ನಿಬ್ಬೆರಗಾದಳು.

''ನನ್ನ ರೂಪ, ಭಾಷೆ, ಬಣ್ಣನ ನೋಡಿದ್ರೆ ಅಮೆರಿಕ ದೇಶದ ಯುವಕನನ್ನು ಕಂಡಂತಾಗುತ್ತದೆಯೇ?'' ಸವಾಲೆಸೆದಂತಿತ್ತು. ಕಣ್ಣುಗಳು ಚುರುಕಾದವು. ತಲೆಯಾಡಿಸಿದಳು. ''ಇಲ್ಲ....'' ಸ್ವರ ಬಾವಿಯಾಳದಿಂದ ಬಂದಂತಿತ್ತು.

''ಮತ್ತೆ ಆ ದೇಶದಲ್ಲಿ ಹೇಗೆ ಉಳೀಲಿ?'' ಜೋರಾಗಿ ನಕ್ಕುಬಿಟ್ಟಳು. ''ಅಷ್ಟೆ...'' ಮಾತುಗಳಿಗೆ ಮುಕ್ತಾಯ ಹಾಡಿದ.

ಮರುದಿನ ಬೆಳಿಗ್ಗೆಯೇ ಹೊರಟ. ಹಳ್ಳಿಯ ತಿರುವಿಗೆ ಬಂದಾಗ ಬೆಳಗಿನ ಎದರು ಬಿಸಿಲಿಗೆ ಮುಖಕ್ಕೆ ಅಡ್ಡವಾಗಿ ಪುಸ್ತಕ ಹಿಡಿದು ನಿಂತ ಅನುಪಮ ಬಸ್ಸಿಗೆ ಕಾಯುತ್ತಿದ್ದಳು. ಮಂಜಿನಲ್ಲಿ ಮಿಂದ ಶುಭ್ರ ಹೂವಿನಂತೆ ಕಂಡಳು. ಅರಿವಿಗೆ ಬರದಂತೆ ಕಾರು ನಿಂತಿತು.

''ಗುಡ್ ಮಾರ್ನಿಂಗ್ ಮೇಡಮ್'' ತುಸು ವಾಲಿ ಹೇಳಿದ. ಅವಳ ಮುಖಕ್ಕೆ ರಂಗು ರಾಚಿತು. ತಕ್ಷಣ ಬಿಳಿಚಿಕೊಂಡಿತು. ತಲೆ ಸ್ವಲ್ಪ ತಗ್ಗಿತು. ''ಗುಡ್ ಮಾರ್ನಿಂಗ್ ಡಾಕ್ಟರ್'' ಗೋಕುಲ್‌ಗೆ ನಗು ಬಂತು.

''ಬಸ್‌ಗೋಸ್ಕರ ಕಾಯ್ತಾ ಇದ್ದೀರಾ?'' ಹೌದೆನ್ನುವಂತೆ ತಲೆಯಾಡಿಸಿದಳು.

ಅವಳ ನೋಟ ಕಾರಿನ ಚಕ್ರವನ್ನು ನಿರುಕಿಸುತ್ತಿತ್ತು. ಹಿಂದಿನ ದಿನ ಮನೆಯಲ್ಲಿ ದೊಡ್ಡ ಯುದ್ಧವೇ ನಡೆದುಹೋಗಿತ್ತು. ಬಾಯಿ ತಪ್ಪಿ ಸುನಂದಮ್ಮ ಹಳ್ಳಿಯವರು ಗೋಕುಲ್ ಬಗ್ಗೆ ಆಡುವ ಒಳ್ಳೆಯ ಮಾತುಗಳನ್ನು ಗಂಡನ ಮುಂದೆ ಹೇಳಿಬಿಟ್ಟರು. ಶಾಮಣ್ಣ ತಕ್ಷಣ ರೌದ್ರಾವತಾರ ತಾಳಿ ಕೂಗಾಡಿಬಿಟ್ಟರು.

''ಮನೆಹಾಳು ಕೃತಜ್ಞತೆ ಇಲ್ಲದವನ ಜಾತಿ ಕೆಟ್ಟವನ ಮಗನ ನೀತಿಯ ಬಗ್ಗೆ ಹೇಳ್ತೀಯಲ್ಲ! ನಾಚ್ಕೆ ಆಗ್ಬೇಕು.... ಮಾಂಸ ತಿನ್ನೋನಿಗೆ ನೀತಿಯೊಂದು ಕೇಡು!''

ಅದನ್ನೆಲ್ಲ ನೆನೆಸಿಕೊಂಡು ಸಂಕೋಚದಿಂದ ಹಿಡಿಯಾದಳು.

ಕಾರು ಮುಂದಕ್ಕೆ ಹೋಯಿತು. ಆದರೆ ಗೋಕುಲ್‌ನ ಮನ ಅವಳಿಂದ ಒಂದಿಂಚು ಕೂಡ ಕದಲಲಿಲ್ಲ. ಇಲ್ಲಿನ ಸಾಮಾಜಿಕ ಜೀವನದಲ್ಲಿ ಬೆರೆತು ಹೋಗಿ ಜೋಯಿಸರ ಮೊಮ್ಮಗನೆನಿಸಿಕೊಳ್ಳುವುದು ಮಾತ್ರವಲ್ಲದೆ ತಂದೆ ಹೇಳಿದಂತೆ ಸಾಧನೆ ಮಾಡಲು ಸ್ಫೂರ್ತಿ ನೀಡುವಂಥ ಆಸರೆಯ ಅಗತ್ಯವಿದೆ. ಇದು ಸಂಗಾತಿಯಿಂದ ಮಾತ್ರ ಸಾಧ್ಯ. ಚಿಂತೆಗೀಡಾದ.

ಸಂಜೆ ಅನುಪಮ ಮನೆಗೆ ಬಂದಾಗ ದೊಡ್ಡ ರಾದ್ಧಾಂತವೇ ಆಗಿದ್ದು ಸುನಂದಮ್ಮ ಮುಸಿ ಮುಸಿ ಅಳುತ್ತಿದ್ದರು. ಅವಳ ಕಣ್ಣುಗಳಲ್ಲಿ ಗಾಬರಿ ಇಣಕಿತು.

"ಯಾಕಮ್ಮ?" ಆತಂಕದಿಂದ ಕುಸಿದಳು.

ಗೋಕುಲ್ ಬರುವು ಸರಾಗವಾಗಿ ಹರಿಯುತ್ತಿದ್ದ ನೀರಿಗೆ ಕಲ್ಲು ಎಸೆದಂತಾಗಿತ್ತು. ಮೌನವಾಗಿ ಕೂತಳು. ಸುನಂದಮ್ಮ ಕೆಂಪಗಾದ ಮೂಗನ್ನು ಮತ್ತಷ್ಟು ತಿಕ್ಕಿದರು.

"ನೀನೂ ಮಾತಾಡಿದ್ದು ನಿಜ್ವಾ?" ಅಳುವಿನಲ್ಲಿ ಪ್ರಶ್ನೆ ಚಿಮ್ಮಿದಾಗ ಅನುಪಮಳ ಸ್ವರ ಉಡುಗಿದಂತಾಯಿತು. ಸ್ವಲ್ಪ ಚೇತರಿಸಿಕೊಂಡ ಮೇಲೆ ವಿಷಯ ಹೀಗಿರಬಹುದು ಎಂದು ಅರಿವಾದದ್ದು. "ಯಾರ್ಹತ್ರ... ಮಾತಾಡಿದ್ರೆ.... ಅಳೋಕೇನಾಯ್ತು?" ಮುಖ ಗಂಟಿಕ್ಕಿದಳು.

ಸುನಂದಮ್ಮನಿಗೆ ಹೇಗೆ ಬಿಡಿಸಿ ಹೇಳಬೇಕೆಂಬುದೇ ತಿಳಿಯಲಿಲ್ಲ. ಶಾಮಣ್ಣನವರ ಹಾರಾಟ ನೋಡಿ ತಮ್ಮ ಎದೆಯ ಬಡಿತ ನಿಂತು ಹೋಗುತ್ತೋ ಎಂದು ಹೆದರುತ್ತಿದ್ದರು.

"ಅಮೆರಿಕದಿಂದ .... ಬಂದಿರೋ...." ಅನುಪಮಳ ಮುಖದ ಗಾಬರಿ ಕರಗಿಹೋಯಿತು. ಜೋರಾಗಿ ನಕ್ಕುಬಿಟ್ಟಳು. ಅದರೆ ಹಿಂದೆ ನಡೆದಿರಬಹುದಾದ್ದನ್ನು ವಿವೇಚಿಸಲು ಹೋಗಲಿಲ್ಲ. "ಅಷ್ಟೇನಾ...."

"ಸುಮ್ನೆ ಇಲ್ಲದ ರಾದ್ಧಾಂತಕ್ಕೆ ಅವಕಾಶ ಕೊಡ್ಬೇಡ. ನಿಮ್ಮಪ್ಪ ಕೇಳಿದ್ರೆ.... ಮಾತಾಡೇ ಇಲ್ಲ, ಗೊತ್ತೇ ಇಲ್ಲ ಅಂದ್ಬಿಡು."

ಈಗ ಅವಳಿಗೆ ವಿಷಯ ಪೂರ್ತಿ ಸ್ಪಷ್ಟವಾಯಿತು. ಬೆಳಿಗ್ಗೆ ಡಾ|| ಗೋಕುಲ್

ಕಾರು ನಿಲ್ಲಿಸಿ ಮಾತನಾಡಿಸಿದ್ದನ್ನು ಯಾರೋ ವರದಿ ಮಾಡಿಬಿಟ್ಟಿದ್ದಾರೆ. ಮುಂದೆ ಎದುರಿಸಬೇಕಾದ್ದನ್ನು ಚಿಂತಿಸತೊಡಗಿದಳು. ಬೇಸರ ಆಯಿತು. ಸರಾಗವಾದ ಬದುಕು ಕೂಡ ಭಾರವೆನಿಸಿತು.

"ಒಳ್ಳೆ ಗ್ರಹಚಾರ ಬಂತಲ್ಲಮ್ಮ! ಊರಿನೋರೆಲ್ಲ ಮಾತಾಡೋಲ್ವಾ? ನಾವು ಮಾತಾಡಿದ್ರೆ ಪ್ರಾಣ ಹೋಗೋದೇನಿದೆ? ಅದಕ್ಯಾಕಿಷ್ಟು ಹಾರಾಟ!" ಕೈಯಲ್ಲಿದ್ದ ಪುಸ್ತಕಗಳನ್ನು ನೆಲದ ಮೇಲೆ ಕುಕ್ಕಿದಳು.

ಎಚ್ಚೆತ್ತ ಸ್ವಾಭಿಮಾನ ಹಂಗಿಸಿತು. ಕಣ್ಮುಂದೆ ಹರಡಿದ ಮಂಜು ಕರಗಿ ಕೆನ್ನೆಯ ಮೇಲಿಳಿಯಿತು. ಮುಂಗೈನಿಂದೊರೆಸಿಕೊಂಡು ಎದ್ದಳು.

"ನೀನು ಮಾತಾಡಿದ್ದು ನಿಜ್ವಾ?" ಸುನಂದಮ್ಮನ ಪ್ರಶ್ನೆಗೆ ಅವಳ ಕಾಲುಗಳು ಸ್ತಬ್ಧವಾದವು. ಬೆನ್ನಾಕಿ ಹೊರಟವಳು ತಿರುಗಿದಳು. ಸುಳ್ಳು ಹೇಳಬೇಕೆನಿಸಲಿಲ್ಲ. "ಗುಡ್ ಮಾರ್ನಿಂಗ್ ಅಂದ್ರ.... ಗುಡ್ ಮಾರ್ನಿಂಗ್ ಅಂದೆ. ಇಷ್ಟಕ್ಕೆ ಯಾವ ರಾಜ್ಯ ಮುಳುಗಿಹೋಯ್ತು? ಮಾತು ಬಂದು ಮೂಗರಾಗಿ ಬದುಕೋಕೆ ಆಗುತ್ತಾ!" ಸಂಯಮ ಕಟ್ಟೆಯೊಡೆದು ಬಿಕ್ಕತೊಡಗಿದಳು.

ಮಗಳ ಕಣ್ಣೀರಿಗೆ ಸುನಂದಮ್ಮ ಪೂರ್ತಿಯಾಗಿ ಕರಗಿಹೋದರು.

"ನಂಗೊಂದೂ ಅರ್ಥವಾಗ್ಲಿಲ್ಲ! ಈ ಪುಣ್ಯಾತ್ಮ ಹಳ್ಳಿಗೆ ಯಾವ ಗಳಿಗೆಯಲ್ಲಿ ಕಾಲು ಇಟ್ನೋ... ಮನೆ ಶಾಂತೀನೇ ಹಾಳಾಗಿ ಹೋಗಿದೆ. ಅಷ್ಟು ದಿನ ಕೊರಗಿದ್ದಾಯ್ತು! ಈಗ ಅದ್ರ ಎರಡರಷ್ಟು ನರಳಬೇಕಿದೆ."

ತಲೆಯೆತ್ತಿ ತಾಯಿಯ ಕಡೆ ನೇರವಾಗಿ ನೋಡಿದಳು. ಒಂದಂತೂ ನಿಜ. ಇನ್ನೊಂದು ಎಷ್ಟರಮಟ್ಟಿಗೆ ಸತ್ಯ. ಕಾರು ಸದ್ದಾದ ಕೂಡಲೇ ಕಿಟಕಿಯ ಬಳಿ ಹೋಗಿ ಸುನಂದಮ್ಮ ನಿಲ್ಲುತ್ತಿದ್ದರು. ಕಣ್ತುಂಬಿಕೊಳ್ಳುತ್ತಿದ್ದರು. ಎಂತಹುದೋ ತೃಪ್ತಿ ಆ ಕಂಗಳಲ್ಲಿ. ಇದೆಲ್ಲ ಅನುಪಮಳಿಗೆ ಗೊತ್ತಿದ್ದುದೇ.

ಒಂದು ದಿನ ಸುನಂದಮ್ಮ ಹೋಗಿ ನಿಂತಿದ್ದನ್ನು ನೋಡಿದ ಅನುಪಮ ರೇಗಿಸಿದ್ದಳು. "ಓಹೋ... ಹೀಗಾ ವಿಷ್ಯಾ.... ಅಪ್ಪಂಗೆ ಹೇಳಿಬಿಡ್ತೀನಿ" ಮೊದಲು ಆಕೆ ಹೆದರಿದಂತೆ ಕಂಡರೂ ಆಮೇಲೆ ಅತ್ತೇಬಿಟ್ಟಿದ್ದರು. "ಆ ಹುಡ್ಗನ ನೋಡಿದ್ರೆ ಶೀನಣ್ಣಯ್ಯನ್ನ ನೋಡಿದಂಗೆ ಆಗುತ್ತೆ" ಎಂದಿದ್ದರು.

"ಎಷ್ಟು ನಿಜ ಅಮ್ಮ? ಸಂಬಂಧ ಅಂತ ಹೇಳ್ಕೊಂಡು ಎಂದೂ ನಮ್ಮ ಬಾಗ್ಲಿಗೆ

ಬರ್ಲಿಲ್ಲ. ಇಲ್ಲದೆಲ್ಲ ಕಲ್ಪಿಸಿಕೊಂಡು ಮನಸ್ಸಿನ ಶಾಂತಿ ಕೆಡ್ಸಿಕೊಂಡ್ರೆ ಬೇರೆಯವ್ರು ಯಾಕೆ ಹೊಣೆ ಆಗ್ತಾರೆ?'' ಮಗಳ ಯಾವ ಮಾತಿಗೂ ಉತ್ತರ ಕೊಡುವ ಸ್ಥಿತಿಯಲ್ಲಿ ಅವರಿಲ್ಲ.

''ಮಾತಾಡ್ಲಿಲ್ಲ ಅಂದ್ಬಿಡು.''

ಆಕೆ ಹೋದತ್ತಲೇ ನೋಡಿ ನಿಟ್ಟುಸಿರು ದಬ್ಬಿದಳು. ಸಹಾನುಭೂತಿಯ ಜೊತೆ ಅಸಹಾಯಕತೆಯಿಂದ ಅವಳ ಮನ ತೊಳಲಾಡಿತು. ಶಿಷ್ಟಾಚಾರದ ಶಿಸ್ತಿನ ತಂದೆ ಸಮಾಜಕ್ಕೆ ಪೂರ್ಣವಾಗಿ ಬೆಲೆ ಕೊಡುತ್ತಾರೆ. ಅದರಿಂದ ಬರೀ ಆತ್ಮ ಶೋಷಣೆಯನ್ನು!

ಎದ್ದು ಹೋಗಿ ಮುಖ ತೊಳೆದು ಬಂದಳು. ತಂದೆಯ ಮುಂಗೋಪದ ಅರಿವಾಗಿ ಏನೋ ಒಂದು ತರಹ ಉದಾಸೀನ ಕವಿದುಕೊಂಡಿತು.

ಕಾಫಿ ಲೋಟ ಹಿಡಿದು ಬಂದ ತಾಯಿಯತ್ತ ನೋಡಿದಳು. ಆಗ ಕೆಂಪಗಿದ್ದ ಮುಖ ಈಗ ಬಿಳಿಚಿಕೊಂಡಂತೆ ಕಾಣಿಸಿತು. ತುಟಿ ಕಚ್ಚಿ ಲೋಟ ಕೈಗೆ ತೆಗೆದುಕೊಂಡಳು. ತುಟಿಯ ಬಳಿಗೆ ಒಯ್ದ ಲೋಟ ಕೆಳಗಿಳಿಯಿತು.

''ಅಮ್ಮ, ಇಷ್ಟು ವಾಯುವೇಗದಲ್ಲಿ ಈ ಸಣ್ಣ ವಿಷ್ಯ ಮುಟ್ಸಿದ ಪುಣ್ಯಾತ್ಮ ಯಾರು?''

''ಇನ್ಯಾರು, ಆ ಪರಪ್ಪ....'' ಸುನಂದಮ್ಮನ ಮೇಲೆ ಜಿಗುಪ್ಸೆಯೊಡೆಯಿತು. ಅನುಪಮ ಲೋಟ ಕೈಯಲ್ಲಿಡಿದು ಕೋಣೆಯತ್ತ ನಡೆದಳು. ಗೋಕುಲ್ ಬಗ್ಗೆ ಯಾಕೆ ಅಪ್ಪಂಗೆ ದ್ವೇಷ, ಜಿಗುಪ್ಸೆ?

ಕಿಟಕಿಯ ಬಳಿ ಹೋಗಿ ನಿಂತಳು. ಎದುರು ಮನೆ ನಿಶ್ಚಲವಾಗಿ ಕಾಣುತ್ತಿತ್ತು. ಕಣ್ಮುಚ್ಚಿ ನಿಲ್ಲಲು ಸಾಧ್ಯವೇ? ಕೈಯಲ್ಲಿದ್ದ ಕಾಫಿ ತಣ್ಣಗಾಯಿತು.

ಅದೇನು ಅಪರಿಚಿತ ತಾಣವಲ್ಲ. ಕೃಷ್ಣನ್ ಬಂದು ಡಾ॥ ಗೋಕುಲ್ ಬರುವ ವಿಷಯ ತಿಳಿಸುವವರೆಗೂ ಆ ಮನೆಯ ಉಪಯೋಗ ಇವರದ್ದೇ ಆಗಿತ್ತು. ಅನುಪಮ ಇಲ್ಲಿಗಿಂತ ಅಲ್ಲಿಯೇ ಹೆಚ್ಚಾಗಿ ಇರುತ್ತಿದ್ದಳು. ಪ್ರತಿಯೊಂದು ವಸ್ತು, ಗೋಡೆಗಳು ಕೂಡ ಅವಳ ಬೆಳವಣಿಗೆ, ಆಟ, ಪಾಠಗಳಿಗೆ ಸಾಕ್ಷೀ ಭೂತವಾಗಿತ್ತು.

''ಅನು....'' ತಂದೆಯ ಗಡಸು ಸ್ವರಕ್ಕೆ ಉಸಿರು ನಿಂತಂತಾಯಿತು. ಮುಂದೆ ಆಗಬಹುದಾದ ರಾದ್ಧಾಂತ ನೆನೆಸಿಕೊಂಡಳು. ''ಬಂದೆ....'' ಸ್ವರ ಹುಡುಗಿಹೋಯಿತು.

ಭಯವನ್ನು ಅದುಮಿ ಧೈರ್ಯದಿಂದಲೇ ಹೊರಗೆ ಬಂದಳು. ಶಾಮಣ್ಣನವರು ಕುರ್ಚಿಯ ಮೇಲೆ ಕೂತಿದ್ದರು. ಉದ್ವೇಗದಿಂದ ಕೆಂಪಗಾದ ಮುಖ ಮನದ ಆಂದೋಳನಕ್ಕೆ ಕನ್ನಡಿ ಹಿಡಿದಿತ್ತು. ಹೆಜ್ಜೆಗಳನ್ನು ಕಿತ್ತಿಟ್ಟಳು.

''ಏನು ಸಮಾಚಾರ?'' ಗಂಟಲಲ್ಲಿ ಏನೋ ಸಿಕ್ಕಿಕೊಂಡಂತಾಯಿತು ಅನುಪಮಗೆ. ಬಲವಂತವಾಗಿ ಉಗುಳು ನುಂಗಿದಳು. ''ಏನಿಲ್ವಲ್ಲ!'' ಶಾಮಣ್ಣ ಕೋಪವನ್ನು ಬಲವಂತವಾಗಿ ಅದುಮಿಟ್ಟರು.

''ಅವ್ನ ಜೊತೆ ಏನ್ಮಾತು ಇತ್ತು ?'' ಘರ್ಜಿಸಿದರು.

ತುಟಿ ಕಚ್ಚಿದಳು. ಅವಮಾನದಿಂದ ಅವಳ ಅಧರಗಳು ಕಂಪಿಸತೊಡಗಿತ್ತು.ಎಂದೋ ಸಂಬಂಧ ತೊಡೆದುಹೋಗಿದೆಯೆಂದು ಹೇಳುವ ಜನ ಬೇರೆಯವರು ಗೋಕುಲ್‌ನ ಕಾಣುವಂತೆ ಇವರುಗಳು ಕಾಣುತ್ತಿಲ್ಲ?

''ಸ್ವರ ಹೊರಡೋಲ್ಲ? ಅವ್ನ ಜೊತೆ ಯಾಕೆ ಮಾತಾಡಿದ್ದು?'' ಶಾಮಣ್ಣನೋರು ಸಂಪೂರ್ಣವಾಗಿ ಸಹನೆ ಕಳೆದುಕೊಳ್ಳುವ ಮಟ್ಟಕ್ಕೆ ಬಂದರು.

''ನಂಗೇನೂ ಅರ್ಥವಾಗೋಲ್ಲ. ನಾನಾಗಿ ಮಾತಾಡ್ಲಿಲ್ಲ. ಇದೇನು ಸಿಟಿ ಅಲ್ಲ. ಹಳ್ಳಿಯಲ್ಲಿರೋ ಜನರ ಬದುಕು ಒಂದೇ ಚಾವಣಿಯ ಕೆಳ್ಗೆ ಅನ್ನೋಷ್ಟು ಸಹಜ. ನೋಡೋದು, ಮಾತನಾಡೋದು ಸಹಜವಾದ ಪ್ರಕ್ರಿಯೆ. ಇದ್ಕೆ ಕಾರಣಗಳನ್ನು ಕೊಡೋದು ಕಷ್ಟ!'' ಅವಳ ಸ್ವರದಲ್ಲಿ ಅಳುಕಿರಲಿಲ್ಲ.

ಶಾಮಣ್ಣನವರಿಗೆ ಸೋಲಿನ ಅನುಭವವಾಯಿತು. ಸ್ವಲ್ಪ ಮೆತ್ತಗಾದರು. ಅನುಪಮ ಅವರ ಪ್ರೀತಿಯ ಏಕೈಕ ಸಂತಾನ. ಅವಳ ದಿಟ್ಟತನದ ನ್ಯಾಯಬದ್ಧ ನುಡಿಗಳು ಅವರಿಗೆ ಎಂದೂ ಮೆಚ್ಚೆ.

''ಅದೆಲ್ಲ ಬೇಡ! ಜಾತಿಗೆಟ್ಟ, ಕೃತಜ್ಞತೆ ಇಲ್ಲದವ್ನ ಮಗನ ಸುದ್ದಿ ನಮ್ಗೆ ಬೇಡ. ಜೋಯಿಸರ ವಂಶದಲ್ಲಿ ಕೆಟ್ಟ ಹುಳು ಹುಟ್ಟಿತ್ತು! ತಮ್ಮ ನೀತಿಯನ್ನು ಸಮರ್ಥನೆ ಮಾಡಿಕೊಳ್ಳುವ ಪ್ರಯತ್ನ ಮಾಡಿದರು.''

ಕಬ್ಬಿಣ ಕಾದಾಗ ಕುಟ್ಟುವುದು ಬುದ್ಧಿವಂತರ ಲಕ್ಷಣ. ಅನುಪಮ ಚುರುಕಾದಳು.

''ನಾನಾಗಿ ಮಾತಾಡ್ಲಿಲ್ಲ. ಸೌಜನ್ಯಕ್ಕಾಗಿ ವಂದನೆ ಹೇಳಿದ್ರು. ಅದು

ಸುಸಂಸ್ಕೃತಿಯನ್ನು ತೋರಸ್ತೆ. ನಾನು ಬದಲು ಹೇಳ್ದೆ. ಇದೇನು ದೊಡ್ಡ ವಿಷ್ಯವಲ್ಲ! ಊರವರಂತೆ ನಾವ್ಯಾಕೆ ಇರ್ಬಾರ್ದು! ಶೀನಿ ಮಾವನ ಮಗ ಅನ್ನೋ ವಿಷ್ಯನೇ ಮರ್ತುಬಿಡೋದು.''

ಶಾಮಣ್ಣನವರು ನಿರುತ್ತರರಾದರು.

ಮತ್ತೇನೋ ಹೇಳಲು ಬಾಯಿ ತೆರೆದಾಗ ರೇಗಿಯೇಬಿಟ್ಟರು. ''ಹೋಗಿ ನಿನ್ನ ಕೆಲ್ಸ ನೋಡ್ಕೋ'' ಅನುಪಮಳ ತುಟಿಯಂಚಿನಲ್ಲಿ ಕಿರುನಗು ಮಿನುಗಿತು. ದ್ವೇಷ, ಜಿಗುಪ್ಸೆಗಿಂತ ಅವರಿಗೆ ಸಮಾಜದ ಭಯವೇ ಹೆಚ್ಚೆನಿಸಿತು.

ಶಾಮಣ್ಣನವರ ಮಿದುಳು ಚುರುಕಾಗಿ ಕೆಲಸ ಮಾಡತೊಡಗಿತು. ಬುದ್ಧಿಯೇ ಸ್ಥಿಮಿತಕ್ಕೆ ಬರಲಿಲ್ಲ. ಅವ್ಯಕ್ತ ಭಯವೊಂದು ಅವರನ್ನು ಕಾಡತೊಡಗಿತು. ರಾತ್ರಿಯೆಲ್ಲ ಯೋಚಿಸಿ ಒಂದು ತೀರ್ಮಾನಕ್ಕೆ ಬಂದರು; ಸದ್ಯಕ್ಕೆ ಅನುಪಮಳನ್ನು ತಮ್ಮ ಗೆಳೆಯರ ಮನೆಯಲ್ಲಿ ಬಿಡುವುದೆಂದು.

ಬೆಳಗಿನ ಮೊದಲ ಬಸ್ಸಿಗೆ ಹೋದವರು ಸಂಜೆ ಬಂದಾಗ ಸ್ವಲ್ಪ ಗೆಲುವಾಗಿದ್ದರು.

ಉಡುಪು ಬದಲಾಯಿಸಿ ಬಂದು ನಡುಮನೆಯಲ್ಲಿ ಕೂತರು. ವಾರೆಗಣ್ಣಿಂದ ಮಗಳ ಕಡೆ ನೋಡಿದರು.

''ಕುಡ್ಯೋಕೆ ಏನಾದ್ರೂ ತಣ್ಣಗೆ ತಗೊಂಡ್ಬಾ'' ಅನುಪಮ ಎದ್ದುಹೋದಳು.

ಸುನಂದಮ್ಮ ಮನೆಯಲ್ಲಿರಲಿಲ್ಲ. ಪ್ರತಿದಿನ ಹೂ ಕೀಳುವ ನೆಪದಲ್ಲಿ ತೋಟಕ್ಕೆ ಹೋಗುತ್ತಿದ್ದರು. ತೋಟಕ್ಕೆ ಬರುವ ಗೋಕುಲ್ ಜೊತೆ ಮಾತನಾಡದಿದ್ದರೂ ಕಣ್ತುಂಬ ನೋಡಿ ಬರುತ್ತಿದ್ದರು. ಅಂತಃಕರಣ ಸೆಲೆಯೊಡೆದಾಗ ಯಾರು ತಡೆಯಲು ಸಾಧ್ಯ ?

ತಣ್ಣನೆಯ ಒಂದು ಚೊಂಬು ನೀರು ಹಿಡಿದು ಬಂದಳು. ಸದ್ಯಕ್ಕೆ ಅವರಿಗೆ ಅಷ್ಟು ಸಾಕೆಂದು ಅನುಪಮಳಿಗೆ ಗೊತ್ತು. ಚೊಂಬನ್ನೆತ್ತಿ ಗಟಗಟನೆ ಕುಡಿದು ಕೆಳಗಿಟ್ಟರು.

''ಬಸ್‌ನಲ್ಲಿ ವಿಪರೀತ ರಷ್ ! ಹೇಗೆ... ಓಡಾಡ್ತೀಯೋ....''

ಅವರ ಸ್ವರದಲ್ಲಿ ಬೇಸರ ಓಡಾಡಿತು. ಇದು ಯಾವುದಕ್ಕೆ ಪೀಠಿಕೆಯೋ ಎಂದು ಅನುಪಮ ಕಣ್ಣರಳಿಸಿದಳು. ''ಒಂದೊಂದು .... ದಿನ ಅಷ್ಟೆ. ನಮ್ಗೆ

ಮಾಮೂಲಿಯಾಗಿದೆ, ಏನೂ ಅನ್ನಿಸೋಲ್ಲ!''

ತಲೆಯೆತ್ತಿ ನೇರವಾಗಿ ಮಗಳ ಕಡೆ ನೋಡಿದರು. ಕಣ್ಣುಗಳಲ್ಲಿ ತೀಕ್ಷ್ಣತೆ ಹೆಚ್ಚಾಯಿತು. ಅವಳ ಬುದ್ಧಿವಂತಿಕೆಯ ಬಗ್ಗೆ ಅಪಾರ ಮೆಚ್ಚುಗೆಯೇ. ವಾದದಲ್ಲಿ ಅನುಪಮ ಗೆದ್ದಾಗ ಶಭಾಷ್‌ಗಿರಿ ಕೊಡುತ್ತಿದ್ದರು. ಆಗ ಈಗ ಒಂದು ತರಹ ಕಸಿವಿಸಿ.

‘‘ನಿಮ್ಮಮ್ಮ ಎಲ್ಲಿ?'' ಕುರ್ಚಿಯ ಹಿಡಿಯ ಮೇಲೆ ಕೈ ಬಿತ್ತು. ಮೈಯ ಅರ್ಧ ಭಾರ ಹಾಕಿ ಏಳುವ ಪ್ರಯತ್ನ ಮಾಡಿದರು. ಕಾಲ ಕಂಪಿಸಿದವು. ‘ಯಾಕೆ’ ತಮ್ಮಲ್ಲಿಯೇ ಪ್ರಶ್ನಿಸಿಕೊಂಡರು. ಪಾದಗಳನ್ನು ಭದ್ರವಾಗಿ ನೆಲದಲ್ಲೂರಲು ಪ್ರಯತ್ನಿಸಿದರು.

‘‘ಯಾಕಪ್ಪ?'' ಅವರ ಅವಸ್ಥೆಯನ್ನು ಅರ್ಥಮಾಡಿಕೊಂಡು ಧಾವಿಸಿದಳು. ‘‘ಏನಿಲ್ಲ, ಬಸ್ಸಿನಲ್ಲಿ ನಿಂತು ಬಂದೆ'' ಮೆಲ್ಲಗೆ ಕೋಣೆಯತ್ತ ನಡೆದವರೇ ಮಲಗಿಬಿಟ್ಟರು.

ಅನುಪಮಳ ಮಿದುಳು ರಣಾಂಗಣವಾಯಿತು. ಗದ್ದಕ್ಕೆ ಕೈ ಹಚ್ಚಿ ಯೋಚಿಸುತ್ತ ಕೂತುಬಿಟ್ಟಳು. ಇಲ್ಲಿ ಯೋಚಿಸಿದಷ್ಟು ವಿಚಾರಶಕ್ತಿಯೇ ಪ್ರಬಲವಾಗುತ್ತಿತ್ತು. ಶೀನಿ ಮಾವ ದೊಡ್ಡ ತಪ್ಪು ಮಾಡಿದ್ದ. ಆದರೆ ಅವನ ಮಗ ಮಾಡಿದ ತಪ್ಪೇನು? ಮನದಲ್ಲಿ ಜಿಜ್ಞಾಸೆ ಹುಟ್ಟಿಕೊಂಡಿತು.

ಹೆಜ್ಜೆಯ ಸಪ್ಪಳಕ್ಕೆ ತಲೆ ಎತ್ತಿದಳು. ತಾಯಿ ಹಿಡಿದು ಬಂದ ಬುಟ್ಟಿ ಮೇಲೆ ಅವಳ ನೋಟ ಕೇಂದ್ರೀಕೃತವಾಯಿತು. ತೋಟದಲ್ಲಿರುವ ಎಲ್ಲಾ ತರಹದ ಹೂವನ್ನು ಕಿತ್ತು ತಂದಿದ್ದರು. ಅನುಪಮಳ ತುಟಿಯಂಚಿನಲ್ಲಿ ಕಿರುನಗು ಅರಳಿತು.

‘‘ನಿಮ್ಮಪ್ಪ ಬಂದ್ರಾ ?'' ಸುನಂದಮ್ಮನ ಸ್ವರದಲ್ಲಿ ಒಂದು ತರಹ ಭಯವಿತ್ತು. ‘‘ಬಂದ್ರು'' ಇವರತ್ತ ಬೆನ್ನು ಹಾಕಿ ಹೊರಗೆ ನಡೆದಳು.

ಈಚೆಗೆ ಮನೆಯಲ್ಲಿನ ಹರ್ಷ, ಶಾಂತಿ ಮಾಯವಾಗಿತ್ತು. ಅವಳಿಗಂತೂ ತಲೆ ಕೆಟ್ಟಂತಾಗಿತ್ತು. ಪ್ರತಿಯೊಂದಕ್ಕೂ ದಿಗ್ಬಂಧನ. ಅವಳಿಗಂತೂ ತಲೆ ಕೆಟ್ಟುಹೋಗಿತ್ತು. ದಿನ ಒಂದಲ್ಲ ಒಂದು ವಿಷಯಕ್ಕೆ ಹಾರಾಟ. ಗೋಕುಲ್ ಸುನಂದಮ್ಮ ಶಾಮಣ್ಣನವರ ಮಿದುಳಿನಲ್ಲಿ ಬಲವಾಗಿ ನೆಲೆಯೂರಿಬಿಟ್ಟಿದ್ದ. ಸದಾ ಅವರಿಗೆ ಅವನದೇ ಯೋಚನೆ. ಹಳ್ಳಿಯ ಇತರ ಜನರಂತೆ ಇವರು ತಲೆ ಕೆಡಿಸಿಕೊಳ್ಳದೇ ಇರಲು ಏಕೆ ಸಾಧ್ಯವಾಗಿಲ್ಲ?

ತಂದೆಯ ಜೋರಿನ ಸ್ವರ ಕಿವಿಗೆ ಬಿದ್ದಾಗ ಹೊರಗೆ ಬಂದಳು.

''ವಾಮನ್‌ಗೆ ಹೇಳಿ ಎಲ್ಲಾ ಏರ್ಪಾಟು ಮಾಡಿ ಬಂದಿದ್ದೀನಿ. ಅವಳೇನೂ ಓಡಾಡಿ ಬಳಲೋದು ಬೇಡ, ಅಲ್ಲೇ ಇರಲಿ.''

ಅನುಪಮ ಬೆಚ್ಚಿಬಿದ್ದಳು. ಅವಳ ಕಣ್ಣುಗಳಲ್ಲಿ ವಿಸ್ಮಯ ಇಣಕಿತು. ಮುಂದಿನ್ವರ್ಷ ಏನಾದ್ರೂ ವ್ಯವಸ್ಥೆ ಮಾಡೋಣ. ಸುನಂದಮ್ಮನ ಮಾತಿಗೆ ಶಾಮಣ್ಣನವರು ಉರಿದುಬಿದ್ದರು.

ವಿನಾಕಾರಣ ಅವರ ಮೂಗಿನ ತುದಿ ಕೆಂಪಗಾಯಿತು. ಕತ್ತಿನ ನರಗಳು ಉಬ್ಬಿಕೊಂಡವು. ಹೆಂಡತಿಯನ್ನು ದುರದುರನೆ ನೋಡಿದರು. ಸಂಶಯಗ್ರಸ್ತ ಮನ ಹೆಂಡತಿಯನ್ನು ಅನುಮಾನಿಸದೇ ಹೋಗಲಿಲ್ಲ.

''ಬಾಯ್ಮುಚ್ಕೊಂಡು ಸುಮ್ಮನಿರೋದು ಕಲಿತ್ಕೋ. ಅವ್ಳ ಉಸಾಬರಿ ನಿಂಗೆ ಬೇಡ. ಅವ್ಳು ಇಲ್ಲಿರೋದ್ಬೇಡ'' ಕಡ್ಡಿ ತುಂಡು ಮಾಡಿದಂತೆ ನಿರ್ಧಾರದ ಧ್ವನಿಯಲ್ಲಿ ಹೇಳಿದರು. ಸುನಂದಮ್ಮನ ಸ್ವರ ಉಡುಗಿಹೋಯಿತು.

ಇರೋ ಒಬ್ಬ ಮಗಳು ತಮ್ಮ ಕಣ್ಣಿಂದ ದೂರವಿರುವುದು ಆಕೆಗೆ ಇಷ್ಟವಿಲ್ಲ. ನಾಳೆ ಅತ್ತೆ ಮನೆಗೆ ಹೋಗೋ ಹುಡುಗಿ.... ಅವರ ಕಣ್ತುಂಬಿ ಬಂತು.

''ಅವ್ಳೇನು ಕಾಲೇಜು ಕಲ್ಯೋದು ಬೇಡ. ಗಂಡು ಸಿಗೋವರ್ಗೂ ಮನೆಯಲ್ಲೇ ಇರಲಿ'' ನೇರವಾಗಿ ವಿರೋಧ ವ್ಯಕ್ತಪಡಿಸಿದರು.

ಶಾಮಣ್ಣನವರು ಸ್ವಲ್ಪ ಮೆತ್ತಗಾದರು. ಹೆಂಡತಿ ಕಣ್ಣಿನ ತುಂತುರು ಕಂಡಾಗ ಅವರೆದೆಯಲ್ಲಿ ನೋವು ಕಾಣಿಸಿಕೊಂಡಿತು. ವ್ಯರ್ಥವಾಗಿ ನೋಯಿಸಿದ್ದಕ್ಕೆ ಬೇಸರಗೊಂಡರು.

''ಯಾಕೆ ಅಳ್ತೀಯ?'' ಸಿಡಿಮಿಡಿ ವ್ಯಕ್ತಪಡಿಸಿದರು.

ಶಾಮಣ್ಣನವರಿಗೆ ತಂದೆಯ ಮ್ಲಾನವದನ ಜ್ಞಾಪಕಕ್ಕೆ ಬಂತು. ಎಂಥ ಅಗ್ನಿಕುಂಡವನ್ನು ಬಚ್ಚಿಟ್ಟುಕೊಂಡು ಸಹಜ ಬದುಕಿನ ಬಗೆಗೆ ಆಸಕ್ತಿ ತಳೆದಿದ್ದರು!

''ಈ ಹೆಂಗ್ಸರಿಗೆ ಅಳೋದೊಂದೇ ಗೊತ್ತು!'' ಅಸಹನೆ ವ್ಯಕ್ತಪಡಿಸಿದರು.

''ನಿಂಗೆ ಒಬ್ಬಳಿಗೆ ಅಲ್ಲ, ಮಗಳ್ಮೇಲೆ ಪ್ರೀತಿ ಇರೋದು!'' ಅವರ ಹಣೆಯಲ್ಲಿನ ಗೆರೆಗಳು ಆಳವಾಗಿ ವ್ಯಥೆಯನ್ನು ವ್ಯಕ್ತಪಡಿಸಿದವು. ಬಳಲಿದ ಮೈ ಮನವನ್ನೊತ್ತು ಹೊರಗೆ ನಡೆದರು.

ಹೊಸಲು ದಾಟಿ ಜಗುಲಿಯ ಅಂಚಿಗೆ ಬಂದರು ಡಾ|| ಗೋಕುಲ್ ಬ್ಯಾನೆಟ್ ಹತ್ತಿ ಕಾರಿನ ರಿಪೇರಿಯಲ್ಲಿ ತೊಡಗಿದ್ದ. ಅರಿವಾಗದಂತೆ ಅವರ ನೋಟ ನಿಶ್ಯಬ್ಧವಾಗಿ ಅಲ್ಲಿ ನಿಂತಿತು. ಮನದಲ್ಲಿ ಅವ್ಯಕ್ತವಾದ ತುಯ್ದಾಟ.

ಶ್ರೀನಿವಾಸನನ್ನು ಅವರು ನೋಡಿದ್ದರು. ಎಲ್ಲಾ ಅದೇ ರೂಪು. ಅಮೆರಿಕ ತಾಯಿಯ ಗರ್ಭಸಂಜಾತನಾದರೂ ಭಾರತೀಯ ಶ್ರೀನಿವಾಸನ ಪುತ್ರ. ರೂಪು, ನಡತೆ ಸಹಜವೇ.

ಹೊರಗೆ ಇಣಕಿದ ಅನುಪಮ ಬಂದ ನಗುವನ್ನು ತಡೆಯಲಾರದೆ ಬಾಯಿಯ ಮೇಲೆ ಕೈಯಿಟ್ಟುಕೊಂಡು ಎರಡೆಜ್ಜೆ ಹಿಂದಕ್ಕೆ ಸರಿದಳು. ಸಹಾನುಭೂತಿಯಿಂದ ಅವಳ ಮನ ಮಿಡಿಯಿತು. ಅವರೆದೆಯ ಹಾರಾಟಕ್ಕೆ ಉತ್ತರ ಸಿಕ್ಕಂತಾಗಿತ್ತು.

* * *

ಅಂದು ಬೆಳಿಗ್ಗೆ ಅನುಪಮ ತೋಟಕ್ಕೆ ಬಂದಾಗ ಸೂರ್ಯನ ಚುರುಕಿನ ಕಿರಣ ಎಲ್ಲೆಡೆ ಹರಡಿತ್ತು. ಕಬ್ಬಿಣದ ತಡಿಕೆಯ ಬಾಗಿಲು ಸರಿಸಿ ಒಳಗೆ ಹೋದಾಗ ಬಿಕೋ ಎನಿಸಿತು. ಅಡ್ಡ ಬೇಲಿಯನ್ನು ದಾಟಿ ನೋಟ ಹೊರ ನಡೆಯಿತು. ಕಣ್ಣು ಮನ ತಂಪಾಯಿತು. ಅರಳಿ ನಿಂತ ಚೆಂದದ ಗುಲಾಬಿ ಹೂಗಳು ಹೊಸ ಲೋಕವನ್ನೇ ಸೃಷ್ಟಿಸಿತ್ತು. ಡಾ||ಗೋಕುಲ್ ಅಭಿರುಚಿ ಮನದಲ್ಲಿ ಮೆಚ್ಚುಗೆ ಮೂಡಿಸಿತು.

ಬೇಲಿಯ ಬಳಿ ಹೋಗಿ ನಿಂತಳು. ಸಂತೋಷದಿಂದ ಕುಣಿದು ಕುಪ್ಪಳಿಸುವಂತಾಯಿತು. ಸ್ವಪ್ನಲೋಕದ ನಡುವೆ ವಿಹರಿಸಿದಂತಾಯಿತು.

ಮುತ್ತಿಕ್ಕುವ ಸೂರ್ಯನ ಹೊನ್ನಿನ ಕಿರಣಗಳಿಂದ ಆವೃತವಾದ ಹೂಗಳು ಒಂದರ ನಡುವೆ ಒಂದು ಪೈಪೋಟಿ ನಡೆಸುವಂತೆ ಕಂಡಿತು.

"ಬ್ಯೂಟಿಫುಲ್... ಮಾರ್ವೆಲ್ಲಸ್...." ಉದ್ಗರಿಸಿದಳು.

"ಅವ್ವಾರೆ...." ಪೂವಯ್ಯನ ಸ್ವರ ಅವಳನ್ನು ವಾಸ್ತವಲೋಕಕ್ಕೆ ಮರಳಿಸಿತು. ಸಣ್ಣ ಅಗೆಯುವ ಗುದ್ದಲಿ ಅವನ ಕೈಯಲ್ಲಿಟ್ಟು. ಮುಖದಲ್ಲಿ ಗೆಲುವಿನ ಕಳೆ. "ತೋಟ ತುಂಬ ಚೆನ್ನಾಗಿ ಮಾಡಿದ್ದೀಯ."

ಅವಳ ಮೆಚ್ಚಿಗೆಗೆ ಅವನ ಮುಖ ಮೊರದಗಲವಾಯಿತು. ಕಣ್ಣುಗಳಲ್ಲಿ ಹೆಮ್ಮೆ ಕುಣಿಯಿತು.

''ನಂಗೆಲ್ಲಿ ಬರುತ್ರವ್ವಾ... ಎಲ್ಲಾ ಅಯ್ಯಾರು.... ಡಾಕ್ಟ್ರು ಸಾಹೇಬ್ರು.... ಮಾಡ್ಸಿದ್ದು'' ಪೂವಯ್ಯನ ನೋಟ ಸ್ವರದಲ್ಲಿ ಮೆಚ್ಚಿಗೆ, ಗೌರವ ತುಳುಕಿತು.

''ಅವ್ರು ಕೆಲ್ಸ ಮಾಡ್ತಾರ! ಕುತೂಹಲದಿಂದ ಕೇಳಿದಳು. ಈಗ ಅವಳ ಕಣ್ಮುಂದೆ ಗೋಕುಲ್‌ನ ತುಂಬು ಶಿಸ್ತಿನ ವ್ಯಕ್ತಿತ್ವ ನಿಂತಿತು.

''ಓ.... ಎಲ್ಲಾ ಮಾಡ್ತಾರೆ! ನಮ್ಮ ಪರಪ್ಪ ಸ್ವಾಮಿಗಳಂಗೆ ಅಷ್ಟು ನಿಲ್ಲೋರಲ್ಲ!'' ಅವನ ಸ್ವರದ ಧಾಟಿಯೇ ಬದಲಾಯಿತು.

ಅತ್ತಿತ್ತ ನೋಡಿ ಹಿಂದಕ್ಕೆ ಬಂದಾಗ ಪೂವಯ್ಯ ತನ್ನ ಕೆಲಸದಲ್ಲಿ ಮಗ್ನನಾದ.

ಊರಿನ ಕೆಳವರ್ಗದ ಜನ ಡಾ|| ಗೋಕುಲ್‌ನಲ್ಲಿ ಅತಿಯಾದ ವಿಶ್ವಾಸ ಇರಿಸಿಕೊಂಡಿದ್ದರೆಂದು ಅವಳಿಗೆ ಗೊತ್ತು. ಇಷ್ಟು ಕಡಿಮೆ ಅವಧಿಯಲ್ಲಿ ಇದೊಂದು ಸಾಧನೆಯೆನಿಸಿತ್ತು ಅವಳಿಗೆ. ತಮ್ಮನ್ನ ದೂರ ಇರಿಸಿ ಗಡುಸು ಸ್ವರಗಳಲ್ಲಿ ಮಾತನಾಡಿಸುವ ಜನರನ್ನು ಕಂಡಿದ್ದ ಅವರಿಗೆ ಗೋಕುಲ್ ದೇವತಾ ಪುರುಷನಾಗಿದ್ದ. ಶುದ್ಧ ಭಾರತೀಯನಾಗಿದ್ದರೂ ಅನಾಗರಿಕತೆಯ ಮೌಢ್ಯಕ್ಕೆ ಗುರಿಯಾಗದೆ ಅಮೆರಿಕನ್ನರ ವೈಜ್ಞಾನಿಕ ಮನೋಭಾವದವನಾಗಿದ್ದ. ಹಾಗೆಂದು ಮಾನವೀಯ ಮೌಲ್ಯಗಳನ್ನು ಕಡೆಗಣಿಸಿರಲಿಲ್ಲ.

ಗಾಳಿಗೆ ಉದುರಿದ ಹಣ್ಣೆಲೆಗಳೆಲ್ಲ ಅವಳನ್ನು ಬಂದು ಮುತ್ತಿಕೊಂಡಿತು. ಅತ್ತಿತ್ತ ನೋಟವರಿಸಿದಳು. ಕೆಲವು ಗಿಡಗಳು ನೀರಿಲ್ಲದೆ ಒಣಗಿ ನಿಂತಿತ್ತು. ತಂದೆಗೆ ಆಸಕ್ತಿ ಇಲ್ಲ. ಈ ತೋಟದ ಕೆಲಸಕ್ಕಾಗಿಯೇ ಒಬ್ಬ ನೇಮಿತವಾಗಿರಲಿಲ್ಲ. ಜಮೀನು ಕೆಲಸ ಮಾಡೋ ಕೆಂಪನೇ ಪುರುಸೊತ್ತಾದಾಗ ಅಷ್ಟಿಷ್ಟು ಮಾಡಿ ಹೋಗಬೇಕು.

ಗೊಣಗುಟ್ಟುತ್ತಲೇ ಸೆರಗನ್ನು ಸೊಂಟಕ್ಕೆ ಸಿಕ್ಕಿಸಿ ಈಚಲು ಬರಲನ್ನು ಕೈಗೆತ್ತಿಕೊಂಡಳು. ಅರ್ಧ ಗಂಟೆ ಶ್ರಮಪಟ್ಟು ಒಣಗಿದ ಎಲೆಗಳನ್ನು ಗುಡ್ಡೆ ಮಾಡಿದಳು. ಬಿಸಿಲಿನ ಝಳಕ್ಕೆ ಮುಖ, ಕತ್ತು, ಕಂಕುಳು ಬೆವರಿನಿಂದ ತೊಯ್ದುಹೋಯಿತು.

''ಗುಡ್ ಮಾರ್ನಿಂಗ್ ಮೇಡಮ್'' ಗೋಕುಲ್‌ನ ಸುಸ್ವರಕ್ಕೆ ಬಗ್ಗಿದ ಸೊಂಟ ನೇರವಾಯಿತು. ಕಪ್ಪು ಕನ್ನಡಕ ಧರಿಸಿ ತುಂಬು ತೋಳಿನ ಬಿಳಿ ಪ್ಯಾಂಟ್ ತೊಟ್ಟು ಬೂದು ಬಣ್ಣದ ಷರಟು ತೊಟ್ಟಿದ್ದ ಗೋಕುಲ್ ತುಂಬ ಆಕರ್ಷಕವಾಗಿ ಕಂಡ. ''ಗುಡ್ ಮಾರ್ನಿಂಗ್ ಡಾಕ್ಟರ್'' ಸಂಕೋಚವಿಲ್ಲದೆ ಹೇಳಲು ಪ್ರಯತ್ನಪಟ್ಟಳು. ಬೆವರಿನ ಬಿಂದುಗಳು ಹಣೆಯ ಮೇಲೆ ಮುತ್ತಿನಂತೆ ಸಾಲುಗಟ್ಟಿ ನಿಂತವು. ಕಣ್ಣಿನಲ್ಲಿ ಲಜ್ಜೆ

ಮಿನುಗಿತು.

"ಬಹಳ ಇಂಟರೆಸ್ಟಾಗಿ ಕೆಲ್ಸ ಮಾಡ್ತಾ ಇದ್ದೀರಾ!" ಸವಿಯಾದ ಕನ್ನಡ ಸ್ವರ ಅವಳ ಮನಕ್ಕೆ ಹಿತವೆನಿಸಿತು. ಅವಳ ಬಟ್ಟಲು ಕಣ್ಣುಗಳು ಮತ್ತಷ್ಟು ಅಗಲವಾದವು. ತುಟಿಯಂಚಿನವರೆಗೂ ಬಂದದ್ದನ್ನು ನುಂಗಿಕೊಂಡಳು.

"ನೀವೇನು ಕೇಳ್ಬೇಕೂಂತಿದ್ದೀರಾ ಅನ್ನೋದು ನಂಗೆ ಗೊತ್ತು! ನಾನು ಇಷ್ಟು ಚೆನ್ನಾಗಿ ಕನ್ನಡ ಭಾಷೆ ಮಾತನಾಡೋಕೆ ಹೇಗೆ ಸಾಧ್ಯವಾಗಿದೆ ಅನ್ನೋದು ತಾನೇ!" ಅವಳ ಮನವನ್ನು ತೆರೆದಿಟ್ಟ ಪುಸ್ತಕದಂತೆ ಓದಿದ. ದಂಗಾದಳು. ಅಚ್ಚರಿಯಿಂದ ಅವಳ ಕಣ್ಣುಗಳು ಮಿನುಗಿದವು.

"ನನ್ತಂದೆ ನನ್ನೊಜತೆ ಕನ್ನಡ್ದಲ್ಲೇ ಮಾತಾಡ್ತಾ ಇದ್ದರು. ಭಾರತೀಯ ಭಾಷೆಗಳ ಪರಿಚಯ ಮೊದ್ಲಿನಿಂದ ಮಾಡ್ಸಿದ್ರು. ಬರೀ ಭಾಷೆ ಮಾತ್ರವಲ್ಲ; ಇಲ್ಲಿನ ಸಾಮಾಜಿಕ ಜೀವನದಲ್ಲಿ ಹೊಂದಿಕೊಳ್ಳಬೇಕೆಂದು ಕನ್ನಡ ಭಾಷೆಯ ಪುಸ್ತಕಗಳನ್ನು ತರ್ಸಿಕೊಟ್ಟು ಇಲ್ಲಿನ ಜೀವನ ರೀತಿ ನೀತಿಗಳನ್ನು ಪರಿಚಯ ಮಾಡಿಕೊಟ್ಟರು. ಭಾಷಾ ಬಾಂಧವ್ಯ ಆತ್ಮೀಯತೆಗೆ ಒಂದು ಸೇತುವೆ ಎಂಬುದು ಅವರ ಅಭಿಪ್ರಾಯ. ಅದು ಬಹಳಷ್ಟು ನಿಜವೆನಿಸಿದೆ. ನಂಗೆ ಸರ್ಯಾಗಿ ಭಾಷೆ ಬರ್ದಿದ್ರೆ ಇಲ್ಲಿನ ಜನರ ಜೊತೆ ಹೊಂದಿ ಕೊಳ್ಳೋದು ಕಷ್ಟವಾಗ್ತಾ ಇತ್ತು. ಐ ಲೈಕ್ ಬ್ಯೂಟಿಫುಲ್ ಕನ್ನಡ ಲಾಂಗ್ವೇಜ್" ನವಿರಾದ ಸ್ವರದಲ್ಲಿ ಭಾವುಕತೆಯ ಹಿಂದೆ ಪ್ರಾಮಾಣಿಕತೆ ಇತ್ತು.

ಗೊಂಬೆಯಂತೆ ನಿಂತ ಅವಳತ್ತ ನೋಡಿದ. ತುಂಬಿಕೊಂಡ ಭಾರತೀಯ ವೈವಿಧ್ಯತೆ ಆಕರ್ಷಣೀಯವೆನಿಸಿತು. ಸುಂದರ ಕಪ್ಪನೆಯ ಕೂದಲು ಹೆಣ್ಣಿಗೆ ಒಂದು ವರದಾನವೆನಿಸಿತು.

"ಏನಾದ್ರೂ ಮಾತಾಡಿ" ತಡಬಡಿಸಿದಳು.

ಅವಳಿಗೆ ಏನು ಮಾತನಾಡಬೇಕೆಂಬುದೇ ತೋಚಲಿಲ್ಲ. ಅತ್ತಿತ್ತ ನೋಟವರಿಸಿದಳು.

"ಎಕ್ಸ್‌ಕ್ಯೂಜ್ ಮಿ.... ಏನು ತಿಳ್ಕೋಬೇಡಿ. ನಂಗೆ ಏನು ಮಾತಾನಾಡ್ಬೇಕೂಂತ ಗೊತ್ತಾಗ್ತ ಇಲ್ಲ." ಅವಳ ತಗ್ಗಿದ ನೋಟ ಕೆಂಪಾದ ಅಂಗೈಯನ್ನು ದಿಟ್ಟಿಸುತ್ತಿತ್ತು. ದೊಡ್ಡ ಕಡ್ಡಿಯು ಪೊರಕೆ ಘಾಸಿಗೊಳಿಸಿತ್ತು. ಮತ್ತೆ ಮತ್ತೆ ನೋಡಿದಳು. 'ಹಾ....' ಚುರುಗುಟ್ಟುವಂಥ ನೋವು.

'ಬರ್ತೀನಿ....'' ಒಣಗಿದ ಎಲೆಗಳನ್ನು ಮಂಕರಿಗೆ ತುಂಬತೊಡಗಿದಳು. ಅಭ್ಯಾಸವಿಲ್ಲದ ಕೈಗಳು ಎತ್ತಲಾರದೆ ದಣಿದವು. ''ನಾನು ಸಹಾಯ ಮಾಡ್ಲಾ?'' ಬೆಚ್ಚಿದಳು ''ಬೇಡ....'' ಆ ಕೆಲಸವನ್ನು ಅಷ್ಟಕ್ಕೆ ಬಿಟ್ಟಳು.

''ಈ ತೋಟ ಮಾರೋ ವಿಷ್ಯ ನಿಜನಾ?'' ಗೋಕುಲ್‌ನ ಪ್ರಶ್ನೆಗೆ ಅಚ್ಚರಿಯನ್ನು ವ್ಯಕ್ತಪಡಿಸಿದವು ''ಗೊತ್ತಿಲ್ಲ....'' ಈ ಹೊಸ ಸುದ್ದಿಯಿಂದ ಅವಳ ಮನ ನೊಂದಿತು.

ಇದರಿಂದ ಆದಾಯವಿಲ್ಲದೆ ಇರುವುದು ನಿಜ. ಆದರೆ ಮಾರುವ ಅಗತ್ಯವೇನು? ಅವಳೆದೆಗೆ ಭರ್ಜಿ ಹಾಕಿದಂತಾಯಿತು. ಈ ತಾಣ ಅವಳಿಗೆ ಅತ್ಯಂತ ಪ್ರಿಯ. ಸಹನೆಗೆಟ್ಟವಳಂತೆ ಮನೆಯತ್ತ ನಡೆದಳು.

ಗೋಕುಲ್ ವಿಸ್ಮಿತನಾದ. ಅವನು ಮನೆಗೆ ಹೋಗುವಾಗ ಹಾರು ಹೊಡೆದ ತೋಟದ ಗೇಟನ್ನು ಹಾಕಿ ನಡೆದ.

ಮರುದಿನ ಅವನ ಹುಟ್ಟಿದ ಹಬ್ಬ. ಅವನ ತಾಯಿ, ತಮ್ಮ ಕಾರ್ಟರ್, ಕೆಲವು ಅಮೆರಿಕನ್ ಮಿತ್ರರು ಶುಭಾಶಯಗಳನ್ನು ಕಳಿಸಿದ್ದರು. ನೆನಪುಗಳಿಂದ ಅವನೆದೆ ಭಾರವಾಯಿತು. ಒಂಟಿತನ ಅವನನ್ನು ಹಿಂಡಿ ಸಿಪ್ಪೆ ಮಾಡುತ್ತಿತ್ತು. ಕೊರತೆ.... ಕೊರತೆ... ಕೊರತೆ....

ವರ್ಜಿನಿಯ ತನ್ನ ಬಂಧುಗಳೊಂದಿಗೆ ಮಗನ ಹುಟ್ಟಿದ ಹಬ್ಬವನ್ನು ಬಹಳ ಸಂಭ್ರಮದಿಂದ ಆಚರಿಸುತ್ತಿದ್ದರು. ತಮ್ಮ ಕಾರ್ಟರ್ ಸಿಹಿ ತಿನ್ನಿಸಿ ಅಪ್ಪುತ್ತಿದ್ದ. ಅವು ಮರೆಯಲಾಗದ ದಿನಗಳು. ಆದರೆ ಅಲ್ಲಿಯ ಜನ ಇವರ ರೂಪ, ಬಣ್ಣ ನೋಡಿ ಹಿಂದೆ ಸರಿಯುತ್ತಿರುವವರೆಂಬ ಭ್ರಮೆ.

''ಮಮ್ಮಿ.... ಡಿಯರ್.... ಕಾರ್ಟರ್'' ಹೊರಳಿ ನರಳಿದ. ಇಡೀ ಪರಿಸರದಲ್ಲಿಯೇ ಒಂಟಿಯೆನಿಸಿತು. ಬಂದಾಗಿನ ಆತ್ಮವಿಶ್ವಾಸ ಕುಸಿಯುವತ್ತ ಸರಿದಿತ್ತು. ''ಮಮ್ಮಿ....ಮಮ್ಮಿ....ಮಮ್ಮಿ....''

ಈ ಬ್ರಹ್ಮಾಂಡ ಒಂಟಿತನದ ವೇದನೆಯ ಅನುಭವ ಪ್ರಥಮ ಸಲವೆನಿಸಿತು. ತಂದೆಯ ಸುಕ್ಕುಗಟ್ಟಿದ – ವಯಸ್ಸಿಗೆ ಮೀರಿ ವೃದ್ಧಾಪ್ಯದ ಅಂಚನ್ನು ಸೇರಿ ಸವೆದ ಶರೀರ ಕಣ್ಮುಂದೆ ಇಣಕಿತು.

''ಡ್ಯಾಡ್, ಈಗ ನಿಜವಾಗ್ಲೂ ನಿಮ್ಮ ವೇದನೆಯನ್ನು ಅರ್ಥ ಮಾಡ್ಕೊಂಡೆ'' ವೇದನೆಯ ಸ್ವರದಲ್ಲಿ ಉಸುರಿದ.

ಪಕ್ಕಕ್ಕೆ ಹೊರಳಿದ. ನರ್ಸಿಂಗ್ ಹೋಂ ಕಟ್ಟಡ ಪೂರ್ತಿಯಾಗಿತ್ತು. ಮೊದಲಿನ ಪರಿಸ್ಥಿತಿ ಬದಲಾಗಿತ್ತು.ಜನ ಬರುತ್ತಿದ್ದರು. ಆದಾಯಕ್ಕಿಂತ ಅವರಲ್ಲಿ ವಿಶ್ವಾಸಗಳಿಸಿ ಕೊಳ್ಳುವ ಪ್ರಯತ್ನ ಮಾಡುತ್ತಿದ್ದ. ಆದರೆ ಆತ್ಮೀಯತೆಯೆನಿಸಿಕೊಳ್ಳಲಿಲ್ಲ. ಉಪಕಾರ ಪಡೆಯುವ ದೃಷ್ಟಿ ಮಾತ್ರವಲ್ಲದೆ, ಹೆಚ್ಚು ತೊಂದರೆ, ಖರ್ಚು ಇಲ್ಲದೆ ಅಮೆರಿಕದಂಥ ದೇಶದಲ್ಲಿ ಕಲಿತು ಬಂದ ಡಾಕ್ಟರ್‌ನಿಂದ ತಮ್ಮ ರೋಗ, ರುಜಿನಗಳನ್ನು ಮಾತ್ರ ವಾಸಿಮಾಡಿಕೊಳ್ಳಲು ಬರುತ್ತಿದ್ದರು. ಆದರೆ ಒಂದಲ್ಲ ಒಂದು ದಿನ ಶಾಮಣ್ಣ, ಸುನಂದಮ್ಮ ತಾಯ್ತಂದೆಯರ ಸ್ಥಾನದಲ್ಲಿ ನಿಂತು ಆಧರಿಸಬಹುದು ಎಂದ ಆತ್ಮವಿಶ್ವಾಸ ಅವನಲ್ಲಿತ್ತು. ಈಚೆಗೆ ಕುಸಿಯತೊಡಗಿತ್ತು. ಸುನಂದಮ್ಮ ಕೆನ್ನೆ ಸವರಿ ಪ್ರೀತಿಯಿಂದ ಕೂದಲಲ್ಲಿ ಕೈಯಾಡಿಸಿದ ದಿನ ಅವನ ಜನ್ಮದಲ್ಲಿಯೇ ಮರೆಯಲಾಗದ್ದು. ಮತ್ತೆಂದೂ ಮಾತನಾಡಿರಲಿಲ್ಲ. ಅನುಪಮ ಸೌಜನ್ಯಕ್ಕೆ ಮಾತಾಡಿದರೂ ಅವಳ ಕಣ್ಣುಗಳಲ್ಲಿ ಭೀತಿ ಇಣುಕುತ್ತಲೇ ಇತ್ತು.

''ಹಲೋ.... ಗೋಕುಲ್....'' ಕೃಷ್ಣನ್ ಅವರ ಸ್ವರ ಕೇಳಿದ ಕೂಡಲೇ ಅವನ ದೇಹದಲ್ಲಿ ಹೊಸ ಚೇತನ ಸಂಚಾರವಾಯಿತು. ತಟ್ಟನೆ ಎದ್ದು ಕೂತು ''ಹಲೋ.... ಅಂಕಲ್.... ಬನ್ನಿ.''

ಒಳಗೆ ಬಂದ ಕೃಷ್ಣನ್‌ರವರ ಮುಖದ ಗೆಲುವು ಹಿಂಗಿತು. ಉತ್ಸಾಹ ಹಿಂಗಿದ ಅವನ ಮುಖ ನೋಡಿ ಅವರಿಗೆ 'ಅಯ್ಯೋ' ಎನಿಸಿತು. ಸಹಾನುಭೂತಿಯಿಂದ ಅವರೆದೆ ಮಿಡಿಯಿತು. ಮನದಲ್ಲಿಯೇ ಗೆಳೆಯನಿಗೆ ಹಿಡಿ ಶಾಪ ಹಾಕಿದರು.

''ಮೈ....ಬಾಯ್....'' ಸ್ವರ ಕುಸಿದಿತ್ತು.

ಹುಬ್ಬೆತ್ತಿ ಅವರತ್ತ ನೇರವಾಗಿ ನೋಡಿದ ಗೋಕುಲ್ ಪೆಚ್ಚಾದ ಅವರ ಕಣ್ಣುಗಳೆರಡು ಸಹಾನುಭೂತಿಯ ಹೊಂಡಗಳಾಗಿದ್ದವು. ಗೋಕುಲ್ ಆತ್ಮವಿಶ್ವಾಸ ಛಿದ್ರ ಛಿದ್ರವಾದಂತಾಯಿತು.

''ಯುವರ್ ಫಾದರ್ ಈಜ್ ಎ ಫೂಲಿಶ್, ಅವ್ನು ಮಾಡ್ದ ತಪ್ಪಿಗೆ ನೀನ್ಯಾಕೆ ಪ್ರಾಯಶ್ಚಿತ್ತ ಮಾಡ್ಕೋಬೇಕು? ಅವ್ನ ತಪ್ಪಿಗೆ ನೀನು ಬಲಿಯಾಗೋದ್ಬೇಡ. ಈ ಜನ, ಇಲ್ಲಿನ ಜೀವನ ಯಾವ್ದೂ ಬೇಡ! ಬೆಂಗ್ಳೂರಿಗೆ... ಬಂದ್ಬಿಡು! ಇಲ್ಲಿದ್ರೆ ಅಮೆರಿಕಗೆ ಹಿಂದಿರುಗ್ತೀನಿಂದ್ರೂ ಸಂತೋಷವೇ! ನಿನ್ನತಾಯಿ ತುಂಬ ಸಂತೋಷಪಡ್ತಾರೆ! ಮಿಕ್ಕೆಲ್ಲ ಏರ್ಪಾಟು ಆಕೆ ಮಾಡ್ತಾರೆ.''

ಕೃಷ್ಣನ್ ಪ್ರೀತಿಯಿಂದ ಅವನ ಎರಡು ಕೈಗಳನ್ನು ಹಿಡಿದುಕೊಂಡರು. ಶಾಮಣ್ಣನ ಗಡಸು ಮುಖ ಬಂದು ಎದುರು ನಿಂತಿತು. 'ಥೂ....' ಎಂದು ಉಗಿಯಬೇಕೆನಿಸಿತು.

''ಧರ್ಮ, ಆಚಾರ, ವಿಚಾರ, ನೀತಿಯ ಕಟ್ಟುಪಾಡುಗಳು ಈ ದೇಶದಲ್ಲಿ ಬಲವಾಗಿ ಬೇರೂರಿಬಿಟ್ಟಿದೆ. ಈ ರೂಢಿಯ ಮೂಲ ನಂಬಿಕೆಗಳನ್ನ ಕಿತ್ತು ಹಾಕೋದು ಸುಲಭವಲ್ಲ! ಇದಕ್ಕಾಗಿ ಅಂತರಾತ್ಮದ ಪ್ರೀತಿ, ಮಮತೆಗಳು ಬಲಿಯಾಗಿ ಹೋಗುತ್ತೆ!'' ಕೃಷ್ಣನ್ ನೊಂದು ನುಡಿದರು. ಅವರ ಕೈ ಹಿಡಿದು ಮೃದುವಾಗಿ ಒತ್ತಿದ.

ಬಹಳ ಹೊತ್ತು ಮೌನವಾಗಿ ಕೂತರು. ಮಾತಾಡಲು ಗೋಕುಲ್‌ಗೆ ಉತ್ಸಾಹವಿಲ್ಲ. ಕೃಷ್ಣನ್ ನರ್ಸಿಂಗ್ ಹೋಂ ಪ್ರಾರಂಭೋತ್ಸವವನ್ನು ಮುಂದೂಡಿದರು.

ಇದ್ದಕ್ಕಿದ್ದಂತೆ ಎದ್ದರು. ಬದಲಾವಣೆ ಹೊಸ ರಕ್ತದಲ್ಲಿಯೇ ಆಗಬೇಕು. ಮನದಲ್ಲಿ ಏನೋ ಲೆಕ್ಕ ಹಾಕಿಕೊಂಡು ತಮ್ಮ ಸ್ವಾಭಿಮಾನವನ್ನು ಹತ್ತಿಕ್ಕಿ ಶಾಮಣ್ಣನ ಮನೆಯ ಕಡೆ ಹೆಜ್ಜೆಗಳನ್ನು ಕಿತ್ತಿಟ್ಟರು.

ಮೊದಲು ಎದುರು ಸಿಕ್ಕಿದ್ದು ಅನುಪಮ. ಅವರ ಕಣ್ಣುಗಳಲ್ಲಿ ಬೇಸರದ ಛಾಯೆ ಮೂಡಿತು. ಬಲವಂತವಾಗಿ ಉಗುಳು ನುಂಗಿದರು. ಸ್ವತಂತ್ರವಾಗಿ ವಿಚಾರ ಮಾಡದ ಪ್ರತಿಯೊಂದು ಹೆಣ್ಣಿನ ಬಗ್ಗೆಯೂ ಅವರಿಗೆ ಬೇಸರ, ಜಿಗುಪ್ಸೆ.

''ಬನ್ನಿ, ಮಾವ'' ಅವಳ ಸ್ವರದಲ್ಲಿ ಗೆಲುವಿರಲಿಲ್ಲ.

ಕೃಷ್ಣನ್ ಬೇಸರದಿಂದಲೇ ಮರದ ಕುರ್ಚಿಯ ಮೇಲೆ ಕೂತರು. ಸುತ್ತಲೂ ದೃಷ್ಟಿಹರಿಸಿದರು. ಶಾಮಣ್ಣ ಕಪಟ, ಮೋಸಗಾರನಲ್ಲ. ಜೋಯಿಸರು ಮಗನಿಗಾಗಿ ಬಿಟ್ಟಿದ್ದ ಒಂದು ಚಿಕ್ಕ ಪುಟ್ಟ ಸಾಮಾನನ್ನು ಕೂಡ ತಂದಿರಲಿಲ್ಲ. ಹಿರಿಯರು ಬಾಳಿ ಬದುಕಿದ ಕಂಬಸಾಲೆಯ ಮನೆಯಲ್ಲಿಯೇ ಎಲ್ಲವೂ ಹಿಂದಿನ ಗತವನ್ನು ಮೆಲುಕು ಹಾಕುತ್ತ ಉಳಿದಿದ್ದವು. ಕರ್ತವ್ಯದಲ್ಲಿ ಜೋಯಿಸರು ಮಗನ ತಪ್ಪನ್ನು ಕೂಡ ಮರೆತುಬಿಟ್ಟಿದ್ದರು.

''ನಿಮ್ಮಪ್ಪ.... ಇಲ್ವಾ?'' ಕೃಷ್ಣನ್ ಸ್ವರದಲ್ಲಿ ಕಠಿಣತೆ ಮಿನುಗಿತು.

''ಇಲ್ಲ....'' ಅನುಪಮ ಪೆಚ್ಚಾದಳು. ಅವರ ಮುಖ ಕೋಪದಿಂದ ಸಿಡಿಯುತ್ತಿತ್ತು. ''ನಿಮ್ಮಪ್ಪನ.... ಕರಿ....'' ಕಾಲುಗಳನ್ನು ಇನ್ನಷ್ಟು ಮುಂದಕ್ಕೆ ಬಾಚಿ ಆರಾಮವಾಗಿ ಕೂತರು.

ಸುನಂದಮ್ಮ ಕೃಷ್ಣನ್ ಸ್ವರ ಕೇಳಿಯೇ ಒಳಗೆ ಉಳಿದರು. ಆಮೇಲೆ ಅವರಾಗಿಯೇ ತಳ್ಳಿದವರಂತೆ ಹೊರಗೆ ಬಂದರು.

ಹುಬ್ಬೆತ್ತಿ ಸುನಂದಮ್ಮನತ್ತ ನೋಡಿದ ಕೃಷ್ಣನ್ ಮಾತು ಬಾರದವರಂತೆ ಕೂತರು. ಮುಖದಲ್ಲಿ ಮೊದಲಿನ ಗೆಲುವಿಲ್ಲ. ಮಂಕಾದ ಕಣ್ಣುಗಳು, ಮನದ ವ್ಯಥೆಯನ್ನು ಹೇಳುವಂತಿತ್ತು. ಕೋಪದಿಂದ ಆಡಬೇಕೆಂದಿದ್ದ ಮಾತುಗಳನ್ನು ಕೂಡ ಮರೆತುಬಿಟ್ಟಿರು.

"ಹೇಗಿದ್ದೀರಾ?" ಮುಂದಿನ ಮಾತುಗಳನ್ನು ಕೃಷ್ಣನ್ ಹುಡುಕತೊಡಗಿದರು. ಸುನಂದಮ್ಮನ ಕಣ್ಮುಂದೆ ಮಂಜು ಹರಡಿಕೊಂಡಿತು. ಬಹಳ ಕಷ್ಟದಿಂದ ಹೇಳಿದರು "ಇದ್ದೀವಿ...."

ಅವರು ತೀವ್ರತರವಾದ ಮಾನಸಿಕ ಹಿಂಸೆಗೆ ಗುರಿಯಾಗಿದ್ದಾರೆಂದು ಕೃಷ್ಣನ್‌ಗೆ ಅರಿವಾಯಿತು. ಅದು ಸಹಜವೆನಿಸಿತು.

"ತೋಟ ಮಾರೋ ವಿಷ್ಯ ನಿಜಾನಾ?" ಅವರು ಇಲ್ಲಿಗೆ ಬರಲು ಈ ವಿಷಯವೂ ಸ್ವಲ್ಪಮಟ್ಟಿಗೆ ಕಾರಣ "ವಿಷ್ಯ ತಿಳೀತು. ನಂಗೆ ನಂಬ್ಕೇ ಆಗ್ಲಿಲ್ಲ!"

"ಸುಳ್ಳು ಯಾಕೆ ಹರಡುತ್ತೆ? ಅದ್ರಲ್ಲಿ ಬರೋ ಆದಾಯ ಅಷ್ಟರಲ್ಲೇ ಇದೆ. ಹೇಗೂ ಅನುಪಮಗೆ ಗಂಡು ಗೊತ್ತಾದ್ರೆ - ಮದ್ವೆಗೇಂತ ಹಣ ಬೇಕಲ್ಲ. ಅದಕ್ಕೋಸ್ಕರನೇ ಮಾರಿಬಿಡೋಣಾಂತ!"

ನಿಜ ಸಂಗತಿ ಇದಲ್ಲವೆಂದು ಕೃಷ್ಣನ್‌ಗೆ ಗೊತ್ತು. ತುಟಿ ಕಚ್ಚಿ ಗಂಭೀರವಾಗಿ ಕೂತರು. ಅವರಿಗೆ ಸಂಕಟವಾಯಿತು. ತಡೆಯದಾದರು.

"ಬೇಜಾರು ಮಾಡ್ಕೋಬೇಡಿ. ಆ ತೋಟ ಮಾರಿ ಮಗ್ಳಿಗೆ ಮದ್ವೆಮಾಡೋಂಥ ಸ್ಥಿತಿಯಲ್ಲಿನೀವಿಲ್ಲ. ಒಟ್ಟಿನಲ್ಲಿ ಆ ಹುಡ್ಗ ಬಂದು ಇಲ್ಲಿನಿಂತಿದ್ದು ನಿಮ್ಗೆ ಇಷ್ಟವಾಗ್ಲಿಲ್ಲ."

ಸುನಂದಮ್ಮ ಸುಮ್ಮನೆ ಕೂತರು. ಗಂಡನ ಬಗೆಗೆ ಅತಿಯೆನಿಸಿದರೂ, ಹೃದಯ ಮಮತೆಯಿಂದ ಮಿಡಿದರೂ, ಆಚಾರ- ವಿಚಾರದಲ್ಲಿನಂಬಿಕೆ ಇಟ್ಟವವು, ಸೋಲು ಒಪ್ಪಿಕೊಳ್ಳಲು ಅವರು ಸಿದ್ಧರಿಲ್ಲ.

"ಅದೆಲ್ಲ ಏನಿಲ್ಲ. ಯಾರ್ದ್ಬಂಗ್ರೆ, ನಮ್ಗೇನು? ಎಂದೋ ತೊಡೆದುಕೊಂಡ ಸಂಬಂಧ. ಅದೆಲ್ಲ ಮುಗ್ದ ಕತೆ ನಮಗ್ಯಾಕೆ ಬೇಕು?"

ಮೊದಲು ದಿಗ್ಭ್ರಮೆಯಿಂದ ಕೃಷ್ಣನ್ ಕೂತರು. ಆಮೇಲೆ ನಕ್ಕುಬಿಟ್ಟರು. ಅಂತಃಕರಣಕ್ಕಿಂತ ಇವರಿಗೆ ಆಚಾರವೇ ಹೆಚ್ಚು. ಗೋಕುಲ್‌ಗೆ ಬುದ್ಧಿ ಇಲ್ಲ!

"ಆಯ್ತು, ಈ ಮೂಢ ಜನರ ಬುದ್ಧಿ ಅವ್ನಿಗೆ ಗೊತ್ತಿಲ್ಲ. ಅಲ್ಲಿಂದ ಬಂದ ಅವನ ಔದಾರ್ಯದಿಂದ ಆದರಿಸೋ ದೊಡ್ಡ ಬುದ್ಧಿ ಈ ಜನರಿಗೆ ಯಾವಾಗ್ಲೂ ಬರೋದು ಸಾಧ್ಯವಿಲ್ಲ!" ಅವರ ಮುಖದಲ್ಲಿ ಮೂಡಿದ ಜಿಗುಪ್ಸೆಯನ್ನು ನೋಡಿ ಆಕೆ ತಲೆ ತಗ್ಗಿಸಿದರು. ಅಪರಾಧಭಾವ ಅವರನ್ನು ಕಿತ್ತು ತಿನ್ನುತ್ತಿತ್ತು.

ಎದ್ದು ನಿಂತು ನಾಲ್ಕು ಹೆಜ್ಜೆ ಹೋದ ಕೃಷ್ಣನ್ ಮತ್ತೆ ಎರಡು ಹೆಜ್ಜೆ ಹಿಂದಕ್ಕೆ ಬಂದರು.

"ತೋಟ ಮಾರೋದಾದ್ರೆ.... ನಮ್ಗೆ ಮಾರಿಬಿಡಿ.ಜೋಯಿಸರ ಆಸ್ತಿ ಅವ್ರ ಮೊಮ್ಮಗನಿಗೆ ಬಿಟ್ಟು ಬೇರೆಯವ್ರಿಗೆ ಸೇರೋದು ಬೇಡ" ಕಡ್ಡಿ ತುಂಡು ಮಾಡಿದಂತೆ ಖಡಾಖಂಡಿತವಾಗಿ ಹೇಳಿದರು. ಮತ್ತೆ ಎಚ್ಚರಿಕೆ ನೀಡುವುದನ್ನು ಮರೆಯಲಿಲ್ಲ. "ಈ ಮಾತ್ನ ಶಾಮಣ್ಣನವ್ರಿಗೆ ಹೇಳಿ...."

ಕೃಷ್ಣನ್ ಹೋದ ಎಷ್ಟೋ ಹೊತ್ತಿನವರೆಗೂ ಸುನಂದಮ್ಮ ಹಾಗೆಯೇ ನಿಂತಿದ್ದರು. ಆಕೆಗೆ ಕೋಪ ಬರಲಿಲ್ಲ. ಡಾ|| ಗೋಕುಲ್‌ಗೆ ಅವರೊಬ್ಬರಾದರು ಬಂಧು ಹಿತೈಷಿಗಳಾಗಿ ನಿಂತರಲ್ಲ ಎನ್ನುವ ಸಂತೋಷ.

ಅಷ್ಟು ದೂರ ಹೋದವರು ಮತ್ತೆ ವಾಪಸ್ಸು ಬಂದ ಕೃಷ್ಣನ್ ಒಂದು ಕ್ಷಣ ಯೋಚಿಸುತ್ತ ನಿಂತರು. ಡಾ|| ಗೋಕುಲ್ ಒಪ್ಪಿದರೆ ಸುನೀತಳನ್ನು ಕೊಟ್ಟು ಮದುವೆ ಮಾಡುವುದಕ್ಕೂ ಅವರು ಸಿದ್ಧ. ಈ ಕಂದಾಚಾರಗಳಿಗೆಲ್ಲ ಸೊಪ್ಪು ಹಾಕುವಂಥ ಮನುಷ್ಯರಲ್ಲ.

ಸನ್ನೆ ಮಾಡಿ ಅನುಪಮಳನ್ನು ಹತ್ತಿರಕ್ಕೆ ಕರೆದರು.

"ನೀನು ವಿದ್ಯಾವಂತೆ. ತನ್ನವರನ್ನೆಲ್ಲ ಬಿಟ್ಟು ಗೋಕುಲ್ ಇಲ್ಲಿಗೆ ಬಂದಿದ್ದಾನೆ. ನಾಳೆ ಅವನ ಹುಟ್ಟಿದ ಹಬ್ಬ. ಕಡೇ ಪಕ್ಷ ಶುಭಾಶಯ... ಹೇಳೋದಾದ್ರೂ... ನಿನ್ನ... ಕರ್ತವ್ಯ!"

ಬಿರುಸಿನಿಂದ ಹೆಜ್ಜೆ ಹಾಕುತ್ತ ಹೊರಟ ಕೃಷ್ಣನ್‌ನ ನೋಡುತ್ತ ಅವರ ಮಾತುಗಳನ್ನು ಮೆಲುಕು ಹಾಕುತ್ತಿದ್ದ ಅನುಪಮ ಬೇರೆಯವರಿಗೆ ಶಿಲೆಯಾದಳು.

ಬಂದ ಕೃಷ್ಣನ್ ಸೋಫಾಕ್ಕೆ ಒರಗಿ ಕಣ್ಮುಚ್ಚಿದ್ದರು. ತೀರಾ ಬೇಸರವಾಗಿತ್ತು.

''ಗೋಕುಲ್, ನಡಿ ಹೋಗೋಣ'' ಕಣ್ತೆರೆದು ಹಣೆಯುಜ್ಜಿದರು. ಗೋಕುಲ್ ಪ್ರಶ್ನಾರ್ಥವಾಗಿ ನೋಡಿದ ''ನಾಳೆ ನಿನ್ನ ಹುಟ್ಟಿದ ಹಬ್ಬ ಅಲ್ಲೆ ಸೆಲಬ್ರೇಟ್ ಮಾಡೋಣ!'' ಗೋಕುಲ್ ಭಾರವಾದ ಮನದಿಂದ ನಕ್ಕುಬಿಟ್ಟ. ಪರಿಸ್ಥಿತಿಯ ಸ್ಪಷ್ಟ ಚಿತ್ರಣ ಅವನ ಕಣ್ಮುಂದೆ ಇತ್ತು.

''ಡೋಂಟ್ ಮೈಂಡ್ ಅಂಕಲ್, ನಂಗೆ ಸ್ವಲ್ಪ ಯೋಚಿಸೋಕೆ ಅವಕಾಶ ಕೊಡಿ.'' ಪ್ರೀತಿ ಮಿಶ್ರಿತ ಕರುಣೆಯಿಂದ ನೋಡಿದರು ಕೃಷ್ಣನ್ ''ಓ.ಕೆ... ಮೈ ಬಾಯ್...'' ನಿಟ್ಟುಸಿರು ದಬ್ಬಿದರು.

ಕೃಷ್ಣನ್ ಹೊರಟ ಮೇಲೆ ಮಂಕಾಗಿ ಕೂತ. ಹಣೆ ಹಿಡಿದ. ಮನದಲ್ಲಿ ದ್ವಂದ್ವ ಶುರುವಾಗಿತ್ತು. ಒಂಟಿತನ ಭೀಕರವೆನಿಸುತ್ತಿತ್ತು. ಅವನ ಮಟ್ಟದಲ್ಲಿಯೋಚಿಸುವಂಥ ಗೆಳೆಯರಾರೂ ಸಿಕ್ಕಿರಲಿಲ್ಲ. ಬಿಡುವಿನ ಸಮಯದಲ್ಲಿ ವಿದ್ಯಾವಂತರೆನಿಸಿಕೊಂಡ ಸೋಮಾರಿಗಳಂತೆ ಓಡಾಡುತ್ತಿದ್ದ ಯುವಕರ ಹಿಂಡು ಬಂದು ಕೂಡುತ್ತಿತ್ತು. ಅವರುಗಳು ಬರುತ್ತಿದ್ದುದು ಪ್ರೀತಿ, ವಿಶ್ವಾಸದಿಂದಲ್ಲ. ಅಮೆರಿಕದಿಂದ ಬಂದ ಡಾಕ್ಟರ್ ತಮ್ಮ ಸ್ನೇಹಿತನೆಂದು ಹೇಳಿಕೊಳ್ಳುವ ಸಲುವಾಗಿಯೇ ಹೊರತು ಜೋಯಿಸರ ಮೊಮ್ಮಗನೆಂಬ ಆತ್ಮೀಯತೆಯಿಂದಲ್ಲ.

ಮೊದಲಿನ ಗೆಲುವು, ಉತ್ಸಾಹ ಅವನಲ್ಲಿ ಕುಗ್ಗಿತ್ತು. ನರ್ಸ್, ಕಾಂಪೌಂಡರ್ ಕ್ಲಿನಿಕ್ ನೋಡಿಕೊಳ್ಳುತ್ತಿದ್ದರು. ಅಗತ್ಯವೆನಿಸಿದಾಗ ಮಾತ್ರ ಹೋಗುತ್ತಿದ್ದ. ಇಂಥ ನಿರ್ವೀಯತೆಗಾಗಿ ಅಮೆರಿಕದಿಂದ ಇಲ್ಲಿಗೆ ಬರಬೇಕಾಯಿತೆ? ಪ್ರಶ್ನೆ ಬೃಹದಾಕಾರ ತಾಳಿ ಅವನನ್ನು ಹಿಂಸಿಸುತ್ತಿತ್ತು.

ಅತ್ತಿತ್ತ ಓಡಾಡಿ ತನ್ನ ಸೂಚನೆ ಕೊಟ್ಟ ರಾಜನಿಗೆ ಹೇಳಿದ.

''ರಾತ್ರಿಗೆ ಬರೀ ತಿಳಿಸಾರು, ಅನ್ನ ಮಾಡ್ಬಿಡು.''

ಇಲ್ಲಿನ ಅಡಿಗೆಗೆ ಗೋಕುಲ್ ಪೂರ್ಣವಾಗಿ ಒಗ್ಗಿಕೊಂಡಿದ್ದ. ಶ್ರೀನಿವಾಸ್ ಮಗನನ್ನು ಮೊದಲಿನಿಂದಲೇ ಒಗ್ಗಿಸಿದ್ದರು.

ಹುಡುಗನಾಗಿದ್ದಾಗ ತಾಯಿಯ ಬಲವಂತಕ್ಕೆ ಒಂದೆರಡು ಚಮಚ ಮಾಂಸದೂಟ ಮಾಡಿದ್ದ. ಯಾಕೋ ಒಗ್ಗಿರಲಿಲ್ಲ. ತಿಂದಿದ್ದೆಲ್ಲ ವಾಂತಿ ಮಾಡಿಕೊಂಡಿದ್ದ. ಮತ್ತೆಂದು ಬಲವಂತಕ್ಕಾಗಿಯಾದರೂ ತಿನ್ನಲು ಹೋಗಲಿಲ್ಲ.

ವರ್ಜಿನಿಯಾಗೆ ಈ ವಿಷಯದಲ್ಲಿ ಕೋಪವಿತ್ತು. ಮಗ ಪೌಷ್ಟಿಕಾಂಶದ ಕೊರತೆಯಿಂದ ನರಳಬಹುದೆಂದು ಗಂಡನೊಂದಿಗೆ ವಾದಿಸುತ್ತಿದ್ದಳು. ಆಗ ಶ್ರೀನಿವಾಸ್ ಹಗುರವಾಗಿ ನಗುತ್ತಿದ್ದರು.

''ನಿನಗೊಂದು ಹುಚ್ಚು! ನನ್ನ ತಂದೆ ಪೂರ್ತಿ ಸಸ್ಯಾಹಾರಿಗಳು. ಈ ವಯಸ್ಸಿನಲ್ಲೂ ಅವರೆಷ್ಟು ಗಟ್ಟಿಮುಟ್ಟಾಗಿದ್ದಾರೆ ಗೊತ್ತ. ಆಶ್ಚರ್ಯವಾಗುತ್ತೆ!

ರಾತ್ರಿ ಎರಡು ತುತ್ತು ಊಟ ಮಾಡಿ ಮಲಗಿಬಿಟ್ಟ. ನಿದ್ದೆ ಬರಲು ಬಹಳ ಹೊತ್ತು ಹಿಡಿಸಿತು. ಬೆಳಿಗ್ಗೆ ಎದ್ದವನೆ ಸ್ನಾನ ಮಾಡಿದ. ಹಿಂದಿನ ವರ್ಷಗಳ ಹರ್ಷಮಯ ವಾತಾವರಣ ನೆನಪಾಯಿತು.

ಭಾರವಾದ ಮನದಿಂದ ದೇವರ ಮುಂದೆ ನಿಂತು ಪ್ರಾರ್ಥಿಸಿದ. ಹೊರಗೆ ಬಂದು ನಿಂತು ಎದುರು ಮನೆಯತ್ತ ನೋಟವರಿಸಿದ. ಹಿರಿಯರಾಗಿ ಆಶೀರ್ವದಿಸಬೇಕಾದವರು ಕಲ್ಲಾಗಿದ್ದರು. ಕಣ್ಣಿನ ಮುಂದೆ ಮಂಜು ಮಿಸುಕಾಡಿತು. ಮಂಕು ಬಡಿಯಿತು.

ಒಳಗೆ ಬಂದು ವಿರಾಮಾಸನದ ಮೇಲೆ ಕುಸಿದ. ಮಮ್ಮಿ, ಕಾರ್ಟರ್, ಶ್ರೀನಿವಾಸ್ ಅಮೆರಿಕನ್ ಬಂಧುಗಳೆಲ್ಲ ಚಲನಚಿತ್ರದಂತೆ ಕಣ್ಮುಂದೆ ಸುಳಿದು ಮರೆಯಾಗುತ್ತಿದ್ದರು. ಮುಷ್ಟಿ ಬಿಗಿಯಿತು. ಹಣೆಗೆ ಒತ್ತಿಕೊಂಡ. ಕೈ ಅಂಚಿಗೆ ಬಡಿದು 'ಹಾ' ಎಂದ. ಈ ಮನೆಗೆ – ವಂಶಕ್ಕೆ ಅಲಂಕಾರಪ್ರಾಯವಾಗಿರಬೇಕು.

''ಗುಡ್ ಮಾರ್ನಿಂಗ್'' ಮೃದು ಸ್ವರ ಸ್ವಪ್ನಲೋಕವನ್ನೇ ತೆರೆದಿಟ್ಟಂತೆ ಆಯಿತು.

ಬಾಗಿಲುದ್ದಕ್ಕೂ ಅನುಪಮ ನಿಂತಿದ್ದಳು. ಅವಳ ಕೈಗಳಲ್ಲಿ ಒಂದು ಮುಚ್ಚಿದ ಸ್ಟೀಲ್ ಡಬ್ಬಿ ಮತ್ತು ಪುಷ್ಪಗಳ ಗುಚ್ಛ ಇತ್ತು. ವಿವಿಧ ಹೂಗಳನ್ನು ಸಂಗ್ರಹಿಸಿ ಸ್ವತಃ ತಯಾರಿಸಿದ್ದು. ಸಂಭ್ರಮದಿಂದ ಅವನ ಮನ ಲಾಗ ಹಾಕಿತು.

''ಮೆನಿ ಹ್ಯಾಪಿ ರಿಟರ್ನ್ಸ್ ಆಫ್ ದಿ ಡೆ.''

ಕೈಯಲ್ಲಿದ್ದ ಪುಷ್ಪಗುಚ್ಛವನ್ನು ಮುಂದೆ ಮಾಡಿದಳು. ಸ್ವಲ್ಪ ಬಗ್ಗಿ ಎರಡು ಕೈ ಬಾಚಿ ತಗೊಂಡ.ಅವಳ ನೋಟ ತಗ್ಗಿತು. ಮೈಯಲ್ಲಿನ ರಕ್ತವೆಲ್ಲ ಅವಳ ಮುಖಕ್ಕೆ ನುಗ್ಗಿತು.

''ಅಮ್ಮ ಆಶೀರ್ವಾದದ ಜೊತೆ, ತಿಂಡಿನೂ ಕಳ್ಸಿದ್ದಾಳೆ.'' ಬಹಳ ಕಷ್ಟದಿಂದ

ಹೇಳಿದಳು.

ಅವನ ಪಾಲಿಗೆ ಇಲ್ಲವೆಂದು ಬಯಸಿದ್ದು ಅನಾಯಾಸವಾಗಿ ಸಿಕ್ಕಿತ್ತು. ಈ ಸಂತೋಷದ ಕ್ಷಣದಲ್ಲಿ ಪದಗಳಿಗಾಗಿ ಹುಡುಕಾಡಿದ.

''ಬರ್ತೀನಿ....'' ಡಬ್ಬಿ ಅಲ್ಲಿಟ್ಟು ಹಿಂದಕ್ಕೆ ತಿರುಗಿ ಎರಡು ಹೆಜ್ಜೆ ಮುಂದಿಟ್ಟಳು.''ಒಂದ್ನಿಮ್ಷ....'' ತಟ್ಟನೆ ನಿಂತು ಕತ್ತು ತಿರುಗಿಸಿದಳು. ರೆಪ್ಪೆಗಳು ಪಟಪಟನೆ ಬಡಿದುಕೊಂಡವು. ನಿರ್ಮಲವಾದ ಪ್ರಭೆ ಬೀರುತ್ತಿದ್ದ ಅವಳ ಕಣ್ಣುಗಳನ್ನೇ ನೋಡಿದ.

''ಎರ್ಡು ನಿಮಿಷ ಕೂತ್ಕೋಬಹುದಲ್ಲ!''

ಸುಂದರ ಮುಖದಲ್ಲಿ ಭಯ ಇಣಕಿತು. ತಂದೆ ಯಾವ ಕ್ಷಣದಲ್ಲಿಯಾದರೂ ಮನೆಗೆ ಬರಬಹುದು. ಈ ಸುದ್ದಿ ಮುಟ್ಟುವುದು ಕೂಡ ತಡವಾಗದು. ಆ ಮೇಲಿನ ಪರಿಣಾಮ... ಭಯಂಕರ!

''ಸಾರಿ, ಮತ್ತೊಂದು ದಿನ ಬರ್ತೀನಿ'' ಅವನ ಕಣ್ಣುಗಳು ಮಿನುಗಿದವು. ''ಶೂರ್....'' ಎಂದಾಗ ''ಸರ್ಟನ್ಲಿ'' ಚಿಗುರೆಯಂತೆ ನಡೆದಳು.

ಅತ್ತಿತ್ತ ನೋಡಿ ಮನೆಯತ್ತ ಹೆಜ್ಜೆ ಹಾಕಿದಳು. ಸುನಂದಮ್ಮ ಕಿಟಕಿಯಲ್ಲಿಯೇ ನಿಂತಿದ್ದರು. ಕಣ್ಣಂಚಿನ ತೇವವನ್ನು ಸೆರಗಿನಿಂದೊತ್ತಿಕೊಂಡರು.

ಎರಡು ಮೆಟ್ಟಲು ಹಾರಿಯೇ ಒಳಗೆ ಹೋದಳು. ಏರಿದ ಎದೆಯ ಬಡಿತ ಇನ್ನೂ ನಿಂತಿರಲಿಲ್ಲ. ಮಗಳ ಕೆಂಪತ್ತಿದ ಮುಖವನ್ನೇ ನೋಡುತ್ತ ಕೇಳಿದರು.

''ತಗೊಂಡ್ನಾ?'' ಅವರ ಸ್ವರದಲ್ಲಿ ಇಣಕಿದ ಅನುಮಾನಕ್ಕೆ ಅನುಪಮ ಪೂರ್ಣ ವಿರಾಮ ಹಾಕಿದಳು. ''ತಗೊಂಡ್ರು....'' ಗೋಕುಲ್‌ನ ಕಣ್ಣುಗಳಲ್ಲಿ ವ್ಯಕ್ತವಾದ ಸಂತೋಷವನ್ನು ಹೇಗೆ ತಾಯಿಯ ಮುಂದೆ ವರ್ಣಿಸಿಯಾಳು?

ಅನುಪಮ ಎದೆಯ ಮೇಲೆ ಕೈಯಿಟ್ಟುಕೊಂಡು ಸುಧಾರಿಸಿಕೊಳ್ಳುವಂತೆ ಒಂದು ಕಡೆ ಕೂತಳು. ಕೃಷ್ಣನ್ ಬಂದು ಹೋದ ಮೇಲೆ ತಾಯಿಯ ಜೊತೆ ದೊಡ್ಡ ಹೋರಾಟವನ್ನೇ ನಡೆಸಿದ್ದಳು. ಮೊದ ಮೊದಲು ಸೋಲು ಇವಳದಾದರೂ ಕೊನೆಗೆ ಗೆಲುವು ತನ್ನದಾಗಿಸಿಕೊಂಡಳು.

''ನಿಮ್ಮಪ್ಪನ ಕಿವಿಗೆ ಬಿದ್ರೆ...'' ಅವರ ಜೀವ ನಡುಗಿತು. ಅನುಪಮ

ಹುಬ್ಬುಗಂಟಿಕ್ಕಿದಳು. ''ಬೀಳ್ಲಿ.... ಇರೋ ವಿಷ್ಯ ನೇರವಾಗಿ.... ಹೇಳೋದು....'' ಸರಾಗವಾಗಿ ನುಡಿದು ತುಟಿ ಕಚ್ಚಿಕೊಂಡಳು. ಆಮೇಲೆ ತನಗಷ್ಟು ಧೈರ್ಯವಿದೆಯೇ ಎಂದು ಯೋಚಿಸಿದಳು. ಇಕ್ಕಟ್ಟಿಗೆ ಸಿಕ್ಕಿಕೊಂಡಾಗ, ತಪ್ಪಿಲ್ಲವೆಂದು ಮನಕ್ಕೆ ಅರಿವಾದಾಗ ತಾನಾಗಿ ಧೈರ್ಯ ಮೂಡುತ್ತದೆಯೆಂಬ ನಿಶ್ಚಯಕ್ಕೆ ಬಂದಳು.

''ನಿನಗೆಂಥ ಕೆಟ್ಟ ಧೈರ್ಯ! ವಿಷ್ಯವೇನಾದ್ರು ತಿಳಿದ್ರೆ ಮೊದ್ಲು ಈ ಕತ್ತಿಗೆ ತಾಳಿ ಬಿಗ್ಸಿ ಕಳಿಸ್ತಾರೆ'' ಗರಬಡಿದವಳಂತಾದಳು.

''ಓಹೋ.... ಇದಾ ವಿಷ್ಯ ! ನಾನು ಇಲ್ಲಿದ್ರೆ ಎಂದಾದ್ರೂ ಮಾತನಾಡಬಹ್ದೂಂತ ತಾನೇ, ಗೆಳೆಯರ ಮನೆಗೆ ಹೊತ್ತು ಹಾಕೋ ಪ್ಲಾನ್ ನಡ್ಸಿದ್ದು! ತೋಟ ಮಾರೋಕು.... ಅದೇ ಕಾರಣನಾ?'' ಅವಮಾನ, ದುಗುಡದಿಂದ ಅವಳೆದೆ ಭಾರವಾಯಿತು. ಸುನಂದಮ್ಮನ ತುಟಿಗಳಿಗೆ ಬೀಗ ಇತ್ತು.

'ಛೆ! ಇದೆಂಥ ಯೋಚ್ನೆ!' ಮಾವನ ಮಗನೆಂಬ ಪ್ರೀತಿಗಿಂತ ಅಮೆರಿಕದಂಥ ದೇಶದಿಂದ ತನ್ನವರನ್ನೆಲ್ಲ ಬಿಟ್ಟು ಈ ದೇಶಕ್ಕೆ ಅದರಲ್ಲೂ ಮಮಕಾರದಿಂದ ಈ ಹಳ್ಳಿಗೆ ಬಂದ ಅವನ ಬಗ್ಗೆ ಮೆಚ್ಚಿಗೆ, ಅಭಿಮಾನದ ಜೊತೆ ಸಹಾನುಭೂತಿಯೂ ಇತ್ತು.

''ನಂಗಂತೂ ಅಪ್ಪನ ಧೋರಣೆ ಏನೇನೂ ಹಿಡ್ಸಲಿಲ್ಲ. ಒಂದೆರಡು ಮಾತುಗಳನ್ನು ಆಡೋದ್ರಿಂದ ನಮ್ಮ ವಿಚಾರ, ನೀತಿಗಳೇನು ನಷ್ಟವಾಗೋಲ್ಲ. ಆ ದೇಶದಲ್ಲಿ ಮಾವ ಹೇಗೆ ನಿಭಾಯಿಸಿರಬೇಕು?''

ಮಗಳ ಮಾತಿಗೆ ಸುನಂದಮ್ಮ ಮೌನವಾಗಿ ಒಳಗೆ ಹೋಗಿಬಿಟ್ಟರು. ದ್ವಂದ್ವದಲ್ಲಿ ತೊಳಲಾಡುತ್ತಿದ್ದರು. ಮಗಳು ಯೋಚಿಸುವ ರೀತಿಯಲ್ಲಿ ಅವರ ಮಿದುಳು ಕೆಲಸ ಮಾಡದು. ಗಂಡನ ರೀತಿ, ರಿವಾಜುಗಳು ಸರಿಯೆನಿಸಿದರೂ ಅಂತಃಕರಣ ಕೇಳದು.

* * *

ಪರೀಕ್ಷೆಗಳು ಮುಗಿದು ಕಾಲೇಜಿಗೆ ರಜ ಬಂದಿತ್ತು. ಮನೆ ಬಿಟ್ಟು ಅಲ್ಲಾಡುವ ಹಾಗಿರಲಿಲ್ಲ. ಅನುಪಮಳಿಗೆ ತಲೆ ಚಿಟ್ಟು ಹಿಡಿದುಹೋಯಿತು. ತೋಟ ಎನ್ನುವ ಪ್ರದೇಶ ವ್ಯಾಪಾರಕ್ಕೆ ನಿಂತಿತ್ತು. ಅವಳತ್ತ ಮುಖ ಹಾಕುವುದನ್ನೇ ಬಿಟ್ಟಳು.

ಒಂದು ದಿನ ಶಾಮಣ್ಣನವರು ಮಗಳಲ್ಲಿ ನೇರವಾಗಿ ಪ್ರಸ್ತಾಪಿಸಿದರು.

“ಒಳ್ಳೆ ಕಡೆ ಸಂಬಂಧ ಬಂದಿದೆ. ಒಂದ್ವರ್ಷ ಕಾದು ಹಾಳು ಮಾಡಿಕೊಳ್ಳುವುದೇಕೆ?”

ಅನುಪಮ ಬೆಚ್ಚಿದಳು. ಇದು ಅವಳ ಕಲ್ಪನೆಗೂ ಮೀರಿದ ವಿಷಯ. ಮೆಲ್ಲಗೆ ತಲೆಯೆತ್ತಿ ತಂದೆಯತ್ತ ನೋಡಿದವಳು, ತಲೆ ತಗ್ಗಿಸಿ ಕೂತಳು.

ಬಣ್ಣದ ಕಾಗದದ ರಾಶಿಯನ್ನು ಮುಂದೆ ಹರಡಿಕೊಂಡು ಕೂತಿದ್ದ ಅವಳು ಎಲ್ಲವನ್ನು ಜೋಡಿಸಿ ತಟ್ಟನೆ ಪೆಟ್ಟಿಗೆಗೆ ತುಂಬಿದಳು, ಅಲ್ಲಿಂದ ಜಾಗ ಖಾಲಿ ಮಾಡುವ ಯೋಚನೆ ಅವಳದು.

“ಅವ್ರೇ ಇನ್ನೊಂದ್ವರ್ಷ ಕಾಲೇಜಿಗೆ ಕಳಿಸ್ತಾರಂತೆ. ಜಾತಕಾನುಕೂಲವಿದೆ. ಬೇಡ ಅನ್ನೋಕೆ ಸಾಧ್ಯವೇ ಇಲ್ಲ.”

ಕೈಯಲ್ಲಿದ್ದ ರಟ್ಟಿನ ಪೆಟ್ಟಿಗೆ ನೆಲಕ್ಕೆ ಜಾರಿತು. ಕತ್ತರಿಸಿದ್ದ ಬಣ್ಣದ ಕಾಗದಗಳೆಲ್ಲ ಚೆಲ್ಲಾಪಿಲ್ಲಿಯಾದವು. ಅವುಗಳತ್ತಲೇ ನೋಡಿ ನಿಟ್ಟುಸಿರು ದಬ್ಬಿದಳು.

ಅಷ್ಟು ದೂರದಲ್ಲಿ ಕುಳಿತಿದ್ದ ತಾಯಿಯತ್ತ ನೋಡಿದಳು. ಅವರು ಗೆಲುವಾಗಿದ್ದರು. ಆಕೆಯ ಒಪ್ಪಿಗೆ ಇದುವರೆಗೆ ಸಿಕ್ಕಿರಬಹುದು. ಅಕಸ್ಮಾತ್ ಬೇಡ ಅನ್ನುವುದಕ್ಕೆ ಕಾರಣವೇನು?

“ಮೊದ್ಲು ಹುಡ್ಗನ ನೋಡಿ ಒಪ್ಕೋ... ಆಮೇಲೆ ಮುಂದಿನ ವಿಷಯ” ಶಾಮಣ್ಣನವರು ಮತ್ತೆ ಹೇಳಿದರು.

ಅವರ ಸಿಡಿಯುವ ಮಿದುಳು ಶಾಂತವಾಗಬೇಕಾದರೆ ಅನುಪಮಳ ಮದುವೆಯಾಗಲೇಬೇಕು! ತಪ್ಪು, ಒಪ್ಪಿನ ಪ್ರಶ್ನೆ ಇದರಲ್ಲಿರಲಿಲ್ಲ.

ಮಗಳ ಮೌನ ಅವರಿಗೆ ಬೇಸರ ತಂದಿತು. ಅಸಹನೆಯಿಂದ ಗುಡುಗಿದರು.

“ಏನಾದ್ರೂ ಹೇಳು.”

ಮೌನವಾಗಿದ್ದ ಅನುಪಮ ಜೋರಾಗಿ ನಕ್ಕುಬಿಟ್ಟಳು. ಮಗಳ ಮುಖದ ಮೇಲೆ ಹಾಲು ಚೆಲ್ಲಿದಂಥ ಬೆಳದಿಂಗಳು ಕಂಡಂತಾಯಿತು. ಪ್ರಸನ್ನರಾದರು.

“ಹೇಳೋಕೆ.... ಏನಿಲ್ಲ! ಮತ್ತೇನು.... ಮಾತಾಡ್ಲಿ?” ಅವಳ ಮುಖದ ನಗು ಮಾಸಿಹೋಗಲಿಲ್ಲ. ದಟ್ಟವಾಗಿತ್ತು.

“ಒಪ್ಪಿಗೆ ತಾನೇ?” ತಲೆ ಕೆರೆದುಕೊಂಡಳು. ಕಣ್ಣುಗಳು ಕಿರಿದಾದವು.

''ಇನ್ನು ಗಂಡನ್ನೇ ನೋಡಿಲ್ಲ?'' ಶಾಮಣ್ಣನವರು ಛಾವಣಿ ಹಾರುವಂತೆ ಜೋರಾಗಿ ನಕ್ಕರು. ಆ ನಗುವಿನ ಅಲೆಗಳು ಎಲ್ಲೆಡೆ ಅಪ್ಪಳಿಸಿ ಮನೆ ಸಂಭ್ರಮಗೊಂಡಿತು.

ಉಸಿರುಗಟ್ಟಿಸುವ ವಾತಾವರಣದಿಂದ ಸ್ವಲ್ಪ ಬಿಡುಗಡೆಯಾದಂತಾಯಿತು. ಈಗ ಗೋಕುಲ್ ಪ್ರಸ್ತಾಪದ ಬದಲು ಅನುಪಮಳ ಮದುವೆಯ ವಿಷಯವನ್ನು ಗಂಡ ಹೆಂಡತಿ ಮಾತನಾಡುತ್ತಿದ್ದರು.

ಮದುವೆ ವಿಷಯ ಬಂದ ಮೇಲೆ ಅನುಪಮ ಮೌನಿಯಾದಳು. ಮುಸುಕಿದ ನಿರ್ಲಿಪ್ತತೆಯ ಕಾರಣ ಭೇದಿಸಲು ಅವಳಿಂದಾಗಲಿಲ್ಲ. ಅವಳಂತು ಪುರುಷದ್ವೇಷಿಯಲ್ಲ. ಮದುವೆ ಬೇಡವೆಂದು ಓಡಾಡುವ ಜಾಯಮಾನದ ಹೆಣ್ಣಲ್ಲ. ಆದರೂ ಅವಳಲ್ಲಿನ ಉತ್ಸಾಹ ಕುಗ್ಗಿ ಹೋಗಿತ್ತು.

ಸುಡುಬಿಸಿಲಿನಲ್ಲಿ ಪರಪ್ಪ ಬಂದಾಗ ನಡುಮನೆಯಲ್ಲಿ ಕೂತಿದ್ದವಳು, ಎದ್ದು ಕೋಣೆಗೆ ಹೋದಳು. ಮನಸ್ಸಿನಲ್ಲಿಯೇ ಅನುಪಮ ಹಿಡಿ ಶಾಪ ಹಾಕಿದಳು.

''ಆರಾಮ.... ಬಿಡ್ರಿ ನಿಮ್ಕೆಲ್ಲ'' ಪರಪ್ಪ ನಗೆಯಾಡುತ್ತಲೇ ಆ ಸಮಯದಲ್ಲಿ ಬಂದಿದ್ದು ಶಾಮಣ್ಣನವರಿಗೂ ಇಷ್ಟವಾಗಲಿಲ್ಲ. ಅದನ್ನು ತೋರ್ಪಡಿಸಿಕೊಳ್ಳದೆ ನಗು ನಗುತ್ತಲೇ ಸ್ವಾಗತಿಸಿದರು.

''ವಿಷ್ಯ ಗೊತ್ತಾಯ್ತು ?'' ತಮ್ಮ ದಪ್ಪ ಶರೀರವನ್ನು ಕೆಳಗೆ ಹಾಕಿದರು. ಆಯಾಸದಿಂದ ಏದುಸಿರು ಬಿಡುತ್ತಿದ್ದರು. ಶಾಮಣ್ಣನವರ ಕುತೂಹಲ ಇಣಕಿತು. ''ಎಂಥದ್ದು? ಏನೂ ಗೊತ್ತಾಗಿಲ್ಲ. ಜಮೀನು ಕಡೆ ಸುತ್ತಾಡಿಕೊಂಡ್ಬಂದ್ರೆ... ಮುಗಿದ್ಹೋಯ್ತು! ಮನೆ ಬಿಟ್ಟು ಅಲ್ಲಾಡೋಲ್ಲ'' ಪರಪ್ಪನವರಿಗೆ ಅವರ ಮೇಷ್ಟರ್ ಕೆಲಸದ ಬಗ್ಗೆ ಅಸೂಯೆ ಮೂಡಿತು.

''ಅದೃಷ್ಟವಂತ! ಸುತ್ತಮುತ್ತ ಹಳ್ಳಿಗಳಿಗೆ ಟ್ರಾನ್ಸ್‌ಫರ್ ಮಾಡ್ಸಿಕೊಂಡು... ಸರ್ವೀಸೆಲ್ಲ ಕಳ್ದುಬಿಟ್ಟೆ'' ಎಂದು ದೇಶಾವರಿ ನಗೆ ಬೀರಿದಾಗ ಶಾಮಣ್ಣನವರಿಗೆ 'ಈ ಮಾರಾಯ ಆದಷ್ಟು ಬೇಗ ಜಾಗ ಖಾಲಿ ಮಾಡಿದ್ರೆ.... ಒಳ್ಳೇದು' ಎಂದುಕೊಂಡರು.

''ಬಂದ ವಿಷ್ಯನೇ ಮರ್ತುಬಿಟ್ರಲ್ಲಾ.....'' ಮೆಲ್ಲಗೆ ಜ್ಞಾಪಿಸಿದಾಗ ಪರಪ್ಪನವರ ಕಣ್ಣುಗಳು ಕಿರಿದಾದವು. ಸ್ವಲ್ಪ ಮುಂದಕ್ಕೆ ಬಗ್ಗಿದರು. ''ಶೀನಿ ದೋಸ್ತ್ ಕೃಷ್ಣಾ ಇಲ್ವಾ...'' ಅವರ ಹುಬ್ಬುಗಳು ವಿಚಿತ್ರ ಗತಿಯಲ್ಲಾಡಿತು. ಸಿಡಿದ ಎಂಜಲಿನ ತುಂತುರು

ಶಾಮಣ್ಣನ ಮುಖಕ್ಕೆ ಅಭಿಷೇಕಿಸಿತು. ಅವರಿಗೆ ವಾಕರಿಸಿಕೊಂಡು ಬಂತು. ಕೈಯಿಂದ ತೊಡೆದುಕೊಳ್ಳುತ್ತ ತುಸು ಹಿಂದಕ್ಕೆ ಸರಿದರು.

ಪರಪ್ಪನವರಿಗೆ ತಾವು ಹೇಳುವ ವಿಷಯದ ಮೇಲೆ ಮಾತ್ರ ಆಸಕ್ತಿಯಿದ್ದುದ್ದರಿಂದ ಎಂಜಲು ಸಿಡಿದಿದ್ದೇ ಆಗಲಿ, ತೊಡೆದುಕೊಂಡಿದ್ದೇ ಆಗಲಿ, ಹಿಂದಕ್ಕೆ ಸರಿದಿದ್ದಾಗಲಿ ಗಮನಿಸದೆ ಮತ್ತಷ್ಟು ಶಾಮಣ್ಣನತ್ತ ಬಗ್ಗಿದರು.

"ಒಂದ್ನಿಮ್ಷ.... ಬಂದೆ" ಶಾಮಣ್ಣನವರು ಎದ್ದು ಹೋದರು. ಪರಪ್ಪನ ಉತ್ಸಾಹ ಉಡುಗಿತು. ಕಿರಿಕಿರಿ ಮಾಡಿಕೊಂಡರು.

ಅಷ್ಟರಲ್ಲಿ ಸುನಂದಮ್ಮ ದೊಡ್ಡ ಸ್ಟೀಲ್ ಲೋಟದಲ್ಲಿ ನಿಂಬೆಹಣ್ಣಿನ ಷರಬತ್ತು ತಂದಿಟ್ಟರು. ಅದರಲ್ಲಿ ಉತ್ಸಾಹವಾಗಲಿ, ಆತ್ಮೀಯತೆಯಾಗಲಿ ಇರಲಿಲ್ಲ.

"ಹೇಗಿದ್ದೀಯಮ್ಮಾ? ಮಗ್ಳು ಮದ್ವೆ ವಿಷ್ಯ ಎಲ್ಲಿವರ್ಗೂ ಬಂತು?" ಲೋಟ ಕೈಗೆತ್ತಿಕೊಂಡರು.

"ಹೀಗೇ ನಡೀತಾ ಇದೆ!" ಆಕೆಯ ಸ್ವರದಲ್ಲಿ ನೀರಸ ಒಡೆಯಿತು. ಲೋಟ ಕೆಳಗಿಳಿಯಿತು. "ಇನ್ನೇನು ಚಿಂತೆ ಮಾಡ್ಬೇಕಿಲ್ಲ. ಆರಾಮವಾಗಿರ್ಬಹುದು!" ಒಗಟಾಗಿ ಹೇಳಿದಾಗ ಸುನಂದಮ್ಮನ ಹುಬ್ಬೇರಿತು. ಅರ್ಥವಾಗದಂತೆ ನೋಡಿದರು.

"ಶೀನಿ ಮಗಂಗೆ ಮದ್ವೆ...." ಘೊಳ್ಳನೆ ನಕ್ಕರು. ಸುನಂದಮ್ಮನ ಮೈಮೇಲೆ ಕೆಂಡಗಳು ಸುರಿದಂತಾಯಿತು. 'ನಗೋಂಥ ವಿಷ್ಯವೇನಿದೆ?' ಕೇಳಬೇಕೆನಿಸಿತು; ಕೇಳಲಿಲ್ಲ.

"ಬೆಂಗ್ಳೂರು ಕೃಷ್ಣ ಮಗ್ಳನ್ನ ಕೊಡ್ತಾನಂತೆ!" ಮುಖ ಕಿವಿ ಅವಚಿ ಹೇಳದ ವಿಷಯ ಹೇಳುವಂತೆ ಹೇಳಿದರು. "ಹಾಳಾಗ್ಲಿ ಬಿಡಿ, ಕುಲಗೆಟ್ಟ ಜನ....' ಬಾಯನ್ನ ವಿಚಿತ್ರ ಗತಿಯಲ್ಲಿ ತಿರುಗಿಸಿದರು. ಸುನಂದಮ್ಮನ ಮುಖ ಅರಳಿತು. ಮನ ಸಂಭ್ರಮಗೊಂಡಿತು. ಗೋಕುಲ್‌ಗಂತೂ ಕೆಡಕನ್ನು ಕನಸಿನಲ್ಲಿಯೂ ಬಯಸಲಾರರು.

"ಹೋಗ್ಲಿ ಬಿಡಿ.... ಅವುಗಳು ದೊಡ ಮನಸ್ಸು ಮಾಡಿದ್ರು." ಮನ ತುಂಬಿಯೇ ಹೇಳಿದರು.

ಈ ವಿಷಯ ಕಿವಿಗೆ ಬಿದ್ದಮೇಲೆ ಅನುಪಮ ಹೊರಗೆ ಬಂದಳು. ಕೃಷ್ಣನ್ ಏನೂ ದೊಡ್ಡ ವ್ಯಕ್ತಿಯಾಗಿ ಕಾಣಲಿಲ್ಲ, ಡಾ|| ಗೋಕುಲ್‌ನಂಥ ಸಭ್ಯ, ಸುಸಂಸ್ಕೃತ, ವಿದ್ಯಾವಂತ

ಯುವಕನಿಗೆ ಹೆಣ್ಣು ಕೊಡಲು ಯಾರೂ ಹಿಂದೇಟು ಹಾಕಲಾರರು; ಇದು ಸತ್ಯ ಸಂಗತಿ!

ಕೋಣೆಯ ಕಿಟಕಿಯ ಬಳಿ ಹೋಗಿ ನಿಂತಳು. ಕೃಷ್ಣನ್‌ರವರ ಕಾರು ಎದುರು ಮನೆಯ ಬಳಿ ನಿಂತಿತ್ತು. ವಿಶೇಷವಾಗಿ ಕಾಣಲಿಲ್ಲ, ಆಗಾಗ ಬರುತ್ತಿದ್ದರು. ನರ್ಸಿಂಗ್ ಹೋಂ ಕಟ್ಟಡ ಭವ್ಯವಾಗಿ ತಲೆಯೆತ್ತಿ ನಿಂತಿದ್ದರೂ ತಟಸ್ಥವಾಗಿತ್ತು. ಆದ್ದರಿಂದ ಊರಿನವರಿಗೆಲ್ಲ ಅನುಮಾನ.

''ಅಂಥ ಡಾಕ್ಟ್ರು ಇರೋಂಥ ಕೊಂಪೆಯಲ್ಲ!'' ಯುವಕರು ತಮ್ಮದೇ ರೀತಿಯಲ್ಲಿ ಪ್ರಚಾರ ನಡೆಸಿದ್ದರು. ಆದರೆ ಡಾ|| ಗೋಕುಲ್ ಸುಸ್ವಭಾವ, ಸರಳ ಮಾತು, ಚಿಕಿತ್ಸೆ ನೀಡುವ ವಿಧಾನ ಮೆಚ್ಚಿಕೊಂಡಿದ್ದ ಜನ ವಿಷಯ ತಿಳಿದು ಸಂಕಟಪಡುತ್ತಿದ್ದರು.

ಟೈಟ್ ಪ್ಯಾಂಟ್, ಟೀ ಷರಟು ಧರಿಸಿದ್ದ ಬಿಚ್ಚುಗೂದಲಿನ ಸುನೀತ ಹೊರಗೆ ಬಂದಾಗ ಅನುಪಮ ಕಣ್ಣರಳಿಸಿದಳು. ಮುಖದಲ್ಲಿ ಗೆಲುವು, ಕಣ್ಣಲ್ಲಿನ ಮಿಂಚು.. ಮೆಚ್ಚುಗೆಯಾಯಿತು.

''ಗೋಕುಲ್ ಕಡೆಯವರಾಗಿ ನಾವಾದ್ರೂ ಮದುವೆಗೆ ಹೋಗ್ಬೇಕೂ... ಅದಕ್ಕೂ ಅಪ್ಪ ಅಡ್ಡಿ ಮಾಡಿದ್ರೆ...'' ಮುಖದ ಮೇಲೆ ಬೇಸರದ ಛಾಯೆ ಮೂಡಿ ದಟ್ಟವಾಗಿ ವ್ಯಥೆ ಇಣಕಿತು.

ಸಂಜೆಯವರೆಗೂ ಹೇಗೆ ಸಮಯವನ್ನು ದೂಡಿದಳೋ ''ಅಮ್ಮ ತೋಟದ್ವರ್ಗೆ ಹೋಗ್ಬರ್ತೀನಿ...'' ಹೊರಟೇಬಿಟ್ಟಳು. ಸುನಂದಮ್ಮ ಹೊರಗೆ ಬಂದಾಗ ಮಗಳು ಬರಲೇ ಇಲ್ಲ, ಮನೆಯಲ್ಲಿ ಕೂತು ಏನ್ಮಾಡ್ತಾಳೆ! ಹೋಗ್ಬರ್ಲಿ ಎಂದು ಒಳಗೆ ಹೋದರು. ಗಂಡ ಪರಪ್ಪನೊಂದಿಗೆ ಹೊರಟಿದ್ದರಿಂದ ಯಾವ ಭಯವೂ ಇರಲಿಲ್ಲ.

ಬೇಸರದಿಂದ ಹೊರಟ ಅನುಪಮ ತೋಟದ ಬಳಿ ಕಾರು ನೋಡಿದಾಗ ತಟ್ಟನೆ ನಿಂತಳು. ಹಿಂದಿರುಗಿಬಿಡಲೇ? ಯೋಚಿಸಿದಳು.

ನಿರ್ಧಾರ ಅಲುಗಾಡುತ್ತಿತ್ತು. ಉದಾಸೀನವಾಗಿ ತಮ್ಮ ತೋಟದ ಬಾಗಿಲಿನತ್ತ ಹೆಜ್ಜೆ ಹಾಕಿದಳು. ಅಧೋಸ್ಥಿತಿಗೆ ಇಳಿದ ತೋಟ ಮರುಕವನ್ನುಬ್ಬಿಸುತ್ತಿತ್ತು. ಮಾರಾಟದ ವಿಷಯ ಬಂದ ಮೇಲೆ ಅವಳು ಅತ್ತ ತಲೆಹಾಕಿರಲಿಲ್ಲ.

ಒಳಕ್ಕೆ ಕಾಲಿಟ್ಟವಳೇ ನಿಂತು ಸುತ್ತಲೂ ನೋಟವರಿಸಿದಳು. ಕಳಿಕಳಿಸುವ ಪಕ್ಕದ ತೋಟ – ಬರಡಾದ ತಮ್ಮ ತೋಟ ಒಂದು ತರಹ ಸಂಕೋಚವಾಯಿತು

ಅನುಪಮಳಿಗೆ.

ಪಕ್ಕದ ತೋಟದಂತೆ ಇದೂ ಕಂಗೊಳಿಸುವ ಹಾಗಿದ್ದರೆ ಯಾಕೆ ಗೋಕುಲ್‌ಗೆ ಕೊಟ್ಟುಬಿಡಬಾರದು. ಕೃಷ್ಣನ್ ಅದರ ಪ್ರಸ್ತಾಪ ಮಾಡಿದ್ದು ತಿಳಿದು ಶಾಮಣ್ಣನವರು ಹಾರಾಡಿಬಿಟ್ಟಿದ್ದರು. ಅದು ಪಾಳು ಬಿದ್ದರೂ ಸರಿ ಕೊಡುವುದಿಲ್ಲವೆಂದು ಗುಡುಗಿದ್ದರು.

ಕಲಕಲ ನಗುವಿನ ಸದ್ದು ಕೇಳಿಸಿತು. ಅನುಪಮಳ ಕಿವಿ ನಿಮಿರಿತು. ಕಡೆಯಲ್ಲಿದ್ದ ನಂದಿಬಟ್ಟಲ ಹೂಗಿಡದ ಮಗ್ಗುಲಲ್ಲಿ ಹೋಗಿ ನಿಂತಳು.

''ಅನುಪಮ....'' ಕೃಷ್ಣನ್ ಸ್ವರ ಅವಳನ್ನು ಮೇಲಿನಿಂದ ಎತ್ತಿ ಕೆಳಗೆಸೆದಂತಾಯಿತು. ಹಲ್ಲಿನಡಿ ಕೆಳತುಟಿಯನ್ನು ಕಚ್ಚಿ ಹಿಡಿದಳು. ಮೆಲ್ಲಗೆ ಕೆಮ್ಮಿ ಗಂಟಲು ಸರಿಪಡಿಸಿಕೊಂಡು ನಗುವಿನ ಮುಖವಾಡ ಹೊದ್ದು ಬೇಲಿಯ ಬಳಿ ಹೋಗಿ ನಿಂತಳು.

''ಏನು ಮಾವ?'' ಶುದ್ಧ ಉಚ್ಚಾರದ ಸುಸ್ವರಕ್ಕೆ ತಲೆದೂಗಿದರು. ಜೋಯಿಸರ ಮೃದುಸ್ವರ ಕೇಳಿದಂತಾಯಿತು. ''ನಮ್ಗೆ ಕಂಪನಿ ಕೊಡು ಬಾ'' ಎಂದಾಗ ಕೃಷ್ಣನ್ ಅವಳೆದೆಯ ಬಡಿತ ನಿಂತಂತಾಯಿತು. ಆ ತೋಟದಲ್ಲಿ ಹೆಜ್ಜೆಯೂರಿ ಬದುಕಲು ಸಾಧ್ಯವೇ?

''ಇಲ್ಲ ಮಾವ, ಮನೆಗೆ... ಹೋಗ್ಬೇಕೂ'' ತಡವರಿಸಿದಳು. ಕೃಷ್ಣನ್ ತುಟಿಗಳ ಮೇಲೆ ನೋವಿನ ನಗು ಇಣುಕಿತು. ಸಮಾಜ ತೀರಾ ಕ್ರೂರ! ಎಂದುಕೊಂಡರು. ಅನುಪಮಳ ನೋಟ ನೆಲದಲ್ಲಿ ಹರಿದಾಡಿತು.

''ಗೋಕುಲ್ ಯಾರು ಗೊತ್ತಾ?'' ಸ್ವರದಲ್ಲಿ ಕಠಿಣತೆ ಮಿನುಗಿತು. ಬಗ್ಗಿಸಿದ ತಲೆಯನ್ನು ಮೇಲಕ್ಕೆತ್ತಿದಳು. ಕಣ್ಣುಗಳಲ್ಲಿ ಮಿಶ್ರಭಾವ ಇಣುಕಿತು. ಬದಿಯಲ್ಲಿದ್ದ ಡಾ|| ಗೋಕುಲ್ ಕಣ್ಣುಗಳು ಹೊಳೆದವು. ಅವಳ ತಲೆ ಬಗ್ಗಿತು. ''ಕ್ಷಮ್ಸಿ... ಎಂದಳು ಸೋತ ಸ್ವರದಲ್ಲಿ,

''ನೋಡು...'' ಏನೋ ಹೇಳಲು ಮುಂದಾದರು. ಅನುಪಮ ತಕ್ಷಣ ತಡೆದಳು. ''ದಯವಿಟ್ಟು ಏನೂ ಹೇಳ್ಬೇಡಿ, ಮಾವ'' ನಿಸ್ಸಹಾಯಕ ಸ್ವರ ಅವರನ್ನು ತಡೆಯಿತು.

ವಿಷಯ ಬಯಲಾದರೂ ಪ್ರಸ್ತಾಪ ಆ ಧಾಟಿಯಲ್ಲಿಯೇ ಮುಂದುವರಿಯಿತು.

"ಹೋಗ್ಲಿ ಬಿಡು. ತೋಟ ಮಾರೋ ವಿಷ್ಯ ಏನಾಯ್ತು?" ಅಲ್ಲಿ ನಿಲ್ಲಲು ಅನುಪಮಳಿಗೆ ಕಸಿವಿಸಿಯಾಯಿತು. ಕೃಷ್ಣನ್ ಸುಲಭವಾಗಿ ಅರ್ಥಮಾಡಿಕೊಂಡರು.

ಸೇಬು ಕಚ್ಚುತ್ತಿದ್ದ ಸುನೀತ ತಟ್ಟನೇ ಬಂದಳು.

"ನಾನು ಬರ್ಲಾ...." ಸುನೀತಳ ಕಣ್ಣುಗಳಲ್ಲಿ ಆಸೆ ಮಿನುಗಿತು. ಸುತ್ತಲೂ ನೋಟವರಿಸಿದ ಅನುಪಮಳ ಮುಖದ ಗೆಲುವು ಪೂರ್ತಿ ಹಿಂಗಿಹೋಯಿತು. "ಎಲ್ಲಾ... ಬರಡಾಗಿದೆ!"

ಆದರೆ ಸುನೀತ ಸ್ವಲ್ಪ ಕಷ್ಟದಿಂದಲೇ ಮುಳ್ಳಿನ ಬೇಲಿ ಹಾರಿ ಈ ಕಡೆ ಬಂದಳು. ಅವಳ ಸ್ನೇಹ ಸ್ವಭಾವವನ್ನು ಅನುಪಮ ಮೆಚ್ಚಿಕೊಂಡಳು.

"ಡ್ಯಾಡಿ ಹೇಳೋ ಹಾಗೆ.... ನೀವು ಶುದ್ಧ ಭಾರತೀಯ ಪರಂಪರೆಯ ಹೆಣ್ಣು!" ಅನುಪಮಳ ಕೆನ್ನೆಯ ಮೇಲೆ ಮೃದುವಾಗಿ ಬೆರಳಾಡಿಸುತ್ತ ಹೇಳಿದಳು.

ಸುನೀತಾ ಮಾತಿನ ಹೆಣ್ಣು– ಇಬ್ಬರು ಒಂದೆಡೆ ಕೂತರು. ಮಾತೆಲ್ಲ ಅವಳದೇ ಅನುಪಮ ಮೌನವಾಗಿ ಕೂತು ಆಲಿಸಿದಳು. ಡಾ|| ಗೋಕುಲ್ ಬಗ್ಗೆ ನೂರು ಮಾತುಗಳನ್ನು ಆಡಿದಳು. ಅವಳ ಆಭಿಪ್ರಾಯದಂತೆ ಡಾ|| ಗೋಕುಲ್ ಇಲ್ಲಿ ಉಳಿಯುವುದು ಮೂರ್ಖತನ.

"ನಿಮ್ಮ ಅಭಿಪ್ರಾಯ...." ಹುಬ್ಬೆತ್ತಿ ಸುನೀತ ಪ್ರಶ್ನಿಸಿದಾಗ ಅನುಪಮ ಗಂಭೀರವಾದಳು. "ಅವಶ್ಯಕವೂ ಅಲ್ಲ! ಅಗತ್ಯವೂ ಇಲ್ಲ! ಬೇರೊಬ್ಬರ ವಿಷ್ಯದಲ್ಲಿ ತಲೆ ಹಾಕೋಕೆ ನಾನು ಇಷ್ಟಪಡೋಲ್ಲ!" ಅವಳ ಸ್ವರದಲ್ಲಿ ಕೊಂಕಾಗಲಿ, ವ್ಯಂಗ್ಯವಾಗಲಿ, ಅಸಹನೆಯಾಗಲಿ ಇಣಕಲಿಲ್ಲ, ಕಣ್ಣುಗಳಲ್ಲಿ ನಿರ್ಮಲ ಕಾಂತಿಯನ್ನು ನೋಡಿ ಸುನೀತ ದಂಗಾದಳು.

ಕತ್ತಲೆ ಮೆಲ್ಲ ಮೆಲ್ಲಗೆ ಆವರಿಸಿಕೊಳ್ಳತೊಡಗಿತು. ದುರ್ಬಲತೆ ಹೊರಗೆಡವಲಾರದೆ ಅನುಪಮ ಕೂತಿದ್ದಳು. ಕೃಷ್ಣನ್ ಎಚ್ಚರಿಸಿದಾಗ ಇಬ್ಬರೂ ಎದ್ದರು.

ಕಾರು ಹೊರಟು ನಿಂತಾಗ ಡಾ|| ಗೋಕುಲ್ ಅವಳತ್ತ ನೋಡಿದ. ಮಂದ ಬೆಳಕಿನಲ್ಲೂ ಸುಂದರ ಪ್ರತಿಮೆಯಂತೆ ಕಂಡಳು.

"ಕಮಿನ್.... ಮೇಡಮ್...." ಎಂದ ಅವನ ಕೈ ಪ್ಯಾಂಟು ಜೇಬಿನೊಳಕ್ಕೆ

ಇಳಿಯಿತು. ಮುಖ ಮೇಲೆತ್ತಿ ಆಕಾಶದ ಕಡೆ ನೋಡಿದ.

"ಥ್ಯಾಂಕ್ಯೂ, ತಂಪಾದ ಸಮಯ ನಂಗೆ ವಾಕ್ ಇಷ್ಟ" ಸರಸರನೆ ಸರಿದು ಹೋದವಳತ್ತ ನೋಡಿದ. ಉದ್ದನೆಯ ಜಡೆ ನಾಟ್ಯದ ಗತಿಯಲ್ಲಿ ತೂಗಾಡುತ್ತಿತ್ತು. "ಬ್ಯೂಟಿಫುಲ್...." ಉದ್ಗರಿಸಿ, ಕಾರಿನೊಳಕ್ಕೆ ಜಾರಿದ. ಸುನೀತಳ ಬಾಬ್ ಕೂದಲು ಇವನ ಕೆನ್ನೆಗೆ ಮುತ್ತಿಕ್ಕಿತು. "ನಿನ್ನ ಕೂದಲ್ನ ಯಾಕೆ ಕಟ್ ಮಾಡ್ದೆ?" ಸ್ಟಾರ್ಟ್ ಮಾಡುತ್ತ ಕೇಳಿದ. ಸುನೀತ ನಗೆಯ ಅಲೆಗಳನ್ನು ಚಿಮ್ಮಿದಳೇ ವಿನಃ ಅವನ ಪ್ರಶ್ನೆಗೆ ಉತ್ತರಿಸಲು ಹೋಗಲಿಲ್ಲ.

ಗೋಕುಲ್ ಕಾರಿನ ವೇಗ ಹೆಚ್ಚಿಸಿದ. ಕೃಷ್ಣನ್ ಶಾಮಣ್ಣನವರ ಮೂರ್ಖತನದ ಬಗ್ಗೆ ಗೊಣಗಾಡಿದರು.

"ಶಾಮಣ್ಣನವರಲ್ಲಿ ಬದಲಾವಣೆ ನಿರೀಕ್ಷಿಸೋದು ಮೂರ್ಖತನ!" ಬೇಸತ್ತು ಕೃಷ್ಣನ್ ಗುಡುಗಿದಾಗ ರಸ್ತೆಯತ್ತ ನೆಟ್ಟಿದ್ದ ಗೋಕುಲ್ ಕಣ್ಣುಗಳಲ್ಲಿ ವ್ಯಥೆಯ ನೆರಳಾಡಿತು. ಆ ಮನೆಯ ಸಂಬಂಧ ಸರಿಹೋಗದ ಹೊರತು ಇಲ್ಲಿನ ಸಾಮಾಜಿಕ ಜೀವನದಲ್ಲಿ ಬೆರೆತುಹೋಗುವುದು ಕಷ್ಟವೆನಿಸಿತು.

ಅನುಪಮ ಮನೆಗೆ ಬಂದಾಗ ಸುನಂದಮ್ಮ ಬಾಗಿಲಿನಲ್ಲೇ ಎದುರು ನೋಡುತ್ತ ಕೂತಿದ್ದರು. ಕಣ್ಣುಗಳಲ್ಲಿ ಅವ್ಯಕ್ತ ನೋವಿತ್ತು. ಅಸಹಾಯಕತೆಯ ನೋಟ ಬೀರಿದಳು ಅನುಪಮ.

"ಯಾಕಮ್ಮ ಒಂದು ತರಹ ಇದ್ದಿ?"

ಆಕೆಯ ಮೈಮೇಲೆ ಮುಳ್ಳು ಎರಚಾಡಿದಂತಾಯಿತು. ಅನವಶ್ಯಕವಾಗಿ ರೇಗಿಬಿಟ್ಟರು.

"ನಿಂಗ್ಯಾಕೆ ಸ್ವಪ್ರತಿಷ್ಠೆ. ಎಲ್ಲಾ ವಿಷ್ಯಕ್ಕೂ ತಲೆ ಹಾಕಿಕೊಂಡು ಬರ್ತೀಯಾ?!"

ಅನುಪಮ ಬೆಪ್ಪಾದಳು. ಈ ಅಪರೂಪದ ಸಿಡುಕು ಅವಳಲ್ಲಿ ಆತಂಕವನ್ನು ಮೂಡಿಸಿತು. ಕೋಣೆಗೆ ಹೋಗಿ ಕೈಗೆ ಸಿಕ್ಕಿದ ಪುಸ್ತಕ ಹಿಡಿದು ಗಾಳಿಯಲ್ಲಿ ಪುಟಗಳನ್ನು ಮೊಗಚತೊಡಗಿದಳು.

"ಮನೆಯಲ್ಲಿ, ಯಾರು ಇಲ್ವಾ!" ಗೊಂಬೆಗಳಂತೆ ಕೂತ ತಾಯಿ ಮಗಳ ದೇಹದಲ್ಲಿ ಶಾಮಣ್ಣನ ಕೂಗಿನಿಂದ ಚಲನೆ ಬಂತು. "ಇಲ್ದೇ, ಎಲ್ಹೋಗ್ತೀವಿ?"

ಎದ್ದವಳು ತಾಯಿಯ ಸ್ವರ ಕೇಳಿ ತಟಸ್ಥವಾಗಿ ಕೂತಳು. ಈಚಿನ ವಿದ್ಯಮಾನಗಳಿಂದ ಅವಳ ಮಿದುಳು ರಣರಂಗವಾಗಿತ್ತು. ಯಾವುದೇ ನಿರ್ದಿಷ್ಟ ಕಾರಣವಿಲ್ಲದೆ ಶಾಮಣ್ಣನವರು ಮಗಳ ಮದುವೆಯವರೆಗೂ ಮುಂದುವರಿದಿದ್ದರು. ಆದರೆ ಪ್ರಶ್ನಿಸುವ ಅಧಿಕಾರ ಮಾತ್ರ ಯಾರಿಗೂ ಇಲ್ಲ.

ಈ ದಿನ ಗೋಕುಲ್ ಮೇಲೂ ಸಿಟ್ಟು ಬಂತು. ಅನವಶ್ಯಕ ಗೊಂದಲ, ಸಿಡಿಮಿಡಿ, ಇತರ ಪ್ರಕರಣಗಳಿಗೆ ಅವನೇ ಕಾರಣನೆಂದುಕೊಂಡಳು.

"ಸದ್ಯ, ಮಾರಾಯ ಜಾಗ ಖಾಲಿ ಮಾಡಿದ್ರೆ.... ನಿರಾತಂಕವಾಗಿರಬಹುದು!"

ತಕ್ಷಣ ಅವಳ ವಿವೇಕ ಎಚ್ಚೆತ್ತು ಪ್ರಶ್ನಿಸಿದಾಗ ತಲೆ ತಗ್ಗಿಸಿ ತನ್ನ ತಪ್ಪನ್ನು ಒಪ್ಪಿಕೊಂಡಳು. ತಮ್ಮ ಮೂರ್ಖತನಕ್ಕೆ ಗೋಕುಲ್‌ನ ನಿಂದಿಸುವುದು ಸರಿಯಲ್ಲವೆನಿಸಿತು.

ನಾಲ್ಕು ದಿನ ಎಲ್ಲಾದರೂ ಹೋಗಿ ತಲೆ ಬಿಸಿ ಕಡಿಮೆ ಮಾಡಿಕೊಳ್ಳಬೇಕೆನಿಸಿತು. ಶಾಮಣ್ಣನವರ ಗೆಳೆಯ ವಾಮನ್ ಮಗಳು ಇವಳ ಗೆಳತಿ. ಅಲ್ಲಿ ಕೆಲವು ದಿನ ಹೋಗಿ ಉಳಿಯಲು ತಂದೆ ಅಡ್ಡಿ ಮಾಡಲಾರರು.

ನೇರವಾಗಿ ಹೋಗಿ ತಂದೆಯ ಮುಂದೆ ವಿಷಯ ಇಟ್ಟಳು.

"ತುಂಬಾ ಬೇಜಾರು, ನಾಲ್ಕು ದಿನ ಮೇಷ್ಟ್ರು ಮನೆಗಾದ್ರೂ.... ಹೋಗ್ಬರ್ತೀನಿ!"

ತಂದೆಯ ಗಂಭೀರ ಮುಖ ನೋಡಿ ತಾನು ಕೇಳಿದ್ದು ತಪ್ಪಾಯಿತೇನೋ ಎಂದು ತುಟಿ ಕಚ್ಚಿಕೊಂಡಳು. ಹಾಗೇನು ಆಗಲಿಲ್ಲ.

"ಹೋಗಿದ್ದು.... ಬಾ."

ತಂದೆಯ ಒಪ್ಪಿಗೆ ಕೇಳಿ ಅವಳಿಗೆ ಕುಣಿದಾಡುವಷ್ಟು ಸಂತಸವಾಯಿತು. ಆದರೆ ಸುನಂದಮ್ಮನ ಮುಖ ಧುಮುಗುಟ್ಟಿತು. ತಾವು ಸಿದ್ಧವೆನ್ನುವಂತೆ ಕಂಬನಿಯ ಬಿಂದುಗಳು ಕಣ್ಣಂಚಿನಲ್ಲಿ ಮಡುವುಗಟ್ಟಿತ್ತು.

"ಎಲ್ಲಿಗೂ ಬೇಡ, ಕಾಲೇಜು ಶುರುವಾದ್ಮೇಲೆ ಸುತ್ತಾಡೋದು ಇದ್ದೇ ಇರುತ್ತೆ. ಮಧ್ವೆ ಮಾತು ಇಟ್ಕೊಂಡು ಅವರಿವ್ರ ಮನೆಗ್ಯಾಕೆ"

ಅನುಪಮ ಸಂದಿಗ್ಧಕ್ಕೆ ಬಿದ್ದಳು. ಶಾಮಣ್ಣನವರಿಗೆ ಏನೇನೂ ಅರ್ಥವಾಗಲಿಲ್ಲ. ಈಚಿನ ಹೆಂಡತಿಯ ಮುಂಗೋಪ ಅವರಿಗೆ ಸಮಸ್ಯೆಯಾಗಿತ್ತು.

"ನಾಲ್ಕು ದಿನ ಹೋಗ್ಬರ್ಲಿ ಬಿಡೆ...." ತಣ್ಣಗೆ ಶಾಮಣ್ಣನವರು ನುಡಿದಾಗ ಸುನಂದಮ್ಮ ಹೆಡೆ ತುಳಿದ ನಾಗಿಣಿಯಾದರು. "ಬೇಡ ಅಂದ್ಮೇಲೆ.... ಬೇಡ. ಅವ್ರೇನು ಅವ್ಳ ಸ್ವಂತ ಸೋದರಮಾವನ? ಆ ಅದೃಷ್ಟ ಅವ್ಳು ಕೇಳ್ಕೊಂಡ್ ಬಂದಿಲ್ಲ" ಅಳೋಕೆ ಶುರುಮಾಡಿಬಿಟ್ಟರು.

ಶಾಮಣ್ಣನವರು ಸುಸ್ತಾದರು. ಹೆಂಡತಿ ತಿರುಗಿಬೀಳುತ್ತಿದ್ದುದು ಈ ನಡುವೆಯೆ! ಈ ಬದಲಾವಣೆಗೆ ಕಾರಣವೇನು?

ಅನುಪಮಳ ಕಣ್ಣುಗಳಲ್ಲಿ ಅಚ್ಚರಿ, ಆತಂಕ ಇಣುಕಿತು. ಕೋಪ ಅಸಹನೆಯೆಲ್ಲ ಹೊಸದಾಗಿ ಕಂಡಿತು.

* * *

ಈಚೆಗೆ ಸುನಂದಮ್ಮ ಸವೆಯತೊಡಗಿದರು. ಕಣ್ಣುಗಳಲ್ಲಿನ ಕಾಂತಿ ಮಾಯವಾಗಿತ್ತು. ಲೀಲಾಜಾಲವಾಗಿ ನಗುಮುಖದಿಂದ ಕೆಲಸ ಮಾಡುತ್ತಿದ್ದ ಆಕೆ ಸೊರಗತೊಡಗಿದರು. ಒಂದು ತರಹ ನಿರ್ಲಿಪ್ತತೆ ಅವರನ್ನು ಆವರಿಸಿತ್ತು.

ಹದಿನೈದು ದಿನದಿಂದ ಡಾ|| ಗೋಕುಲ್ ಹಳ್ಳಿಯಲ್ಲಿರಲಿಲ್ಲ. ಕಾರಣ ಯಾರಿಗೂ ಗೊತ್ತಿರಲಿಲ್ಲ. ಕಾಂಪೌಂಡರ್, ನರ್ಸ್‌ಗೆ ಬೆಂಗಳೂರಿಗೆ ಹೋಗಿ ಬರುವುದಾಗಿ ತಿಳಿಸಿದ್ದ.

ತೋಟದ ಕಡೆ ಹೋಗಿ ಅನುಪಮ ಮನೆಗೆ ಬಂದಾಗ ಎದೆ ಭೇದಿಸುವಂಥ ಮೌನ ಬಿದ್ದುಕೊಂಡಿತ್ತು. ಆತಂಕದಿಂದ ಅವಳೆದೆಯ ಬಡಿತ ಜೋರಾಯಿತು.

ಚಿಮ್ಮುವ ಉತ್ಸಾಹದಂತಿದ್ದ ಈ ಮನೆಗೆ ಏನಾಗಿದೆ? ಉತ್ತರ ಎದುರಿಗಿದ್ದರೂ ಮರೆಮಾಚುವ ಪ್ರಯತ್ನ ಎಲ್ಲರದು. ಬಾಯಿ ಬಿಟ್ಟು ಮಾತ್ರ ಆಡಲಾರರು.

ಅಡಿಗೆಯ ಮನೆಯ ಬಾಗಿಲಿಗೆ ಬಂದು ಅನುಪಮ ದಿಗ್ಭ್ರಮೆಯಿಂದ ನಿಂತುಬಿಟ್ಟಳು. ಸುನಂದಮ್ಮ ತಲೆಯ ಕೆಳಗೆ ಕೈಕೊಟ್ಟು ಮಲಗಿಬಿಟ್ಟಿದ್ದರು. 'ಅಯ್ಯೋ' ಎಂದು ಅವಳ ಮನ ಚೀರಿ ರೋದಿಸಿತು. ಸಮೀಪ ಹೋಗಿ ಕೂತಳು.

"ಅಮ್ಮ, ಡಾಕ್ಟ್ರು ಹತ್ರನಾದ್ರೂ ತೋರ್‍ಸ್ಬೋಣ! ನಿನ್ನ ಆರೋಗ್ಯ ಸರಿಯಿಲ್ಲ! ಅವಳ ಗಂಟಲು ಕಟ್ಟಿ ಅಳು ಬಂದಂತಾಯಿತು. ತಟ್ಟನೆ ಸುನಂದಮ್ಮ ಎದ್ದು ಕೂತರು.

ಅವಳ ನೋಟದಿಂದ ತಮ್ಮ ನೋಟವನ್ನು ಮರೆಮಾಚಿದರು. ನಂಗೇನಾಗಿದೆ? ವಯಸ್ಸಾಯ್ತು ಅಷ್ಟೆ!"

ಇದು ಸುಳ್ಳೆಂದು ಅನುಪಮಳಿಗೆ ಗೊತ್ತು.

"ಹೋಗಮ್ಮ, ನಿಂಗೇನು ಅಂಥ ವಯಸ್ಸಾಗಿರೋದೂ! ಸುಮ್ನೆ ಏನೇನೋ ಹಚ್ಕೊಂಡು ಕೊರಗ್ತೀಯಷ್ಟೆ. ನಿನ್ನ ಮನಸ್ಸಿನಲ್ಲೇನಿದೇಂತ ಬಾಯಿ ಬಿಟ್ಟಾದ್ರೂ.... ಹೇಳು." ಕಣ್ಣಿನ ಕಂಬನಿ ಕೆನ್ನೆಯ ಮೇಲೆ ಉರುಳಿದಾಗ ಅನುಪಮ ಮುಂಗೈನಿಂದ ತೊಡೆದುಕೊಂಡಳು.

ಸುಮ್ಮನೆ ಕೂತಿದ್ದ ಆಕೆ ನೋಟವನ್ನು ಶೂನ್ಯದಲ್ಲಿ ನೆಟ್ಟು ಪ್ರಶ್ನಿಸಿದರು.

"ಶೀನಣ್ಣಯ್ಯನಿಗೆ ಸಾಯೋಂಥ ವಯಸ್ಸು ಆಗಿತ್ತಾ?"

ಅನುಪಮ ಬೆಚ್ಚಿದ್ದಳು. ಇಂಥದೊಂದು ಕೊರಗು ಹಚ್ಚಿಕೊಂಡಿರಬಹುದೆಂಬ ಊಹೆ ಇತ್ತೇ ವಿನಃ ಇಷ್ಟು ತೀವ್ರವಾಗಿ ಬಲಿಯಾಗಿದ್ದಾರೆಂಬುದು ಆತಂಕವನ್ನು ಹುಟ್ಟಿಸಿತು. ಗೊಂಬೆಯಂತೆ ಕೂತುಬಿಟ್ಟಳು.

ಸುನಂದಮ್ಮನ ಮನ ಅರ್ಥವಾಗದ ತೊಳಲಾಟದಲ್ಲಿ ಸಿಕ್ಕಿಕೊಂಡಿತ್ತು. ಡಾ|| ಗೋಕುಲ್‌ನ ಕಂಡಾಗ ಅವರೆದೆ ಬಿರಿದುಹೋಗುತ್ತಿತ್ತು. ಅಂತಃಕರಣ ಬಾಧಿಸುತ್ತಿತ್ತು. ಅವನನ್ನು ಕರೆಯಬೇಕು, ಬಾಯಿ ತುಂಬಾ ಮಾತನಾಡಿಸಬೇಕು, ಆದರಿಸಬೇಕು ಇಂಥ ಎಷ್ಟೋ ಆಸೆಗಳು. ಆದರೆ, ತಮ್ಮ ಆಚಾರ, ವಿಚಾರಗಳಲ್ಲಿ ಅಚಲವಾದ ನಂಬಿಕೆಯುಳ್ಳವರು. ಗಂಡನಿಗೆ ವಿರೋಧವಾಗಿ ಹೋಗಲಾರರು. ಈ ದ್ವಂದ್ವದಲ್ಲಿ ಚಿತ್ತದ ಸಮಸ್ಥಿಯನ್ನು ಕಳೆದುಕೊಂಡಿದ್ದರು. ಈ ನೋವು ಅವರ ಚೇತನವನ್ನು ಕಸಿದುಕೊಂಡಿತ್ತು.

ಮೆಲ್ಲಗೆ ತಾಯಿಯ ತೀರಾ ಸಮೀಪದಲ್ಲಿ ಜರುಗಿದಳು. ಭುಜದ ಮೇಲೆ ಕೈಯಿಟ್ಟ ಕೂಡಲೇ ಬೆಚ್ಚಿಬಿದ್ದಳು.

"ಅಮ್ಮ..." ಅವರ ಮನದಲ್ಲಿ ಮೂಡಿದ್ದ ದ್ವಂದ್ವವನ್ನು ಒಂದಕ್ಷರ ಬಿಡದೇ ಓದಿ ಅರಗಿಸಿಕೊಂಡಳು. ಸರಳವಾದ ಹಾದಿ ಇತ್ತು. ಅದಕ್ಕೆ ಸಂಕೋಲೆ ತೊಡಿಸಿ ಭೀತಿಯಿಂದ ಅದರತ್ತ ನೋಡುತ್ತಿದ್ದರು.

"ಅಮ್ಮ...." ಗೋಕುಲ್ ಅಮೆರಿಕನ್ ತಾಯಿಯ ಹೊಟ್ಟೆಯಲ್ಲಿ ಹುಟ್ಟಿದ್ರೂ....

ಶೀನಿ ಮಾವನ ಮಗ ತಾನೇ! ಇದು ಬೇರಿನಿಂದ ಬೆಳೆದು ಬಂದ ಅನುಬಂಧ. ಸುಮ್ನೆ ಯಾಕೆ ಕೊರಗು? ಆಗಾಗ ಮಾತಾಡ್ಸು. ಅಣ್ಣನ ಮಗನೆಂಬ ಪ್ರೀತಿಯಿಂದ ಆದರಿಸು. ಅದ್ರಲ್ಲಿ.... ತಪ್ಪೇನು? ಸುನಂದಮ್ಮನ ಕಣ್ಣುಗಳಲ್ಲಿ ಭೀತಿ ಕಾಣಿಸಿಕೊಂಡಿತು.

''ಬೇಡಮ್ಮ, ಬೇಡ. ನಂಗೇನು ಪ್ರೀತಿಯಿಲ್ಲ'' ನಿರ್ದಾಕ್ಷಿಣ್ಯವಾಗಿ ಸುಳ್ಳು ಹೇಳಿದಾಗ ಅನುಪಮಳ ಮುಖ ಪೆಚ್ಚಾಯಿತು. ಭುಜದ ಮೇಲಿನ ಅವಳ ಕೈ ಜಾರಿತು. ತುಟಿಗಳು ಬಿಗಿದುಕೊಂಡವು. ಮೆಲ್ಲನೆದ್ದು ಹೊರಗೆ ನಡೆದಳು.

ಈ ಸಮಸ್ಯೆ, ಆಂದೋಲನಕ್ಕೆ ಎಂದೂ ಪರಿಹಾರ ಸಿಗದೆನಿಸಿತು.

ಮರುದಿನ ಕಾರಿನ ತುಂಬ ಜನ ಬಂದಿಳಿದರು. ಗೋಕುಲ್‌ನೊಂದಿಗೆ ಅವನ ತಾಯಿ ವರ್ಜೀನಿಯಾ, ತಮ್ಮ ಕಾರ್ಟರ್ ಬಂದಿದ್ದರು. ಅಷ್ಟಿಷ್ಟು ಸುತ್ತಾಡಿ ಇಲ್ಲಿಗೆ ಬಂದಿದ್ದರು.

ಊರಿನವರಿಗೆಲ್ಲ ಕುತೂಹಲ. ಹರೆಯದಲ್ಲಿ ಒಮ್ಮೆ ಗಂಡನ ಜೊತೆ ವರ್ಜೀನಿಯಾ ಇಲ್ಲಿಗೆ ಬಂದಿದ್ದಳು. ಈಗ ಮತ್ತೆ ಬರುವ ಸುಯೋಗ ಮಗ ಒದಗಿಸಿಕೊಟ್ಟಿದ್ದ.

''ಆಯಮ್ಮ ಮಗನ್ನ ಕೆಂಪು ದೇಶಕ್ಕೆ ಕರ್ಕೊಂಡ್ ಹೋಗಾಕೆ... ಬಂದವ್ಳೆ'' ಊರಲೆಲ್ಲ ಇದೇ ಮಾತು. ಎದ್ದು ನಿಂತ ನರ್ಸಿಂಗ್ ಹೋಂ ಕಟ್ಟಡ ಯಾರ ಪ್ರಶ್ನೆಗಳಿಗೂ ಉತ್ತರಿಸಲಾರದೆ ಮೂಕವಾಗಿ ರೋದಿಸುತ್ತಿತ್ತು.

ವಿಷಯ ಬರೀ ಅಂತೆಕಂತೆಗಳ ಆಗರವಾಗಿತ್ತು. ಆದರೂ ಗೋಕುಲ್ ಹೊರಡುತ್ತಾನೆಂಬ ವಿಷಯ ಶಾಮಣ್ಣನವರಿಗೆ ಸಮಾಧಾನ ತಂದಿತ್ತು.

''ಆ ಮಂದಿ ಬಂದಿದ್ದಾರೆ. ಇವ್ನು ಹೊರಡಬಹ್ದು!'' ಅರ್ಥಗರ್ಭಿತವಾಗಿ ಹೆಂಡತಿಗೆ ಹೇಳಿದರು.

ಸುನಂದಮ್ಮನ ಕರುಳಿನಲ್ಲಿ ಬಗೆದಂಥ ನೋವು. ಗೋಕುಲ್ ಇಲ್ಲಿಂದ ಹೋಗುವುದು ಅವರಿಗಿಷ್ಟವಿಲ್ಲ. ಕಡೇಪಕ್ಷ ಕಣ್ಣಿಂದಲಾದರೂ ನೋಡುತ್ತಿದ್ದ ಆ ಭಾಗ್ಯವನ್ನು ಸಹ ಕಳೆದುಕೊಳ್ಳುತ್ತಿದ್ದೇನಲ್ಲ! ಹಂಬಲಿಸಿದರು.

ತಂದೆಯ ಪ್ರಸನ್ನ ಭಾವ ಅನುಪಮಳ ಮನದಲ್ಲಿ ಧೈರ್ಯದ ಬೀಜ ಬಿತ್ತಿತ್ತು.

''ಅಪ್ಪ, ಹೇಗೂ ಬಂದಿದ್ದಾರೆ. ಒಮ್ಮೆ ನಮ್ಮಲ್ಲಿಗೆ ಊಟಕ್ಕೆ ಕರ್ಯೋಣ. ಅವ್ರ

ದೇಶಕ್ಕೆ ಹಿಂದಿರುಗಿದ ಮೇಲೆ ಯಾಕೆ ಬರ್ತಾರೆ?''

ಶಾಮಣ್ಣನವರ ಮೈ ಬಿಸಿಯಾಯಿತು. ಕೆರಳಿ ಕೆಂಡಾಮಂಡಲವಾದರು.

ಅನುಪಮ ತಲೆಯ ಮೇಲೆ ಮೊಟಕಿಕೊಂಡಳು. ಎಲ್ಲಾ ತಿಳಿದೂ ಕೂಡ ಈ ಸುದ್ದಿ ಎತ್ತಿದ್ದು ತನ್ನದೇ ತಪ್ಪು ಎಂದುಕೊಂಡಳು.

ನಾಲ್ಕು ದಿನ ಇಲ್ಲಿ ಇರಲು ಬಂದ ವರ್ಜೀನಿಯಾ, ಕಾರ್ಟರ್ ಎರಡೇ ದಿನಗಳಲ್ಲಿ ಹೊರಟರು. ಬೇರೆಯಾಗಿಯೇ ಬೆಳೆದಿದ್ದ ಕಾರ್ಟರ್‌ಗೆ ಇಲ್ಲಿನ ಜನರ ರೀತಿ, ನೀತಿಗಳೆಲ್ಲ ವಿಚಿತ್ರವಾಗಿ ಕಂಡವು. ಅಣ್ಣನ ಬಗ್ಗೆ ಸಹಾನುಭೂತಿ, ವ್ಯಥೆಯಿಂದ ಅವನ ಮನ ಹೊಯ್ದಾಡಿತು. ಗೋಕುಲ್ ಕಣ್ಣುಗಳೇ ಅವನಿಗೆ ಸಮಾಧಾನ ಹೇಳಿದವು.

ಡಾ|| ಗೋಕುಲ್ ಒಬ್ಬಂಟಿಗನಾದ. ಮಿದುಳು ಯೋಚನಾ ಶಕ್ತಿಯನ್ನೇ ಕಳೆದುಕೊಂಡಿತು. ಚಲನೆ ಕೊಡುವ ಸ್ಫೂರ್ತಿ ಬೇಕಾಗಿತ್ತು.

ಅಂದು ಸಂಜೆ ಗೋಕುಲ್ ತೋಟಕ್ಕೆ ಬಂದಾಗ ಅವನ ತಲೆ ಸಿಡಿಯುತ್ತಿತ್ತು. ಒಳಕ್ಕೆ ಬಂದವನೇ ಬೇಲಿಯ ಆಚೆ ನೋಟವರಿಸಿದ. ಯಥಾಸ್ಥಿತಿಯಲ್ಲಿತ್ತು. ಮನ ಮರುಕಗೊಂಡಿತು.

“ಯಾರಾದ್ರೂ ಕೊಂಡುಕೊಂಡ್ರಾ ?'' ಪೂವಯ್ಯ ಕೈಯಲ್ಲಿದ್ದ ಮಂಕರಿಯನ್ನು ಕೆಳಗೆ ಹಾಕಿ ಸೊಂಟ ನೇರಮಾಡಿದ. “ಇಲ್ಲಾ ಬುದ್ಧಿ, ಅವ್ರು ಮಾರಾಕಿಲ್ವಂತೆ!'' ವಿನಯದಿಂದ ಹೇಳಿದಾಗ ಗೋಕುಲ್ ಹುಬ್ಬೇರಿಸಿದ.

ಆ ತೋಟ ಮಾರಲೇಬೇಕೆಂಬ ಹಠದಿಂದಿರುವಂತಿದ್ದ ಶಾಮಣ್ಣನವರು ಮನ ಬದಲಾಯಿಸಲು ಕಾರಣವೇನು? ಪ್ರಶ್ನೆ ಪ್ರಶ್ನೆಯಾಗಿಯೇ ಅವನ ತಲೆಯಲ್ಲಿ ಉಳಿಯಿತು.

ನೋಟ ಎರಚಾಡಿದ ಒಣ ಬಯಲಿನಂತೆ ಬರಡಾಗಿತ್ತು. ಆ ದೇಶದ ಬಡತನಕ್ಕೆ ಇಂತಹ ಉದಾಸೀನವೂ ಕಾರಣವಾಗಬಲ್ಲದು. ಪ್ರತಿಯೊಂದನ್ನು ವೈಜ್ಞಾನಿಕವಾಗಿ ಸಂಶೋಧಿಸಿ ಲಾಭದಾಯಕವಾಗಿ ಮಾಡುವ ಅಮೆರಿಕನ್ನರು ಭಿನ್ನವಾಗಿ ಕಾಣಿಸಿತು.

ಬಳ್ಳಿ ಹಬ್ಬಿಸಿದ ಕಮಾನು ಕೆಳಗಿನ ಸಿಮೆಂಟು ಬೆಂಚಿನ ಮೇಲೆ ಹೋಗಿ ಕೂತ.

ಪ್ರತಿಯೊಂದರ ವಿಕಾಸದ ಹಿಂದೆಯೂ ಅದಮ್ಯ ಶಕ್ತಿಯೊಂದಿರುತ್ತದೆ. ಅದು ಯಾವುದು?

"ಒಡೆಯ...." ಪೂವಯ್ಯ ತಲೆ ಕೆರೆದುಕೊಳ್ಳುತ್ತ ನಿಂತ.

ಅವನತ್ತ ನೋಟವರಿಸಿದ ಗೋಕುಲ್ ಕಣ್ಣುಗಳು ಮಿನುಗಿದವು. ಹಿಂದೆ ಅವನ ಕಣ್ಣುಗಳಲ್ಲಿ ಕಾಣುತ್ತಿದ್ದ ದೀನ ಪ್ರಜ್ಞೆ ಮಸುಕಾಗಿತ್ತು. ಈಗ ಆತ್ಮ ವಿಶ್ವಾಸ ಇಣುಕುತ್ತಿತ್ತು.

"ತಾವು ಹೋಗಿಬಿಡುವಿರಂತೆ!" ಕೈ ಕೈ ಹೊಸೆದ.

ತಕ್ಷಣ ಗೋಕುಲ್‌ನ ಭಂಗಿ ಬದಲಾಯಿತು. ತನ್ನ ಮನದ ದುರ್ಬಲತೆಯ ಅರಿವು ಇವನ ಕಣ್ಣುಗಳಿಗೆ ಗೋಚರಿಸಿತೇ? ಅವನ ಕಣ್ಣುಗಳಲ್ಲಿ ಅವ್ಯಕ್ತ ವೇದನೆ ಇಣಕಿತು. ಮೌನವಾಗಿ ಕಿರುನಗು ನಕ್ಕು ಬೇರೆಡೆ ನೋಟವರಿಸಿದ.

ಕ್ಷಿತಿಜದ ಅಂಚಿನಲ್ಲಿ ಸೂರ್ಯ ಮುಳುಗುತ್ತಿದ್ದ. ನೋಡುತ್ತ ನಿಂತ.

ವರ್ಜೀನಿಯಾ ಹೋಗುವ ಮುನ್ನ ಕಣ್ತುಂಬಿ ಹೇಳಿದ್ದಳು.

"ಬೇಡ ಮಗು, ಈ ಕಂದಾಚಾರದ ನಾಡಿನಲ್ಲಿ ನೀನು ಬದುಕೋಕೆ ಆಗೋಲ್ಲ. ಇಲ್ಲಿನ ಬಡತನ, ಅಸೂಯೆ, ಅಜ್ಞಾನ ಮನುಷ್ಯನನ್ನು ನಿರ್ವೀರ್ಯನನ್ನಾಗಿ ಮಾಡುತ್ತೆ. ಸುಮ್ನೆ ನಮ್ಮ ದೇಶಕ್ಕೆ ಹಿಂದಿರುಗೋಣ."

ತಾಯಿಯ ಮುಖ ಕಣ್ಮುಂದೆ ನಿಂತಾಗ ಅವನ ಹೃದಯ ಕಿತ್ತು ಬಾಯಿಗೆ ಬಂದಂತಾಯಿತು.

"ಎಕ್ಸ್‌ಕ್ಯೂಜ್ ಮಿ ಮಮ್ಮಿ, ನನ್ನ ನಿರ್ಧಾರ ಅಚಲವಾಗಿದೆ." ವರ್ಜೀನಿಯಾ ಕೈಯನ್ನು ಎತ್ತಿ ತುಟಿಗೊತ್ತಿಕೊಂಡಿದ್ದ. ನೆನಪು ಹಸಿರಾದಾಗ ಎದೆ ಭಾರವಾಯಿತು.

ಎದ್ದು ಅಡ್ಡಾಡಿದ. ಕತ್ತಲು ಮುಸುಕಿದರೂ ಹಾಲು ಚೆಲ್ಲಿದಂಥ ಬೆಳದಿಂಗಳು ಎಲ್ಲೆಡೆ ಚೆಲ್ಲಾಡಿತು. ಆಹ್ಲಾದಕರವಾದ ವಾತಾವರಣ. ಒಂದೆರಡು ಗಂಟೆಗಳು ಅಲ್ಲೇ ಉಳಿಯಲು ತೀರ್ಮಾನಿಸಿದ.

ಪೂವಯ್ಯ ಬಂದು ಅಷ್ಟು ದೂರದಲ್ಲಿ ನೆಲದ ಮೇಲೆ ಕೂತ. ಕರುಣೆಯಿಂದ ಅವನತ್ತ ನೋಡಿದ.

"ಮೇಲೆ..... ಕೂತ್ಕೋ...."ನವಿರಾಗಿ ಹೇಳಿದ.

ಎಷ್ಟೋ ಸಲ ತಿದ್ದಿದ್ದ. ರೂಢಮೂಲವಾಗಿ ಬಂದಿದ್ದು. ಅಷ್ಟು ಬೇಗ

ಅಳಿಸಿಹೋಗಲು ಸಾಧ್ಯವೇ? ಆದರೆ ಎಷ್ಟೋ ಸುಧಾರಿಸಿಕೊಂಡಿದ್ದ. ತೀರಾ ಬಗ್ಗುತ್ತಿದ್ದ ಸೊಂಟ ಸ್ವಲ್ಪ ನೇರವಾಗಿ ನಿಲ್ಲುವ ಮಟ್ಟಿನಲ್ಲಿ ಸಾಗಿತ್ತು.

"ಇಲ್ಲೇ ವೈನಾಗಿದೆ!" ಕಾಲುಗಳನ್ನು ಮಡಚಿ ಮುದುರಿ ಕೂತ.

ಗೋಕುಲ್ ಕಣ್ಣುಗಳು ಯಾವುದೋ ದೃಶ್ಯಗಳನ್ನು ಮೆಲುಕು ಹಾಕುತ್ತಿತ್ತು. ಪರದೆ ಮೇಲೆ ಸರಿದು ಹೋಗುವಂತೆ ಚಿತ್ರಗಳು ಸರಿದು ಹೋಗುತ್ತಿದ್ದವು.

"ನಮ್ಮ ತಾತನ್ನ ನೋಡಿದ್ಯಾ ?" ಮೆಲ್ಲಗೆ ಪ್ರಶ್ನಿಸಿದ.

ಅವರ ಸುದ್ದಿ ಎತ್ತಿದ ಕೂಡಲೇ ಪೂವಯ್ಯ ಮತ್ತಷ್ಟು ದೂರಕ್ಕೆ ಸರಿದು ಕೂತ. ಕಣ್ಣುಗಳಲ್ಲಿ ಗೌರವ, ಭಕ್ತಿಭಾವ ಇಣಕಿತು.

ಪೂವಯ್ಯ ನೆನಪಿಸಿಕೊಂಡ. ಸ್ವಲ್ಪ ಮಸುಕಾಗಿದ್ದರೂ ಜೋಯಿಸರು ಜ್ಞಾಪಕದಲ್ಲಿ ಉಳಿದಿದ್ದರು. ವಿಶಿಷ್ಟ ವ್ಯಕ್ತಿತ್ವದ, ಸರಳ, ಸೌಜನ್ಯಮೂರ್ತಿ ಜೋಯಿಸರ ಬಗ್ಗೆ ಸುತ್ತಲಿನ ಹತ್ತಳ್ಳಿಯ ಜನರಿಗೂ ಗೌರವಭಾವವೇ.

"ನೋಡಿದ್ದೆ ಬುದ್ಧಿ" ಮೆಲುವಾದ ಸ್ವರದಲ್ಲಿ ಹೇಳಿದ.

"ಹೇಗಿದ್ರೂ ?" ಗೋಕುಲ್‌ಗೆ ಗಾಳಿಯಲ್ಲಿ ತೇಲಿದ ಅನುಭವವಾಯಿತು. ಪೂವಯ್ಯ ಇನ್ನಷ್ಟು ಮುದುರಿ ಕುಳಿತ. ಸಂಕೋಚದಿಂದ ಹಿಡಿಯಾದ. "ನಾನ್ಯಾಗೇ.... ಹೇಳ್ಲಿ? ದೇವ್ರು.... ಹಂಗಿದ್ರೂ!" ಗೋಕುಲ್ ಅವನನ್ನು ದಿಟ್ಟಿಸಿದ. ಪೊಳ್ಳು ಮಾತಾಗಿರಲಿಲ್ಲ. ಜೋಯಿಸರ ವ್ಯಕ್ತಿತ್ವವನ್ನು ದೇವರ ಎತ್ತರಕ್ಕೆ ಏರಿಸಿದ್ದ.

"ನೀನು ಊಟ ಮಾಡಿ ಮಲಕ್ಕೋ ಹೋಗು" ಕೈಯನ್ನು ತಲೆ ಕೆಳಗಿಳಿಸಿ ಅಂಗಾತನಾಗಿ ಸಿಮೆಂಟ್ ಬೆಂಚಿನ ಮೇಲೆ ಮಲಗಿಬಿಟ್ಟ.

ಕಣ್ಮುಚ್ಚಿದ ಶುಭ್ರ ಬೆಳದಿಂಗಳಿನ ರಮ್ಯ ಚೇತನದಲ್ಲಿ ದೇಹ ಹೂವಾಯಿತು. ಆಕಾಶಕ್ಕೆ ಹಾರಿ ಹಾರಾಡಿತು.

ಹಾಗೆಯೇ ನಿದ್ದೆ ಮಾಡಿಬಿಟ್ಟ. ಎಚ್ಚರವಿಲ್ಲದಂಥ ಗಾಢ ನಿದ್ದೆ. ರಾಜ ಬಂದಿದ್ದು ಕೂಡ ಅವನಿಗೆ ಗೊತ್ತಿರಲಿಲ್ಲ. ಅರ್ಧ ರಾತ್ರಿಗೆ ಮೀರಿಯೇ ಎಚ್ಚರಗೊಂಡಿದ್ದ.

ಎದ್ದು ಕೂತ ಪೂವಯ್ಯ ಕೈಯನ್ನು ದಿಂಬಾಗಿಸಿಕೊಂಡು ಧಣಿಯ ಕಾವಲಿಗೆ ಮಲಗಿದ್ದ. ಕಪ್ಪಗಿನ ಮೈ ವರ್ಣ, ವಯಸ್ಸಿಗೆ ಮೀರಿದ ಮುದಿತನ ಭುಜ ತಟ್ಟಿ

ಎಚ್ಚರಿಸಿದ.

"ಹೋಗಿ ಗುಡಿಸಿಲಿನಲ್ಲಿ ಮಲಕ್ಕೋ" ಗೇಟಿನತ್ತ ಹೆಜ್ಜೆ ಹಾಕಿದ.

ರೋಡಿಗೆ ಬಂದವನು ಹಿಂದಿರುಗಿದ. ಪೂವಯ್ಯ ಹಿಂದೆಯೇ ಬರುತ್ತಿದ್ದ. ಹುಬ್ಬೆತ್ತಿ ಪ್ರಶ್ನಾರ್ಥಕವಾಗಿ ಅವನತ್ತ ನೋಡಿದ. "ಮನೆವರ್ಗೂ ಬರ್ತೀನಿ" ಬೇಡವೆಂದು ಕೈಸನ್ನೆಯಿಂದಲೇ ಮುಂದಕ್ಕೆ ಹೆಜ್ಜೆ ಹಾಕಿದ.

ಮೊದಲು ಬೀದಿಯ ನಾಯಿಗಳು ಬೊಗಳಲು ಶುರು ಮಾಡಿದರೂ ಆಮೇಲೆ ಸುಮ್ಮನಾದವು. ಅವುಗಳಿಗೆ ಗುರುತು ಹತ್ತಿರಬೇಕು.

ಮನೆಯ ಹತ್ತಿರ ಬಂದಾಗ ಎದುರು ಮನೆಯತ್ತ ಅವನ ದೃಷ್ಟಿ ಹೊರಳಿತು. ಮುಂದಿನ ಕೋಣೆಯಲ್ಲಿ ಲೈಟು ಉರಿಯುತ್ತಿತ್ತು. ಹುಬ್ಬುಗಳು ಸಂಕುಚಿಸಿದವು. 'ಅನುಪಮಾಗೆ ತುಂಬಾ ಓದೋ ಹಾಬಿ ಇರ್ಬಹ್ದು!' ಅವನ ತುಟಿಗಳ ಮೇಲೆ ಕಿರುನಗೆ ಮೂಡಿತು.

ಬಾಗಿಲ ಮೇಲೆ ಕೈಯಿಟ್ಟ. ಬಲವಾಗಿ ಹಿಂದಕ್ಕೆ ದೂಡಿದ. ಒಳಗೆ ಚಿಲಕ ಹಾಕಿರದಿದ್ದರಿಂದ ಒಂದು ತರಹ ಶಬ್ದದೊಂದಿಗೆ ತೆರೆದುಕೊಂಡಿತು. ಅಲ್ಲೇ ಮಲಗಿದ್ದ ರಾಜು ತಟ್ಟನೆ ಎದ್ದು ಕೂತ.

"ರಾಜು, ಬಾಗ್ಲಿಗೆ ಬೋಲ್ಟ್ ಹಾಕೇ ಇಲ್ಲ" ಸ್ವರದಲ್ಲಿ ಆಕ್ಷೇಪಣೆ ಇಣಕಿದಾಗ ರಾಜು ಎದ್ದು ನಿಂತ. "ಈ ಬಾಗ್ಲು ಸಾಧಾರಣದ ಸದ್ದು ಮಾಡುತ್ತಾ! ಸ್ವಲ್ಪ ಜೋರಾಗಿ ಹಾಕಿದ್ರೆ.... ಇಡೀ ಹಳ್ಳಿ ಜನಾನೇ ಎದ್ದು.... ಬರ್ಬೇಕೂ?"

ಗೋಕುಲ್ ನಸುನಕ್ಕು ಕೋಣೆಯ ಕಡೆ ನಡೆದ.

"ನಾನು ತೋಟಕ್ಕೆ ಬಂದಿದ್ದೆ. ನೀವು ಚೆನ್ನಾಗಿ ನಿದ್ದೆ ಮಾಡಿಬಿಟ್ಟಿದ್ರಿ.... ಎಬ್ಸಲಿಲ್ಲ ಏನಾದ್ರೂ ತಗೋತೀರಾ?" ಬೇಡವೆನ್ನುವಂತೆ ಸನ್ನೆಯಿಂದಲೇ ತಿಳಿಸಿದ.

ಬಟ್ಟೆ ಬದಲಾಯಿಸಿ ಮಲಗಿಬಿಟ್ಟ. ಆ ನಿದ್ದೆಯ ಜೊಂಪಿನಿಂದ ಇನ್ನೂ ಮುಕ್ತವಾಗಿರಲಿಲ್ಲ. ಹಾಯಾಗಿ ನಿದ್ರಿಸಿಬಿಟ್ಟ, ಚೆನ್ನಾಗಿ ಬೆಳಕಾದ ಮೇಲೇನೆ ಆತನಿಗೆ ಎಚ್ಚರವಾದದ್ದು.

ಸ್ನಾನ ಮುಗಿಸಿ ಹೊರಗೆ ಬಂದ. ಅನುಪಮ ಹೊಸಲಿನ ಬಳಿ ಬಗ್ಗಿ ಏನೋ ಮಾಡುತ್ತಿದ್ದಳು. ಬೆನ್ನು ತುಂಬಾ ಕೂದಲು ಹರಡಿಕೊಂಡಿದ್ದರೂ ತುದಿಯಲ್ಲಿ ಒಂದು

ಗಂಟಿತ್ತು. ಅವನ ನೋಟ ಅತ್ತಿತ್ತ ಚಲಿಸಲಿಲ್ಲ.

ಇಲ್ಲಿನ ಪ್ರತಿಯೊಂದು ಕೆಲಸದಲ್ಲೂ ವೈವಿಧ್ಯತೆ ಇತ್ತು. ಕಣ್ಣಲ್ಲಿ ಮೆಚ್ಚಿಗೆ ಮೂಡಿ ತುಟಿಯಂಚಿನಲ್ಲಿ ಕಿರು ನಗು ತುಳುಕಿತು. ಭಾರತೀಯ ಸಂಸ್ಕೃತಿಗೆ ಹಿರಿಯ ಪರಂಪರೆ ಇದೆ. ಇತಿಹಾಸ ಅದನ್ನು ಒತ್ತಿ ಹೇಳಿದೆ. ಶ್ರೀನಿವಾಸ್ ಅವನ ಮಿದುಳಲ್ಲಿ ಬಿತ್ತಿ ಹುಲುಸಾಗಿ ಬೆಳೆಸಿದ ಬೆಳೆ.

''ಕಾಫಿ....'' ರಾಜು ಕೈನ ಬಟ್ಟಲು ಅವನ ಕೈಗೆ ಬಂದರೂ ನೋಟ ಒಂದಿಂಚು ಅಲುಗಾಡಲಿಲ್ಲ.

ಸಣ್ಣ ಧ್ವನಿಯ ಹಾಡು ಅವನ ಕಿವಿಗೆ ಮುಟ್ಟಿತು. ಅರ್ಥವಾಗದಷ್ಟು ಮೆಲು ಧ್ವನಿಯಲ್ಲಿತ್ತು.

ಕೈಯಲ್ಲಿ ತಟ್ಟೆ ಹಿಡಿದೇ ಅನುಪಮ ಇತ್ತ ತಿರುಗಿದಳು. ಬಾನಂಗಳದಲ್ಲಿ ನವ ಚಂದ್ರೋದಯ ಕಂಡಂತಾಯಿತು. ನೋಟ ಸಂಧಿಸಿದಾಗ ಅವಳ ಕದಪುಗಳು ರಾಗರಂಜಿತವಾದವು. ತಲೆ ನಸು ಬಾಗಿತು. ಸೂರ್ಯನಿಗೆ ನಮಸ್ಕರಿಸಿ ಓಡಿಬಿಟ್ಟಳು.

ಪೂರ್ಣ ಭಾರತೀಯನಾಗಲು ಇಂಥ ಹೆಣ್ಣಿನ ಅಗತ್ಯವಿತ್ತು. ಅದು ಶ್ರೀನಿವಾಸ್ ಕನಸು ಕೂಡ; ಕಲ್ಪನೆಯಲ್ಲಿ ತೇಲಿಹೋದ.

ನಾಲ್ಕಾರು ಜನ ರೋಗಿಗಳು ಸಾಲುಗಟ್ಟಿ ಬಂದರು. ಮುಗುಳ್ನಗೆಯಿಂದಲೇ ಬರಮಾಡಿಕೊಂಡು ತಾನೇ ಪರೀಕ್ಷಿಸಿ ಔಷಧಿ ಕೊಟ್ಟು ಕಳುಹಿಸಿದ. ಬಹಳ ದಿನಗಳ ನಂತರ ತಾನೇ ರೂಪಿಸಿಕೊಳ್ಳಬೇಕೆಂಬ ಬದುಕಿನ ಬಗ್ಗೆ ಆಸ್ಥೆ ವಹಿಸಿದ.

ಬೆಳಗಿನ ಉಪಾಹಾರಕ್ಕೆ ಕೂತಾಗ ಕಾಂಪೌಂಡರ್ ರೋಗಿಯ ಕಡೆಯವನೊಬ್ಬ ಶಾಮಣ್ಣನವರ ಮಗಳ ಮದುವೆಯ ವಿಷಯ ತಿಳಿಸಿ ಗಂಡಿನ ಕಡೆಯವರು ಇಂದು ಬರುವ ವಿಷಯ ತಿಳಿಸಿ ಹೋಗಿದ್ದ. ತಳಮಳದಿಂದ ಎದ್ದು ಹೋದ.

ಒಂದೊಂದು ಸಲ ಶ್ರೀನಿವಾಸ್ ''ಗೋಕುಲ್, ಯು ಆರ್ ಅನ್‌ಲಕ್ಕಿ. ನಮ್ಮ ಸುನಂದಗೆ ಮುದ್ದಾದ ಮಗ್ಳು ಇದ್ದಾಳಂತೆ. ಅವ್ಳು ನ್ಯಾಯವಾಗಿ ನಿಂಗೆ ಸೇರ್ಬೇಕಾದವ್ಳು!'' ತಕ್ಷಣದ ಅವರ ಕಣ್ಣುಗಳಲ್ಲಿ ನಿರಾಶೆ ಭಾವ ಇಣಕುತ್ತಿತ್ತು. ''ಎಂದಾದ್ರೂ... ಹಾಗೆ ನಡೆದ್ರೆ....'' ಅವನನ್ನು ತಬ್ಬಿ ಹಣೆಗೆ ಮುತ್ತಿಕ್ಕುತ್ತಿದ್ದರು. ನೆನಪಾಗಿ ಕಾಡಿತು. ಎದೆ ಭಾರವಾಯಿತು.

ಮನೆಯಲ್ಲಿ ಸಡಗರ ತುಂಬಿಕೊಂಡಿದ್ರೂ ಅನುಪಮ ನಿರ್ಲಿಪ್ತಳಂತಿದ್ದಳು.

ಅಡುಗೆ ಮನೆಯಿಂದ ಹೊರಬಂದ ಸುನಂದಮ್ಮ ಮಗಳನ್ನು ನೋಡಿ ಮುಖ ಗಂಟು ಹಾಕಿದರು.

''ಒಳ್ಳೆ ಸೀರೆ ಉಟ್ಕೊಂಡು..... ಅಲಂಕಾರ ಮಾಡ್ಕೊ.''

ಅನುಪಮ ಮುಖ ಮೇಲೆತ್ತಿದಳು. ತಾಯಿಯ ನೋಟದಲ್ಲಿ ದೃಷ್ಟಿನೆಟ್ಟಳು. ವ್ಯಥೆಯ ನೆರಳಿನಿಂದ ಅವರೇನು ವಿಮುಕ್ತರಾಗಿರಲಿಲ್ಲ.

''ನಂಗೆ ಬೇಜಾರು!'' ಸಿಡುಕಿದಳು.

ಕೂದಲಿನ ತುದಿ ಗಂಟನ್ನು ಒರಟಾಗಿ ಕೊಡವಿ ಸುತ್ತಿ ಗಂಟಾಕಿದಾಗ ಸುನಂದಮ್ಮನ ಮೈ ಉರಿದುಹೋಯಿತು. ಪ್ರೀತಿಯ ಅತಿ ಮುದ್ದು ಮಾಡಿ ಬೆಳೆಸಿದ ಏಕ ಸಂತಾನ. ರೇಗಲೆತ್ತಿದ ಸ್ವರ ಉಡುಗಿತು. ಮೌನವಾಗಿ ಒಳಗೆ ಹೋಗಿಬಿಟ್ಟರು.

ನಾಲ್ಕಾರು ಮಂದಿಯೊಂದಿಗೆ ಶಾಮಣ್ಣನವರು ಬಂದರು. ಸಡಗರ, ಸಂಭ್ರಮ ವಾತಾವರಣದ ನಡುವೆ ದಿಢೀರ್ ನಿರ್ಧಾರ!

ಸುಮಾರಾಗಿ ಅಲಂಕರಿಸಿಕೊಂಡಳು. ಮದುವೆಯಾದರೆ ಈ ಸಂಕಟಗಳಿಂದ ಒಮ್ಮೆಲೆ ಪಾರಾಗಬಹುದು. ಆಮೇಲಾದರೂ ಗೋಕುಲ್‌ನೊಂದಿಗೆ ಆತ್ಮೀಯವಾಗಿ ಮಾತನಾಡಬಹುದು! ಆಹ್ವಾನಿಸಬಹುದು! ಕಣ್ತುಂಬಿ ಬಂತು.

''ಅನು....'' ಒಳಗೆ ಬಂದ ಶಾಮಣ್ಣನವರು ಮಗಳ ಗಂಭೀರ ಮುಖ ನೋಡಿ ಹುಬ್ಬೇರಿಸಿದರು. ಅವರಿಗೆ ಕಸಿವಿಸಿಯಾಯಿತು. ''ಯಾಕೆ ಒಂದು ತರಹ ಇದ್ದೀಯಾ?'' ಅಂತಃಕರಣ ಬಾಧಿಸಿತು.

ಮುಖ ಮೇಲೆತ್ತಿ ಅನುಪಮ ನಸುನಕ್ಕಳು. ಶಾಮಣ್ಣನವರ ಬಿಗಿದ ಹುಬ್ಬುಗಳು ಸಡಿಲವಾದವು.

''ಇನ್ನೊಂದ್ವರ್ಷವಾದ್ರೂ ಹಾಯಾಗಿರಬಹುದ್ದಂತ ಇದ್ದೆ. ಈಗ ಹೊರೋಭಾರದ ಲೆಕ್ಕ ಹಾಕ್ತಾ ಇದ್ದೆ....'' ಶಾಮಣ್ಣನವರು ಭಾವಣೆ ಹಾರುವಂತೆ ನಕ್ಕುಬಿಟ್ಟರು. ಅವರ ಮನ ಹಗುರವಾಯಿತು. ಹರ್ಷದ ತುಂತುರು ಚೆಲ್ಲಾಡಿತು.

''ಯೋಚ್ನೆ ಮಾಡೋಣ ಪ್ರಸ್ತಾಪ ಮಾಡಿದ್ದಾಯ್ತು....'' ಕೈ ಅವರ ಕತ್ತಿನ ಮೇಲಾಡಿತು. ತಾವು ಆತುರಪಟ್ಟೆವೇನೋ ಎಂದು ಯೋಚಿಸಿದರು. ದವಡೆಗಳು

ಕೆಳಕ್ಕೂ ಮೇಲಕ್ಕೂ ಆಡಿದವು "ಸ್ವಲ್ಪ ಜೋರಾಗಿರು. ಅವ್ರು ಮುಂದುವರಿದ ಜನ...." ಅನುಪಮ ಸುಂದರವಾಗಿ ಕಣ್ಣರಳಿಸಿದಳು. "ಅಂದ್ರೆ..." ತುಟಿ ಕೊಂಕಿಸಿ ನಕ್ಕಳು "ಹಾಗೆಲ್ಲ ಏನಿಲ್ಲ, ತುಂಬ ಓದಿಕೊಂಡ ಜನ, ಹಾಗಂತ ಆಚಾರ ಬಿಟ್ಟವರಲ್ಲ!" ಗೊಂದಲಕ್ಕೆ ಬಿದ್ದವರಂತೆ ನುಡಿದರು.

ಮಗಳ ಜೊತೆ ಮಾತನಾಡಲು ಅವರು ಯಾವಾಗಲೂ ಹೆದರುತ್ತಿದ್ದರು. ಅವಳ ಮಾತಿನ ಧಾಟಿಗೆ ಅವರು ಬೇಸ್ತು. ಸೊನ್ನೆ ಮಾರ್ಕ್ ತೆಗೆದುಕೊಳ್ಳುವುದೇ ಇವರ ಹಣೆಬರಹ!

ಹೇಳಿದ ವೇಳೆಗೆ ಗಂಡಿನ ಕಡೆಯವರು ಬಂದರು. ಊರಿನ ಬೇಕಾದ ಮುಖ್ಯಸ್ಥರೆಲ್ಲ ಸೇರಿದ್ದರು. ಹಜಾರದಲ್ಲಿ ಕೂತ ಡಾ|| ಗೋಕುಲ್ ನಾಟಕ ನೋಡುವಂತೆ ನೋಡಿದ.

ಒಳಗಿದ್ದ ರಾಜುನ ಕರೆದು ಪ್ರಶ್ನಿಸಿದ.

"ರಾಜು ಯಾವಾಗ ಮದ್ವೆ?" ಅವನು ಕಕ್ಕಾಬಿಕ್ಕಿಯಾದ. ಅವನಿಗೆ ಯಾವ ವಿಷಯವೂ ಗೊತ್ತಿರಲಿಲ್ಲ. "ಯಾರ್ದು?" ಕಣ್ಣರಳಿಸಿದಾಗ ಗೋಕುಲ್ ನಕ್ಕುಬಿಟ್ಟ.

ಅಲ್ಲಿಗೆ ಹೋಗಬೇಕು, ಸಮಾರಂಭದಲ್ಲಿ ಭಾಗಿಯಾಗಬೇಕು. ಏನೇನೋ ಆಸೆಗಳು, ಅನಿಸಿಕೆಗಳು, ಕಲ್ಪನೆಗಳು; ಒಂದೂ ನಡೆಯದು.

ರಾಜು ಏನೋ ಹೇಳಲು ಮುಂದಾದಾಗ ಸುಮ್ಮನಿರುವಂತೆ ಕೈ ಸನ್ನೆ ಮಾಡಿದ. ಎದ್ದು ನರ್ಸಿಂಗ್ ಹೋಂ ಕಡೆ ನಡೆದ ಕಟ್ಟಡ ಮುಗಿದು ತಿಂಗಳ ಮೇಲಾಗಿತ್ತು. ಯಾಕೆ ಈ ನಿರಾಸಕ್ತಿ? ತನ್ನ ದೃಢ ನಿರ್ಧಾರ ಕುಸಿದಿದೆಯೆ? ಮಮ್ಮಿಯ ಮಾತಿನ ಪ್ರಕಾರ ಅಮೆರಿಕಗೆ ಹೋಗಿಬಿಡಲೇ? ಕೃಷ್ಣನ್ ಮಾತು ಕೇಳಲೇ? ಪ್ರತಿಯೊಂದಕ್ಕೂ ಮನದ ಪ್ರತಿಭಟನೆ.

ಇವನು ಮನೆಗೆ ಹಿಂದಿರುಗುವ ವೇಳೆಗೆ ಎದುರು ಮನೆಯ ಗದ್ದಲ ಕಡಿಮೆಯಾಗಿತ್ತು. ನೋಟ ತಗ್ಗಿಸಿ ಒಳ ನಡೆದ.

ಅವರುಗಳು ಹೊರಟ ಮೇಲೆ ಸುನಂದಮ್ಮ ತಿಂಡಿಯ ತಟ್ಟೆ ತಂದು ಮಗಳ ಮುಂದಿರಿಸಿದರು. ಗದ್ದಕ್ಕೆ ಕೈಯೂರಿ ಕೂತವಳು ಚಲಿಸಲಿಲ್ಲ. ಎಂತಹುದೋ ಸಂಕಟ, ವ್ಯಥೆ, ಅಪರಾಧ ಮನೋಭಾವ ತೀರಾ ದೂರದ ಸಂಬಂಧಿಕರು ಕೂಡ ತಮ್ಮ ಅಧಿಕಾರಿ ಮಾತುಗಳ ನಡುವೆ ಬಂಧುತ್ವ ಸ್ಥಾಪಿಸಲು ಬಂದಿದ್ದರು. ಆದರೆ....ಡಾ||

ಗೋಕುಲ್ ತಾಯಿಯ ಪ್ರೀತಿಯ ಸ್ವಂತ ಅಣ್ಣನ ಮಗ.... ಎದೆ ಭಾರವಾಗಿ ಕಣ್ಣಂಚಿನ ಮುಂದೆ ಮಂಜು ದಟ್ಟವಾಯಿತು.

'ಗೋಕುಲ್, ನೀವು ದೂರದ ಅಮೆರಿಕದಲ್ಲೇ ಇರಬೇಕಿತ್ತು!' ಅವಳ ದುಂಡು ಕೆನ್ನೆಗಳ ಮೇಲೆ ಕಂಬನಿ ಧಾರೆಯಾದಾಗ ಸುನಂದಮ್ಮ ಆತಂಕಗೊಂಡರು.

"ಯಾಕೆ?" ಮೈಯಲ್ಲಿನ ಶಕ್ತಿಯೆಲ್ಲ ಉಡುಗಿಹೋದವರಂತೆ ಸುನಂದಮ್ಮ ಕುಸಿದರು. ಅನುಪಮ ಕಂಬನಿ ತೊಡೆದುಕೊಂಡಳು. "ಏನಿಲ್ಲ ಬಿಡಮ್ಮ!" ಸಮಾಧಾನ ಮಾಡುವ ಒಣ ಪ್ರಯತ್ನ ಮಾಡಿದಳು. ಆದರೆ ಸಿಡಿಯುವ ಮಿದುಳು, ಆರ್ಭಟಿಸುವ ಮನಕ್ಕೆ ಸಾಂತ್ವನ ಹೇಳಲು ಅವಳಿಂದಾಗಲಿಲ್ಲ.

"ಅನು, ಜೀವ ಮೊದ್ಲಿನ ಹಾಗೆ ಗಟ್ಟಿಯಾಗಿಲ್ಲ, ನೋವು, ಸಂಕಟ ಒಂದೂ ತಡ್ಕೊಳ್ಳೋಕಾಗೋಲ್ಲ" ಸುನಂದಮ್ಮನ ಎದೆಯಲ್ಲಿ ಹೆಪ್ಪುಕಟ್ಟಿದ ನಿಟ್ಟುಸಿರು ಚಿಮ್ಮಿ ಈ ಮನೆಯೆ ಮುಳುಗಿಹೋದಂತೆ ಭಾಸವಾಯಿತು. ಅನುಪಮ ಗಾಬರಿಯಾದಳು.

"ಈ ನೋವು, ಸಂಕಟಕ್ಕೆ ಯಾವ ಬೆಲೆ ಇದೆ? ಸುಮ್ನೆ ಕೊರಗೋದ್ರಿಂದ ಯಾವ ಪರಮಾರ್ಥ ಸಾಧನೆಯೂ ಸಾಧಿಸಿದಂತಾಗೋಲ್ಲ!"

ಸುನಂದಮ್ಮ ಎದ್ದು ಅಡಿಗೆಯ ಮನೆಗೆ ಹೋದರು. ಸಜ್ಜಿಗೆಯ ಪಾತ್ರೆ ಎದುರಿನಲ್ಲೇ ಇತ್ತು. ಶ್ರೀನಿವಾಸ್‌ಗೆ ಸಜ್ಜಿಗೆ ಎಂದರೆ ತುಂಬ ಪ್ರೀತಿ. ಆಕೆಯ ಕಣ್ಣಲ್ಲಿ ನೀರಾಡಿತು. ಎಷ್ಟೋ ದಿನ ಜೋಯಿಸರೇ ಹದವಾಗಿ ಮಾಡಿ ಮುಂದೆ ಕೂಡಿಸಿಕೊಂಡು ತಿನ್ನಿಸಿದ್ದರು. ಮಗ ಅಮೆರಿಕಕ್ಕೆ ಹೋದ ಮೇಲೆ ಜೋಯಿಸರು ಒಂದು ಪಿಚುಡಿ ಕೂಡ ಬಾಯಿಗೆ ಹಾಕಿರಲಿಲ್ಲ. ಸಜ್ಜಿಗೆಗೂ ಈ ಮನೆಗೂ ಋಣ ಹರಿದುಹೋಯಿತೆನ್ನುವಂತೆ ವರ್ತಿಸುತ್ತಿದ್ದರು.

ಡಾ|| ಗೋಕುಲ್‌ಗೆ ಕರೆದು ಕೊಡಬೇಕೆನಿಸಿತು. ತಿನ್ನುವುದನ್ನು ನೋಡಬೇಕೆನಿಸಿತು. ಅಸಹಾಯಕತೆಯಿಂದ ತಲೆ ಚಚ್ಚಿಕೊಂಡರು. ಎಷ್ಟೇ ಪ್ರಯತ್ನಪಟ್ಟರೂ ಅವನನ್ನು ಮರೆಯದಾಗಿದ್ದರು. ಸಂಬಂಧವಿಲ್ಲವೆಂದುಕೊಂಡರೂ ಅಂತಃಕರಣ ಒಪ್ಪದು.

ಒಂದು ಪಾತ್ರೆಗೆ ಹಾಕಿ ಮುಚ್ಚಿ ಹೊರಗೆ ತಂದರು. ಅತ್ತಿತ್ತ ನೋಡಿದರು. ಕಣ್ಣುಗಳಲ್ಲಿ ಭೀತಿ ಸ್ಪಷ್ಟವಾಯಿತು. ಅನುಪಮ ಮಾತ್ರ ಕೂತಿದ್ದಳು.

"ಅನು, ಆ ಹುಡ್ಗನ್ನ ಕರೀ" ಅಂತಃಕರಣ ಪ್ರತಿಭಟನೆಗೆ ಮೆತ್ತಗಾಗಿದ್ದರು. ಅವಳ

ಕಣ್ಣುಗಳಲ್ಲಿ ಅಚ್ಚರಿ ಮಿನುಗಿ ಮುಖದಲ್ಲಿ ಮಾರ್ದವತೆ ಕಾಣಿಸಿಕೊಂಡಿತು. "ಯಾಕಮ್ಮ? ಅವರಷ್ಟು ಸುಲಭವಾಗಿ ನಮ್ಮನೇ ಬಾಗ್ಲಿಗೆ ಬರ್ತಾರಾ? ಸ್ವಾಭಿಮಾನ ಅನ್ನೋದು ಅವ್ರಿಗೂ ಇರೋಲ್ವಾ?" ಆಕೆಯ ಕೈಯಲ್ಲಿನ ಪಾತ್ರೆ ಕೆಳಜಾರಿ ಚೆಲ್ಲಾಡಿತು. ಸುಮ್ಮನೆ ಒಳಗೋಗಿಬಿಟ್ಟರು.

ಚೆಲ್ಲಿದ ಸಜ್ಜಿಗೆಯನ್ನೇ ನೋಡಿದಳು ಅನುಪಮಾ. ಎಷ್ಟೋ ಸಲ ಶೀನಣ್ಣಯ್ಯನಿಗೆ ಇಷ್ಟವೆಂದು ಮಗಳ ಮುಂದೆ ಕಣ್ಣೀರು ಹಾಕಿದ್ದರು. ಒಂದು ವ್ಯಥೆಯ ಕಥೆಯನ್ನೇ ಹೇಳಿದಂತಾಯಿತು ಚೆಲ್ಲಿದ ಸಜ್ಜಿಗೆ.

ಅಂದು ರಾತ್ರಿನೇ ಸುನಂದಮ್ಮನಿಗೆ ವಿಪರೀತ ಜ್ವರ. ಏನೇನೋ ಬಡಬಡಿಸತೊಡಗಿದರು. ಶಾಮಣ್ಣನವರಿಗೆ ಕೈ ಕಾಲೇ ಆಡದಂತಾಯಿತು. ಕೈ ಕೈ ಹಿಸುಕಿಕೊಂಡರು.

"ಯಾವುದಾದ್ರೂ ಮಾತ್ರೆ ಇದ್ಯಾ?" ಮಗಳತ್ತ ನೋಡಿದರು. ಅವಳು ಮೌನವಾಗಿ ಎದ್ದು ಹೋದಳು. ಒಂದು ಪಿಲ್ಸ್ ತಂದು ಬಡಬಡಿಕೆಯ ನಡುವೆ ಕಷ್ಟದಿಂದ ನುಂಗಿಸಿದಳು.

ಬೆಳಿಗ್ಗೆವರೆಗೂ ಅಪ್ಪ, ಮಗಳು ಕೂತೇ ಕಾಲ ಕಳೆದರು. ಸುನಂದಮ್ಮನ ಮುಖ ಜ್ವರದ ತಾಪದಿಂದ ಬಳಲಿಬಿಟ್ಟಿತ್ತು. ಮಂಡಿಗೆ ಗದ್ದವೂರಿ ಅನುಪಮ ಬಿಕ್ಕಿದಳು.

ಎರಡು ದಿನ ದವಾಖಾನೆಯಿಂದ ಔಷಧಿ ತಂದರು. ಬೆಂಗಳೂರಿಗೆ ಹೋಗಿ ಶಾಮಣ್ಣ ಮಾತ್ರೆಗಳನ್ನು ತಂದರು. ಏನೇನೂ ಪ್ರಯೋಜನವಾಗಲಿಲ್ಲ.

ಶಾಮಣ್ಣನವರು ಹೆಂಡತಿಯ ಮುಂದೆ ಕೈ ಚೆಲ್ಲಿ ಕೂತರು.

"ಇಲ್ಲಿ ಸರ್ಯಾದ ಡಾಕ್ಟ್ರು ಇಲ್ಲ. ಬೆಂಗ್ಳೂರಿಗೆ ಕರ್ಕೊಂಡ್ ಹೋಗ್ಬಿಡೋಣ."

ಅನುಪಮ ತಲೆಯೆತ್ತಿ ತಂದೆಯ ಕಡೆ ನೇರವಾಗಿ ನೋಡಿದಳು. ಡಾ|| ಗೋಕುಲ್ ಅಂಥ ಡಾಕ್ಟರ್ ಇದ್ದರೂ ಪ್ರಯೋಜನ ಪಡೆದುಕೊಳ್ಳಲು ಹಿಂದೇಟು. ಇದೊಂದು ತರಹ ಮೂರ್ಖತನ.

"ತುಂಬ ಆಯಾಸ ಆಗುತ್ತೆ. ಗೋಕುಲ್ ತುಂಬ ಒಳ್ಳೆ ಡಾಕ್ಟ್ರು. ಸುತ್ತಮುತ್ತಲಿನವರೆಲ್ಲ ಅವರನ್ನು ಹುಡ್ಕಿಕೊಂಡು ಬರ್ತಾರೆ, ನಾವೂ ಕರ್ದು ತೋರ್ಸೋಣ."

ಮಗಳ ಮಾತಿಗೆ ವಿಚಲಿತರಾದರೂ ತಟ್ಟನೇ ದೃಢ ಮನಸ್ಕರಾದರು. ಈ ವಿಚಾರ ಹತ್ತಾರು ಬಾರಿ ಮನಸ್ಸಿಗೂ ಬಂದಿತ್ತು. ತಟ್ಟನೇ ಒರೆಸಿಹಾಕಿದರು.

"ನಂಗಿಷ್ಟವಿಲ್ಲ! ಜಾತಿಗೆಟ್ಟ ಕೃತಜ್ಞತೆ ಇಲ್ಲದವ ಈ ಮನೆ ಬಾಗ್ಲು ತುಳ್ಯೋದ್ಬೇಡ. ಸಾವಿರ ಖರ್ಚಾದ್ರೂ ಪರ್ವಾಗಿಲ್ಲ, ಬೆಂಗ್ಳೂರಿಗೆ ಕರ್ಕೊಂಡ್ಹೋಗ್ತೀನಿ" ಕಡ್ಡಿ ತುಂಡು ಮಾಡಿದಂತೆ ಹೇಳಿದಾಗ ಅನುಪಮ ಕಹಿ ಉಗುಳನ್ನು ಬಲವಂತವಾಗಿ ನುಂಗಿದಳು.

ಶಾಮಣ್ಣನವರು ಹೆಂಡತಿಯ ಬಳಿಗೆ ಬಂದರು. ಕಂಗೆಟ್ಟ ಸ್ಥಿತಿಯನ್ನು ನೋಡಿ ಅವರೆದೆಯೊಡೆದಂತಾಯಿತು.

"ಸುನಂದ, ಕಾರು ಮಾಡ್ಕೊಂಡ್ಬರ್ತೀನಿ; ಬೆಂಗ್ಳೂರಿಗೆ ಹೋಗ್ಬಿಡೋಣ. ಅಲ್ಲಿ ದೊಡ್ಡ ಡಾಕ್ಟ್ರುಗಳಿದ್ದಾರೆ. ಬೇಗ ಹುಷಾರಾಗ್ತೀಯಾ!" ಪ್ರೀತಿ ಬೆರೆತ ಅನುಕಂಪದಿಂದ ಹೆಂಡತಿಯ ಕೂದಲಲ್ಲಿ ಕೈಯಾಡಿಸಿದರು.

"ಬೇಡ; ನಾನು ಬರೋಲ್ಲ" ಮುಖ ತಿರುವಿದರು.

"ಒಳ್ಳೆ ಮಗುವಿನ ಹಾಗೆ ಹಟ ಮಾಡ್ತೀಯಲ್ಲ. ಕಾಯಿಲೆ ವಾಸಿ ಆಗ್ಬೇಡ್ವಾ?" ಸ್ವಲ್ಪ ಅಸಹನೆಯಿಂದ ರೋಗಿಯೆಂಬುದನ್ನು ಮರೆತು ಸಿಡುಕಿದರು.

ಸುನಂದಮ್ಮನ ಮುಸುಕಿದ ಕಣ್ಣಂಚಿನ ಮಂಜಿನಲ್ಲಿ ಡಾ|| ಗೋಕುಲ್ ಹಸನ್ಮುಖನಾಗಿ ನಿಂತಿದ್ದ. ಅಂತಃಕರಣ ಹೊರಳಿ ಹೊರಳಿ ನರಳಿತು.

ಮೆಲ್ಲನೆ ಕಣ್ತೆರೆದರು. ಎದೆ ಆಯಾಸದಿಂದ ಏರಿಳಿಯುತ್ತಿತ್ತು. ಮೈನ ಶಕ್ತಿಯನ್ನೆಲ್ಲ ಕ್ರೋಢೀಕರಿಸಿ ಸ್ವರಕ್ಕೆ ರವಾನಿಸಿದರು.

"ನಾನೆಲ್ಲೂ ಹೋಗೋಲ್ಲ, ಸತ್ರೆ ಇಲ್ಲೇ ಸಾಯ್ತೀನಿ."

ಪಟ್ಟು ಹಿಡಿದ ಹೆಂಡತಿಯನ್ನು ಅಸಹಾಯಕರಾಗಿ ನೋಡಿದರು. ಅವರ ಮೈಯಲ್ಲಿನ ಶಕ್ತಿಯೆಲ್ಲ ಕಾಲ ಬುಡದಲ್ಲಿ ಸುರಿದುಹೋದ ಅನುಭವವಾಯಿತು. ನಿತ್ರಾಣದಿಂದ ಹೆಜ್ಜೆಗಳನ್ನು ಎತ್ತಿಟ್ಟರು.

ಆಕೆ ಚೇತರಿಸಿಕೊಳ್ಳದಿದ್ದಾಗ ಬೆಂಗಳೂರಿನಿಂದ ಡಾಕ್ಟರ್‌ಗಳನ್ನು ಕರೆತಂದರು. ಹಣವನ್ನು ನೀರಿನಂತೆ ಖರ್ಚು ಮಾಡಿದರು. ಜ್ವರ ಸ್ವಲ್ಪ ಕಮ್ಮಿಯಾದರೂ ನಿತ್ರಾಣದಿಂದ ಪೂರ್ತಿಯಾಗಿ ಬಳಲಿದರು. ಹಿಂಜಿದ ಹತ್ತಿಯಂತಾದರು.

ಮಧ್ಯಾಹ್ನ ಬಂದ ಪತ್ರದಿಂದ ಶಾಮಣ್ಣನವರ ತಲೆ ಬಿಸಿಯಾಗಿತ್ತು. ಕಣ್ಮುಚ್ಚಿ

ಮಲಗಿದ್ದ ಹೆಂಡತಿಯ ತಲೆದೆಸೆಯಲ್ಲಿ ಬಂದು ಕೂತರು.

"ಗಂಡಿನ ಕಡೆಯವ್ರು ಪತ್ರ ಬರೆದಿದ್ದಾರೆ. ಈ ಲಗ್ನಗಳಲ್ಲಿ ಮದ್ವೆ ಮಾಡಿ ಕೊಡ್ಬೇಕಂತೆ" ಬಿಳಿಚಿಕೊಂಡ ಹೆಂಡತಿಯ ಮುಖವನ್ನು ದಿಟ್ಟಿಸಿದರು. ಸುನಂದಮ್ಮನ ಕಣ್ಣುಗಳಲ್ಲಿ ಬೆಳಕು ಮೂಡಲಿಲ್ಲ.

"ಆಯ್ತು, ಮಾಡ್ಬಿಡೋಣ." ಆಕೆಯ ಸ್ವರ ಕ್ಷೀಣವಾಗಿತ್ತು. ನಾಲಿಗೆ ತುಟಿಯ ಮೇಲಾಡಿತು. "ಆ...." ಎಂದು ಬಾಯಿ ತೆರೆದವರು, ಸುಮ್ಮನಾದರು.

ಹೃದಯ ನಿರಾಸೆ, ನೋವು, ಸಂಕಟದಲ್ಲಿ ಪೂರ್ತಿ ಬಳಲಿಹೋಗಿದ್ದರು. ದ್ವಂದ್ವ ಭಾವಗಳ ಆಂದೋಳನಕ್ಕೆ ಅವರು ಪೂರ್ತಿ ಬಲಿಯಾಗುವುದರಲ್ಲಿದ್ದರು.

ಕಣ್ಣುಗಳಲ್ಲಿ ಆಶಾಕಿರಣ ಮಿನುಗಿತು. ಶಾಮಣ್ಣನವರ ಕೈಯನ್ನು ತಮ್ಮ ಜೀರ್ಣವಾದ ಕೈಗಳಲ್ಲಿ ಹಿಡಿದುಕೊಂಡರು. ನೋಟ ದಯವಿಟ್ಟು ಇದನ್ನು ಮನ್ನಿಸು ಎಂದು ಪ್ರಾರ್ಥಿಸುವಂತಿತ್ತು.

"ಕೋಪ ಮಾಡ್ಕೋಬೇಡಿ. ಶೀನಣ್ಣಯ್ಯ ದೊಡ್ಡ ತಪ್ಪು ಮಾಡಿರಬೋದು! ಪಾಪ ಆ ಹುಡ್ಗ ಯಾವ್ದೂ ಅರಿಯಾ.... ನಮ್ಮಲ್ಲಿ ಸೇರ್ಸ್ಕೊಳ್ದಿದ್ರೂ ಪ್ರೀತಿಯಿಂದ ಕಾಣೋದ್ರಲ್ಲಿ ತಪ್ಪೇನಿದೆ?"

ತಟ್ಟನೆ ಶಾಮಣ್ಣನವರು ತಮ್ಮ ಕೈಯನ್ನು ಹಿಂದಕ್ಕೆ ಎಳೆದುಕೊಂಡರು. ರೌದ್ರಾವತಾರ ತಾಳಿದರು. ಸಾಕಷ್ಟು ಅಂದು ಮುಗಿದಾಗ ಮೂಕವಾಗಿ ಕಣ್ಣೀರು ಸುರಿಸಿದರು ಸುನಂದಮ್ಮ.

"ಅಯ್ಯೋ ಶೀನಣ್ಣಯ್ಯ ನೀನ್ಯಾಕೆ ಕಳಿಸ್ದೆ? ಆ ಹುಡ್ಗ ತಾಯಿ ಮುಂದಾದ್ರೂ ಸುಖವಾಗಿರ್ತಾ ಇದ್ದ. ಒಂದು ತಪ್ಪು ಮಾಡಿ ನೀನು ನೊಂದು ನಮ್ಮನ್ನು ನೋಯಿಸ್ತಾ ಇದ್ದೀಯಾ!" ಮನದಲ್ಲಿಯೇ ಹಲುಬಿದರು.

ಅನುಪಮಗೆ ಮನೆಯಲ್ಲಿದ್ದು ತಲೆ ಕೆಟ್ಟುಹೋಯಿತು. ಕಾಲೇಜು ಬಾಗಿಲು ತೆರೆದು ಹದಿನೈದು ದಿನದ ಮೇಲಾಗಿತ್ತು. ಅತ್ತ ತಲೆ ಹಾಕಿರಲಿಲ್ಲ.

"ಕಾಲೇಜಿಗಾದ್ರೂ ಹೋಗು" ಮಗಳ ಮಂಕಾದ ಮುಖ ನೋಡಿ ಹೇಳಿದರು.

ಮಗಳ ಮದುವೆಯಾಗುವವರೆಗಾದರೂ ಆರೋಗ್ಯವಾಗಿರುವ ಸಂಕಲ್ಪ ತೊಟ್ಟಿದ್ದರು ಸುನಂದಮ್ಮ. ಅದು ದೇಹದ ಮೇಲೆ ತಕ್ಕಷ್ಟು ಪರಿಣಾಮ ಬೀರಿತ್ತು.

ಮರುದಿನವೇ ಅನುಪಮ ಕಾಲೇಜಿಗೆ ಹೊರಟಳು.

* * *

ಬಹಳ ದಿನಗಳ ಮೇಲೆ ಬಸ್‌ಸ್ಟಾಪ್‌ನಲ್ಲಿ ಡಾ॥ ಗೋಕುಲ್ ಭೇಟಿಯಾದ. ಹಿಂದಿಗಿಂತ ಬಹಳ ಗಂಭೀರವಾಗಿದ್ದ ಹಾಗೆ ಕಾಣಿಸಿತು. ಎಂದಿನಂತೆ ಮಾತನಾಡಿಸಲಿಲ್ಲ. ಅನುಪಮ ಪೆಚ್ಚಾದಳು.

ಅಷ್ಟು ದೂರದಲ್ಲಿ ನಿಂತಿದ್ದ ಗೋಕುಲ್ ಬೇರೆಡೆ ನೋಟವರಿಸಿದ್ದ. ಅವನ ಮನಸ್ಸಿಗೆ ತೀರಾ ಬೇಸರವಾಗಿತ್ತು.

ಅನುಪಮ ತಾನೇ "ಹಲೋ...." ಎಂದಳು. ಗೋಕುಲ್ ಇತ್ತ ತಿರುಗಿದವನು ನಾಲ್ಕು ಹೆಜ್ಜೆ ಸನಿಹಕ್ಕೆ ಬಂದ. "ಹಲೋ, ನಿಮ್ಮ ತಾಯಿ ಹೇಗಿದ್ದಾರೆ?" ಸ್ವರದಲ್ಲಿನ ಗಡುಸುತನಕ್ಕೆ ಬೆಚ್ಚಿಬಿದ್ದಳು. ತಪ್ಪು ಮಾಡಿದವಳಂತೆ ತಲೆ ತಗ್ಗಿಸಿದಳು. ಅವನ ನೋಟ ಅವಳನ್ನು ನೋಯಿಸುತ್ತಿತ್ತು. "ಪರ್ವಾಗಿಲ್ಲ, ಈಗ ಹುಷಾರಾಗಿದ್ದಾರೆ." ಅವನ ಹುಬ್ಬುಗಳು ಸಂಕುಚಿಸಿ ಕಣ್ಣುಗಳು ಕಿರಿದಾದವು. ಅನುಪಮ ಬಲವಂತದಿಂದ ಉಗುಳು ನುಂಗಿದಳು.

"ಏನಾಗಿತ್ತು ?" ಅವನ ಸ್ವರದಲ್ಲಿ ನೋವು ಮಿಸುಕಾಡಿತು. ಅವನ ನೇರ ನೋಟ ತಪ್ಪಿಸಿಕೊಳ್ಳುವ ಪ್ರಯತ್ನ ಮಾಡಿದಳು. ತುಟಿ ತೆರೆಯಲು ಹೆಣಗಾಡಿದಳು. "ಗೊತ್ತಿಲ್ಲ..."

"ಡಾಕ್ಟ್ರು ಏನ್ಹೇಳಿದ್ರು ?" ಸಹನೆಗೆಟ್ಟು ಪ್ರಶ್ನಿಸಿದ.

"ಮನೋರೋಗ....." ಗೋಕುಲ್ ವಿಸ್ಮಿತನಾದ. ಅದಕ್ಕೆ ಕಾರಣ? ನಿಮ್ಗೆ ಕಾರಣ ಗೊತ್ತಿಲ್ವಾ? ಅವನ ಪ್ರಶ್ನೆಗೆ ಅವಳಲ್ಲಿ ಉತ್ತರವಿಲ್ಲ. ಕಣ್ಣಂಚಿನಲ್ಲಿ ಕಂಬನಿ ಜಿನುಗಾಡಿತು. ಬಲವಂತವಾಗಿ ಅಳುವನ್ನು ನುಂಗುತ್ತಿದ್ದಳು. ತುಟಿಗಳು ಕಂಪಿಸುತ್ತಿದ್ದವು.

ಅಷ್ಟು ದೂರದಲ್ಲಿ ಬಸ್ಸು ಬರುತ್ತಿರುವುದು ಕಾಣಿಸಿತು.

"ಬಸ್ಸು.... ಬಂತು" ಅವನ ನೋಟವನ್ನು ಅತ್ತ ಹರಿಸಿ ಕರ್ಚೀಫ್‌ನಿಂದ ಕಣ್ಣೊತ್ತಿಕೊಂಡಳು. ಚುರುಕು ನೋಟ ಇದನ್ನು ಕಾಣದೆ ಹೋಗಲಿಲ್ಲ.

ನಾಲ್ಕಾರು ಊರಿನ ಜನ ಬಂದ ಬಸ್ಸು ಹತ್ತಿಕೊಂಡರು. ಖಾಲಿ ಇದ್ದ ಸೀಟಿನಲ್ಲಿ ಡಾ|| ಗೋಕುಲ್ ಕೂತ. ಕಂಬಿ ಹಿಡಿದು ನಿಂತ ಅನುಪಮ ಬಸ್ಸಿನಲ್ಲೆಲ್ಲ ಕಣ್ಣಾಡಿಸಿದಳು. ಬೇಕೆಂದೇ ಅವನ ನೋಟ ತಪ್ಪಿಸುತ್ತಿದ್ದಳು. ಇಂದಿನ ಕಲಿತ ಯುವತಿಯರು ಕೂಡ ಬೇರೆ ಗಂಡಸರ ಪಕ್ಕ ಸರಾಗವಾಗಿ ಕೂಡಲಾರರು! ನಗು, ವ್ಯಸನ, ಆಶ್ಚರ್ಯದ ಸಮ್ಮಿಶ್ರ ಭಾವ ಅವನಲ್ಲಿ ಉಂಟಾದವು. ಪಾಶ್ಚಿಮಾತ್ಯ ದೇಶಗಳ ಜನರ ಜೀವನಕ್ಕೂ, ಇಲ್ಲಿನ ವೈವಿಧ್ಯಮಯ ಬದುಕಿಗೂ ಹೋಲಿಸತೊಡಗಿದ.

"ಪ್ಲೀಸ್... ಸಿಟ್ ಡೌನ್" ಕಿಟಕಿಯತ್ತ ಸರಿದು ಕೂತ. ಅವಳು ಇವನತ್ತ ತಿರುಗಲೇ ಇಲ್ಲ. ಮುಗುಳ್ನಕ್ಕು ಸುಮ್ಮನಾದ.

ಅವಳು ಇಳಿದ ಸ್ಟಾಪ್‌ನಲ್ಲಿಯೇ ಇಳಿದ. ಅನುಪಮ ಗಮನಿಸದವಳಂತೆ ಕಾಲೇಜಿನತ್ತ ಹೆಜ್ಜೆ ಹಾಕತೊಡಗಿದಳು.

"ಅನುಪಮ, ನಿಂತ್ಕೋ" ಸ್ವರ ಅವಳನ್ನು ಹಿಡಿದು ನಿಲ್ಲಿಸಿತು.

ನೇರವಾಗಿ ಅವಳನ್ನು ನೋಡಿದ. ಅವಳ ಹಣೆಯ ಮೇಲೆ ಮುತ್ತಿನ ಬಿಂದುಗಳು ಸಾಲುಗಟ್ಟಿ ನಿಂತಿದ್ದವು. ಕಣ್ಣುಗಳಲ್ಲಿ ಭಯದ ನೆರಳು.

"ನನ್ನ ನೋಡಿದ್ರೆ ಯಾಕೆ ಅಷ್ಟು ದೂರ ಸಿಡೀತೀರಾ? ನಿಮ್ಮ ಹಳ್ಳಿಯ ಇತರ ಜನರ ಬಗ್ಗೆಯು ಹೀಗೇ ವರ್ತಿಸ್ತೀರಾ?" ನೇರ ಪ್ರಶ್ನೆಗೆ ತತ್ತರಿಸಿದಳು. ಒಂದು ನಿಮಿಷ ಗಂಭೀರವಾದಳು "ಏನು ಹೇಳ್ಲಾರೆ. ನಿಮ್ಗೆ ಅರ್ಥ ಆಗೋದು ಕೂಡ ಕಷ್ಟ!"

"ಥ್ಯಾಂಕ್ಯೂ.... ಸಾರಿ ಫಾರ್ ದಿ ಟ್ರಬಲ್" ಅವಳಿಗೆ ಅಭಿಮುಖವಾಗಿ ನಡೆದ.

ಕಾರು ರಿಪೇರಿಗೆ ಬಿಟ್ಟಿದ್ದ. ಅಲ್ಲಿಗೆ ಹೋದಾಗ ಕೃಷ್ಣನ್ ಕೊಂಡಯ್ದ ಸಂಗತಿ ತಿಳಿಯಿತು. ತಲೆ ಸಿಡಿಯತೊಡಗಿತು. ಬೇಸರದಿಂದಲೇ ಟ್ಯಾಕ್ಸಿ ಹತ್ತಿದ. ಹಳ್ಳಿಗೆ ಹಿಂದಿರುಗಿಬಿಡಲೇ?

"ಕಹಾ ಸಾಬ್?" ಡ್ರೈವರ್ ಎಚ್ಚರಿಸಿದ.

ಕಾರು ಅಗತ್ಯವಾಗಿ ಕೊಂಡೊಯ್ಯಬೇಕಾಗಿತ್ತು. ಕೃಷ್ಣನ್ ಮನೆ ವಿಳಾಸ ತಿಳಿಸಿ ಸೀಟಿಗೆ ಒರಗಿ ಕಣ್ಮುಚ್ಚಿದ. ಮನದ ಪರದೆಯ ಮೇಲೆ ಮೂಡುತ್ತಿದ್ದ ಕಲ್ಪನೆಯ ಚಿತ್ರಗಳೆಲ್ಲ ಬೇಗ ಮರೆಯಾಗುತ್ತಿದ್ದವು.

ಟ್ಯಾಕ್ಸಿ ನಿಂತಾಗ ಸೋತವನಂತೆ ಡ್ರೈವರ್‌ಗೆ ಹಣ ಕೊಟ್ಟು ಕಾಲೆಳೆದುಕೊಂಡು

ಒಳಗೆ ನಡೆದ. ಮನೆಯ ನೀರವತೆಗೆ ಹುಬ್ಬೇರಿಸಿದ.

''ಅವ್ರೆಲ್ಲ ಹಳ್ಳಿಗೆ ಹೋದ್ರು. ನೀವು ಇಲ್ಲಾಂತ ತಿಳಿದ್ರೆ ಬಂದ್ಬಿಡ್ತಾರೆ'' ವಿನಮ್ರನಾಗಿ ಆಳು ಹೇಳಿದಾಗ ಹುಬ್ಬು ಗಂಟಿಕ್ಕಿ ಕುಸಿದು ಕುಳಿತ.

ಒಂದೆರಡು ನಿಮಿಷಗಳ ನಂತರ ಕೋಣೆಗೆ ಹೋಗಿ ಮಲಗಿಬಿಟ್ಟ. ಇಣಕಿದ ಆಳಿಗೆ ಹೇಳಿದ.

''ಸಧ್ಯಕ್ಕೆ ನಂಗೇನು ಬೇಡ. ನಾನಾಗಿ ಏಳೋವರ್ಗ್ಗೂ.... ಎಬ್ಬೋದೇನು ಬೇಡ.''

ಕಣ್ಮುಚ್ಚಿದ. ಹೊರಳಾಡಿದ ನಂತರ ನಿದ್ದೆಯೇನೋ ಬಂತು. ಅದೊಂದು ತರಹ ಪ್ರಜ್ಞೆ ತಪ್ಪಿದ ಸ್ಥಿತಿ. ಬಳಲಿದ ಮನ ತಾನಾಗಿ ತಬ್ಬಿಕೊಂಡ ಸ್ಥಿತಿಯೇನೋ!

ಸಂಜೆ ಅವರುಗಳು ಹಿಂದಿರುಗಿದ ಮೇಲೇನೆ ಗೋಕುಲ್ ಎಚ್ಚರಗೊಂಡಿದ್ದು. ಮಂಕಾಗಿ ಕಾಣುತ್ತಿದ್ದ ಕೃಷ್ಣನ್ ಆತಂಕಗೊಂಡರು.

''ಏನಾಯ್ತು ?'' ಹತ್ತಿರ ಬಂದು ಕೂತು ಅವನ ಕೈ ಹಿಡಿದುಕೊಂಡ. ಪ್ರಕಟವಾದ ದುರ್ಬಲತೆಗೆ ಗೋಕುಲ್ ಸಂಕೋಚಗೊಂಡ. ''ಏನಿಲ್ಲ ಅಂಕಲ್, ಬಸ್ಸಲ್ಲಿ ಬಂದಿದ್ದರಿಂದ ಸ್ವಲ್ಪ ಆಯಾಸವಾಗಿತ್ತು. ಮಲ್ಗಿಬಿಟ್ಟೆ'' ಸಹಜತೆ ಸ್ವರದಲ್ಲಿ ಮೂಡಿಸಲು ಪ್ರಯತ್ನಪಟ್ಟ. ಅರಿವಾಗದಂತೆ ನೀರಸ ಇಣಕಿತ್ತು. ಕೃಷ್ಣನ್ ಕಣ್ಣಲ್ಲಿ ಕಣ್ಣಿಟ್ಟು ನೋಡಿದರು.

''ವಿಶ್ರಾಂತಿ ತಗೋ'' ಎದ್ದು ಹೊರಗೆ ಹೋದರು.

ಅವರಿಗೆ ಇವನದೊಂದು ಚಿಂತೆಯಾಗಿತ್ತು. ಶ್ರೀನಿವಾಸ ತಿಳಿದೂ ತಿಳಿದೂ ಯಾಕೆ ಈ ನಿರ್ಧಾರ ಕೈಗೊಂಡ? ಪ್ರತಿಛಾಯೆಯಂಥ ಇವನ ರೂಪ ನೋಡಿ ಇಂಥ ಸಾಹಸಕ್ಕೆ ಕೈ ಹಾಕಿದನಾ? ತಲೆಯ ಮೇಲೆ ಕೈಯೊತ್ತು ಕೂತುಬಿಟ್ಟರು.

ಮುಖ ತೊಳೆದು ಬಂದ ಗೋಕುಲ್ ಕೃಷ್ಣನ್ ಎದುರಿನಲ್ಲಿ ಕೂತ. ಅವರ ಮುಖದಲ್ಲಿ ಆಳವಾದ ಚಿಂತನೆಯ ಗೆರೆಗಳು ಗೋಕುಲ್‌ನ ಮಿದುಳಿಗೆ ಚಲನೆ ಕೊಟ್ಟವು.

ಅಳೆದು ಸುರಿದು ಅನುಮಾನಿಸಿ ವಿಷಯವನ್ನು ಅವನ ಮುಂದಿಟ್ಟರು.

''ನರ್ಸಿಂಗ್ ಹೋಂ ಕಟ್ಟಡಾನ ಕೊಳ್ಳೋಕೆ ಯಾರೋ ಒಬ್ರು...ಮುಂದೆ ಬಂದಿದ್ದಾರೆ.''

ಮಿದುಳು ಒಂದು ಗಳಿಗೆ ತನ್ನ ಕೆಲಸವನ್ನು ನಿಲ್ಲಿಸಿತು. ಗೋಕುಲ್ ಪೂರ್ತಿಯಾಗಿ ಹಿಂದಕ್ಕೆ ಒರಗಿ ಕೂತ. ಮೈನ ಉತ್ಸಾಹ, ಚೇತನ ನೆಲದಲ್ಲಿ ಸುರಿದು ಇಂಗಿ ಹೋದ ಅನುಭವವಾಯಿತು.

''ಬರೀ ನಷ್ಟಾನೇ! ಅರ್ಧ ಹಣ ಕೂಡ ಬರೋಲ್ಲ. ಹೋದ್ರೆ....ಹೋಗ್ಲಿ, ಮತ್ತೇನು ಮಾಡೋಕೆ ಸಾಧ್ಯ ! ಆ ಮೂಢ ಜನರ ಜೊತೆ ಬದ್ಕು ಹುಡುಗಾಟವಲ್ಲ?'' ಅವರ ಬೇಸರದ ನುಡಿಗಳು ಅವನ ಸಮಾಧಾನವನ್ನು ಛಿದ್ರ ಛಿದ್ರಗೊಳಿಸಿ ಗಾಳಿಗೆ ತೂರಿತು.

''ಅಂಕಲ್....'' ಅವನ ಸ್ವರದಲ್ಲಿ ಕೃಷ್ಣನ್ ಧ್ವನಿ ನುಂಗಿಹಾಕಿತು. ''ಮತ್ತೇನು ಹೇಳ್ಬೇಡ. ಆ ಒಂಟಿತನದ ಹಿಂಸೆ ನಿನ್ನ ಪ್ರತಿಭೆನ ಕೊಂದುಬಿಡುತ್ತೆ. ಸದ್ಯಕ್ಕೆ ನಮ್ಮ ನರ್ಸಿಂಗ್ ಹೋಂ ಸಿದ್ಧವಾಗೋವರ್ಗೂ ಡಾ|| ರಾವ್ ನರ್ಸಿಂಗ್ ಹೋಂನಲ್ಲಿ ಕೆಲ್ಸ ಮಾಡ್ಬೋದು. ಅವ್ರು ಅಮೆರಿಕದಲ್ಲಿ ಸ್ಟಡಿ ಮಾಡಿ ಬಂದವ್ರೆ. ನಿನ್ನ ಬಗ್ಗೆ ಹೇಳಿದ್ದೀನಿ. ಅವ್ರು ಸಂತೋಷದಿಂದ ನಿನ್ನ ಸ್ವಾಗತಿಸಲು ಸಿದ್ಧವಾಗಿದ್ದಾರೆ.''

ಡಾ|| ಗೋಕುಲ್‌ನ ಮುಖದ ಬಣ್ಣವೇ ಬದಲಾಯಿಸಿತು. ಮುಖದಲ್ಲಿ ಅಪರೂಪದ ಕಾಠಿಣ್ಯತೆ ಮಿನುಗಿತು. ಕೆಳ ತುಟಿಯನ್ನು ಹಲ್ಲಿನಡಿ ಕಚ್ಚಿ ಹಿಡಿದ. ದೃಢ ನಿರ್ಧಾರ ಭಯಂಕರ ಬಿರುಗಾಳಿಗೆ ಸಿಕ್ಕಿ ಅಲುಗಾಡುತ್ತಿತ್ತು. ತಂದೆಯ ಅಸಹಾಯಕ ಮುಖ ಅವನ ಕಣ್ಮುಂದೆ ಸುಳಿಯಿತು.

ತಕ್ಷಣ ಹೊರಗೆ ಬಂದವನೇ ಕಾರು ಹತ್ತಿದ. ಕಾರು ವೇಗದಿಂದ ಗೇಟನ್ನು ದಾಟಿದಾಗ ಹೊರಗೆ ಬಂದ ಕೃಷ್ಣನ್ ಸ್ವರ ಬತ್ತಿ ನಿಂತಲ್ಲೇ ಶಿಲೆಯಾದರು.

ಪರಿಸರದ ಆಕರ್ಷಣೆಗೆ ಒಳಗಾದವನಂತೆ ಕಾರು ನಡೆಸುತ್ತಿದ್ದ.

ಮನೆಯ ಮುಂದೆ ಕಾರು ನಿಂತಾಗ ರಾಜು ಗಾಬರಿಯಿಂದ ಧಾವಿಸಿದ. ಕೃಷ್ಣನ್ ಸದ್ಯಕ್ಕೆ ಡಾ|| ಗೋಕುಲ್ ಅಲ್ಲೇ ಬರುವುದಾಗಿ ಹೇಳಿ ಹೋಗಿದ್ದರು. ನರ್ಸಿಂಗ್ ಹೋಂ ಕೊಳ್ಳಲು ಮುಂದೆ ಬಂದಿರುವ ಗೌಸ್ ಸಾಹೇಬರನ್ನು ಜೊತೆಯಲ್ಲಿ ಕರೆತಂದು ದೊಡ್ಡ ಸುದ್ದಿ ಮಾಡಿ ಹೋಗಿದ್ದರು. ಎಲ್ಲರ ಬಾಯಲ್ಲೂ ಅದೇ ಸುದ್ದಿಯಾಗಿತ್ತು. ಈಗ....

ಕಾರಿನ ಮುಂಬಾಗಿಲನ್ನು ಶಬ್ದವಾಗುವಂತೆ ಮುಚ್ಚಿ ಅವನತ್ತ ನೋಡದೆಯೇ ಒಳಗೆ ನಡೆದ. ಸಾಹೇಬರ ಹಿಂದೆ ಪೆಚ್ಚಾಗಿ ನಡೆದರೂ ಅವನಿಗೆ ಒಂದು ತರಹ

ಸಂತೋಷವೇ ಆಗಿತ್ತು. ಈ ಮನೆ, ಇಲ್ಲಿನ ಕೆಲಸ ಅವನಿಗೆ ಒಗ್ಗಿಬಿಟ್ಟಿತ್ತು.

ಬಟ್ಟೆ ಬದಲಾಯಿಸಿ ಹೊರಗೆ ಬಂದ ಗೋಕುಲ್ ಅವನತ್ತ ನೋಡದೆಯೇ ಹೇಳಿದ.

"ಅಡ್ಗೆ ಇದ್ರೆ ಬಡ್ಸು."

ಅವನ ತೊಡೆಗಳಲ್ಲಿ ನಡುಕ ಶುರುವಾಯಿತು. ಅವನು ಅಡಿಗೆ ಮಾಡಿಕೊಂಡಿರಲಿಲ್ಲ. ಮಿದುಳು ಚುರುಕಾಯಿತು. ಇದ್ದ ಅನ್ನಕ್ಕೆ ಗಟ್ಟಿ ಮೊಸರು ಹಾಕಿ ಕಲಸಿ ಒಂದು ಸ್ಪೂನ್ ಹಾಕಿ ತಂದಿಟ್ಟ.

ಗೋಕುಲ್ ತಟ್ಟೆಯನ್ನು ಹತ್ತಿರಕ್ಕೆ ಎಳೆದುಕೊಂಡ. ಸ್ಪೂನ್ ಕೈಗೆ ಬಂತು. ತಿರುಗಿಸಿ ನೋಡಿ ಪಕ್ಕಕ್ಕೆ ಇಟ್ಟ. ಬೆರಳುಗಳಿಂದ ಎತ್ತಿ ತಿನ್ನತೊಡಗಿದ. ಇದಕ್ಕಾಗಿ ವಾದ ಮಾಡುತ್ತಿದ್ದ ತಾಯಿ ತಂದೆಯರ ನೆನಪಾಯಿತು.

ಶ್ರೀನಿವಾಸ ಎಷ್ಟು ಬೇಗ ಅಮೆರಿಕನ್ ಶ್ರೀಮಂತಿಕೆ ಸಂಸ್ಕೃತಿಗೆ ಮಾರುಹೋಗಿದ್ದರೋ, ಅಷ್ಟೇ ಬೇಗ ಅದರ ಆಕರ್ಷಣೆಯಿಂದ ದೂರವಾಗಿದ್ದರು. ವರ್ಜೀನಿಯಾಗೆ ಮದುವೆಗೆ ಮುನ್ನ ಕೊಟ್ಟ ಮಾತಿಗಾಗಿ ಬಂಧಿಯಾಗಿದ್ದರು.

ಶ್ರೀನಿವಾಸ್ ಊಟ ಕೈಯಲ್ಲಿ ಆರಂಭಿಸಿದಾಗ ವರ್ಜೀನಿಯಾ ಸಿಡುಕುತ್ತಿದ್ದಳು. ಆಗ ಅವರ ತುಂಬು ನಗುವೇ ಉತ್ತಮವಾಗುತ್ತಿತ್ತು.

ಗೋಕುಲ್ ಹಸನ್ಮುಖನಾದ. ಬೆರಳಿಗಂಟಿದ ಉಪ್ಪಿನಕಾಯಿ ನೆಕ್ಕಿ ಕೈ ತೊಳೆದ. ಆ ನೆನಪುಗಳೆಲ್ಲ ಅವನನ್ನು ಗಟ್ಟಿ ಮಾಡಲು ಹೆಣಗಾಡುತ್ತಿದ್ದವು.

ಎರಡು ದಿನದಿಂದ ಜಡಿ ಮಳೆ. ಅನುಪಮ ಕಾಲೇಜಿಗೂ ಹೋಗಿರಲಿಲ್ಲ. ಚಿಟ ಚಿಟ ಮಳೆಯಲ್ಲಿ ಹೊರಗೆ ಓಡಾಡುವುದೇ ದುಸ್ಸಾಧ್ಯವಾಗಿತ್ತು.

ಕೊಡೆ ಹಿಡಿದು ಬಂದ ಶಾಮಣ್ಣನವರು ಅರ್ಧ ಗಂಟೆ ಇದ್ದರು. ಕಾಲಿಗೆ ಮೆತ್ತಿದ ಕೆಸರನ್ನು ನೋಡಿದರು. ಜಗುಲಿಯೇರಿ ಕೊಡೆಯನ್ನು ಮಡಚಿಟ್ಟರು.

"ಅನು, ಒಂದು ಚೆಂಬು ನೀರು ತಗೊಂಡ್ಬಾರಮ್ಮಾ. ಅಬ್ಬಬ್ಬ..." ಷರಟಿನ ತೋಳುಗಳನ್ನು ಮೇಲಕ್ಕೆ ಮಡಚಿದರು.

ಹಿಂದಕ್ಕೆ ತಿರುಗಿ ಅವರು ಮಂದವಾಗಿ ಸುರಿಯುತ್ತಿದ್ದ ಮಳೆಯತ್ತ ನೋಡಿದರು. ಮುಖದಲ್ಲಿ ಬೇಸರ ತುಂಬಿಕೊಂಡಿತು. ಲಗ್ನದ ದಿನ

ನಿಶ್ಚಯವಾದುದರಿಂದ ಬಹಳಷ್ಟು ಕೆಲಸ ಇತ್ತು. ಎಲ್ಲಾ ಕೆಲಸಕ್ಕೂ ಇದು ವಿಘ್ನ.

ತಂಬಿಗೆ ಹಿಡಿದು ಬಂದ ಮಗಳನ್ನು ನೋಡಿದರು. ಎದೆ ಭಾರವಾಗಿ ಉಸಿರುಗಟ್ಟಿದಂತಾಯಿತು. ಅನು ಈ ಮನೆಗೆ ದೀವಿಗೆಯಾಗಿದ್ದಳು. ಅವಳು ಗಂಡನ ಮನೆಗೆ ಹೋದ ಮೇಲೆ ತಮಗೆ ಬದುಕಿನಲ್ಲಿ ಆಸಕ್ತಿ ಉಳಿಯಲು ಸಾಧ್ಯವೇ?

"ಯಾಕಣ್ಣ ಹಾಗೆ ನೋಡ್ತೀರಿ?" ಅವಳ ಸ್ವರದಲ್ಲಿ ಎಂದಿನ ಲವಲವಿಕೆ ಇರಲಿಲ್ಲ. "ಏನೋ ... ಬಿಡು...." ಚೆಂಬು ಅವಳ ಕೈಗೆ ಹೋಯಿತು.

"ನಿಮ್ಮಮ್ಮ ಎಲ್ಲಿ?" ಟವಲನ್ನು ಕೈಗೆತ್ತಿಕೊಂಡರು.

ಅನುಪಮಳ ಮುಖದ ಮೇಲೆ ದಟ್ಟವಾದ ಕಾರ್ಮೋಡಗಳು ಕವಿದುಕೊಂಡವು. ಗಂಭೀರತೆ ಆ ಮುಖದ ಚೆಲುವನ್ನು ಮಂಕಾಗಿಸಿತ್ತು.

ತಂದೆ ಇತ್ತ ತಿರುಗಿದಾಗ ಮೃದುವಾಗಿ ಹೇಳಿದಳು.

"ಅಮ್ಮನಿಗೆ ಜ್ವರ ಬಂದಿದೆ."

ಶಾಮಣ್ಣನವರು ಗಾಬರಿಯಿಂದ ನಿಂತುಬಿಟ್ಟರು. ಟವಲು ಕೈ ಜಾರಿತು. ಅವರಲ್ಲಿ ಚಲನೆ ಕಾಣಿಸಿಕೊಳ್ಳಲು ನಿಮಿಷಗಳೇ ಬೇಕಾದವು.

"ಜ್ವರ ಯಾಕೆ ಬಂತು?" ಅವರೆಜ್ಜೆಗಳು ಕೋಣೆಯತ್ತ ಧಾವಿಸಿದವು. ಅನುಪಮ ನಿಟ್ಟುಸಿರು ಹೊರದಬ್ಬಿ ಗೋಡೆಗೊರಗಿ ನಿಂತಳು. "ಜ್ವರ ಯಾಕೆ ಬಂತು?" ನೋವಿನ ನಗೆ ಅವಳ ತುಟಿಗಳ ಮೇಲೆ ಅರಳಿತು.

ಆತಂಕದಿಂದ ಹೆಂಡತಿಯ ಹಣೆ, ಕತ್ತು ಮುಟ್ಟಿದರು. ಕೆಂಡದ ಮೇಲೆ ಕೈಯಿಟ್ಟ ಅನುಭವವಾಯಿತು. ತಲೆಯ ಮೇಲೆ ಸಿಡಿಲು ಅಪ್ಪಳಿಸಿದಂತಾಯಿತು. ಕುಸಿದು ಕೂತರು.

"ಏನೇ ಇದು?" ಅವರ ಸ್ವರದಲ್ಲಿ ವೇದನೆ ಇಣಕಿತು. ಸುನಂದಮ್ಮ ಮೆದುವಾಗಿ ಕಣ್ತೆರೆದು ಮುಚ್ಚಿಕ್ಕೊಂಡರು. "ಏನಾಯ್ತೇ ಸುನಂದ?" ತಲೆ ಚಚ್ಚಿಕ್ಕೊಂಡರು, ಜೋರಾಗಿ ಅಳಬೇಕೆನಿಸಿತು.

ಒಳಗೆ ಬಂದ ಅನುಪಮ ಅಷ್ಟು ದೂರದಲ್ಲಿ ನಿಂತಳು. ಹೆಂಡತಿಯ ದುಃಖದ ಮೇಲಿದ್ದ ನೋಟವನ್ನೆತ್ತಿ ಮಗಳ ಕಡೆ ಹರಿಸಿದರು. 'ಏನಾಯ್ತು' ಅವರ ಕಣ್ಣಲ್ಲಿ ಇಣಕಿದ ಪ್ರಶ್ನೆಗೆ ಉತ್ತರಿಸಲು ಅನುಪಮಳಿಗೆ ಕಷ್ಟವಾಯಿತು.

"ಬೆಳಗಿನಿಂದ ಓಡಾಡಿಕೊಂಡಿದ್ರು, ಸ್ವಲ್ಪ ಮಂಕಾಗಿದ್ರು. ಸಂಜೆ ವೇಳೆಗೆ ಜ್ವರ ಬಂತು" ಅನುಪಮ ಉಗುಳು ನುಂಗಿದಳು.

"ಈಗೇನು ಮಾಡೋದು?"

"ಮನೆಯಲ್ಲಿರೋ ಮಾತ್ರೆ ಕೊಟ್ಟಿದ್ದೀನಿ. ನಾಳೆ ಬೆಳಗಿನ ವೇಳೆಗೆ ಕಮ್ಮಿ ಆಗ್ಬಹ್ದು!"

"ಎಲ್ಲೋ ನನ್ನ ಗ್ರಹಚಾರ ನೆಟ್ಟಗಿಲ್ಲ!" ಹಣೆ ಗಟ್ಟಿಸಿಕೊಂಡರು.

ತಂದೆಗೆ ಹೇಗೆ ವಿಷಯ ವಿವರಿಸಿ ಹೇಳಬೇಕೋ ಅನುಪಮಳಿಗೆ ಅರ್ಥವಾಗಲಿಲ್ಲ. ಕೃಷ್ಣನ್ ಹೊಸದಾಗಿ ತಲೆಯೆತ್ತಿದ ನರ್ಸಿಂಗ್ ಹೋಂ ಮಾರಾಟಕ್ಕೆ ಗೌಸ್‌ಸಾಹೇಬರನ್ನು ಕರೆತಂದಿದ್ದು ಇಡೀ ಹಳ್ಳಿಗೆ ಗೊತ್ತಾಗಿತ್ತು. ಒಬ್ಬೊಬ್ಬರದು ಒಂದೊಂದು ರೀತಿಯ ಪ್ರತಿಕ್ರಿಯೆ. ಈ ಸುದ್ದಿ ಕಿವಿಗೆ ಬಿದ್ದಾಗ ಸೋಲುತ್ತ ಬಂದಿದ್ದ ಸುನಂದಮ್ಮ ಬದುಕಿನ ಮೇಲೆ ವಿಶ್ವಾಸ ಕಳೆದುಕೊಂಡವರಂತೆ ಕುಸಿದಿದ್ದರು. ಅನಾರೋಗ್ಯಕ್ಕೆ ಕಾರಣ ಅವರ ಮಾನಸಿಕ ಸ್ಥಿತಿಯೇ. ಎಂದೋ ಈ ವಿಷಯ ಅರ್ಥವಾಗಿದ್ದರೂ ಅನುಪಮ ತುಟಿ ಬಿಚ್ಚಿರಲಿಲ್ಲ.

ಹೆಂಡತಿಗೆ ದೃಢ ಮನಸ್ಸಿಲ್ಲವೆಂಬ ಅನುಮಾನ ಶಾಮಣ್ಣನವರಿಗಿದ್ದರೂ ತಮ್ಮ ಆಚಾರ-ವಿಚಾರಗಳಲ್ಲಿನ ನಂಬಿಕೆ ಬಿಡಲಾರರೆಂಬ ಆತ್ಮವಿಶ್ವಾಸ ಅವರಿಗೆ. ಆ ದ್ವಂದ್ವದಲ್ಲಿಯೇ ಆಕೆ ಮೂಳೆಯ ಹಂದರವಾಗಿದ್ದರು.

ಮೂರು ದಿನವಾದರೂ ಜ್ವರ ಪೂರ್ತಿ ನಿಲ್ಲದಾಗ ಅನುಪಮ ಹೌಹಾರಿದಳು. ಸರ್ಕಾರಿ ದವಾಖಾನೆಯ ಔಷಧಿ ಅವರ ಸ್ಥಿತಿಯನ್ನೇನು ಸುಧಾರಿಸಲಿಲ್ಲ. ನರಳಿಕೆ, ಬಡಬಡಿಕೆ ಅಸಾಧ್ಯವಾಗಿತ್ತು. ಅಂದು ರಾತ್ರಿ ಕ್ಷೀಣವಾಗಿ ನರಳುತ್ತಿದ್ದ ಆಕೆ ನಿಶ್ಚೇಷ್ಟಿತರಾದರು. ಶಾಮಣ್ಣನವರಿಗೆ ದಿಕ್ಕೇ ತೋಚಲಿಲ್ಲ. ಹೊರಗೆ ಧಾರಾಕಾರವಾದ ಮಳೆ, ಕುಸಿದು ಕೂತರು.

ತಾಯಿಯ ಬಳಿ ಕುಳಿತಿದ್ದ ಅನುಪಮ ಮೇಲಕ್ಕೆದ್ದಳು. ದುಃಖ, ವೇದನೆ, ಹೆದರಿಕೆಯಿಂದ ಸಣ್ಣಗೆ ನಡುಗುತ್ತಿದ್ದಳು. ಸ್ವರ ಹಿಂಡಿದಂತಾಗಿತ್ತು.

"ಅಪ್ಪ, ಡಾಕ್ಟ್ರನ್ನ ಕರ್ಕೊಂಡ್ಬರ್ತೀನಿ" ಮಗಳು ಹೇಳಿದಾಗ ಅವರ ಮುಖದಲ್ಲಿ ನಿರಾಶೆ ಇಣುಕಿತು. ತಮ್ಮ ಜಿಗುಪ್ಸೆ, ದ್ವೇಷವನ್ನು ಸಾಕಷ್ಟು ಪ್ರಕಟಿಸಿದ್ದರು. "ಬರ್ತಾರೇನಮ್ಮ?" ಅವರ ಸ್ವರದಲ್ಲಿ ಸಂದೇಹ ಇಣುಕಿತು. ಆ ಕ್ಷಣದಲ್ಲಿ ಬೇರೆ ದಾರಿ ಇರಲಿಲ್ಲ. ಹೆಂಡತಿಯ ಪ್ರಾಣ ಮುಖ್ಯವಾಗಿತ್ತು.

“ಖಂಡಿತ ಬರ್ತಾರೆ!” ಅವಳ ಸ್ವರದಲ್ಲಿ ದೃಢತೆ ಇತ್ತು.

ಬಾಗಿಲು ತೆಗೆದ ಕೂಡಲೇ ಇರಚಲು, ಗಾಳಿಯ ಸಮೇತ ಒಳಗೆ ನುಗ್ಗಿ ಅವಳನ್ನು ಹಿಂದಕ್ಕೆ ತಳ್ಳಿತು. ಹೆಜ್ಜೆಗಳು ಎತ್ತಿಡಲೇ ಕಷ್ಟ. ನೆರಿಗೆಗಳನ್ನು ಒಂದು ಕೈಯಲ್ಲಿ ಎತ್ತಿಡಿದು ಕೊಡೆ ಹಿಡಿದು ಎದುರು ಮನೆಯತ್ತ ಓಡಿದಳು.

ಸೀರೆ ಅರ್ಧದಷ್ಟು ತೊಯ್ದು ಹೋಯಿತು. ರಭಸದಿಂದ ಅವಳೆದೆ ಏರಿಳಿಯುತ್ತಿತ್ತು.

“ಡಾಕ್ಟರ್... ಡಾಕ್ಟರ್.....” ಮಳೆಯ ಸದ್ದಿನಲ್ಲಿ ಅವಳ ಸ್ವರ ಉಡುಗಿ ಹೋಯಿತು. ಹತ್ತಾರು ಬಾರಿ ಕೂಗಿದ ಮೇಲೇನೆ ಸ್ವರ ಗೋಕುಲ್ ಕಿವಿ ಮುಟ್ಟಿದ್ದು.

ಎದ್ದು ಕೂತ. ವಿದ್ಯುಚ್ಛಕ್ತಿ ಇಲ್ಲದ್ದರಿಂದ ಬ್ಯಾಟರಿ ಹಿಡಿದು ಹೊರಗೆ ಬಂದ. ಅನುಪಮಳನ್ನು ನೋಡಿ ಆತಂಕಗೊಂಡ. ಅರ್ಧ ನೆನೆದ ಅನುಪಮಳನ್ನು ಅವ್ಯಾಹತವಾಗಿ ಮಳೆಯ ಎರಚಲು ತೋಯಿಸುತ್ತಿತ್ತು. ಅವನು ಏನಾದರೂ ಕೇಳುವ ಮುನ್ನವೇ ಹೇಳಿದಳು.

“ಬೇಗ ಬನ್ನಿ, ಅಮ್ಮಂಗೆ ಹುಷಾರಿಲ್ಲ” ಏದುಸಿರು ಬಿಡುತ್ತಿದ್ದಳು. ಅರ್ಥ ಮಾಡಿಕೊಳ್ಳಲು ಅವನಿಗೆ ನಿಮಿಷಗಳೇ ಬೇಕಾದವು. “ಈಗ್ಬಂದೆ....”

ಆ ಸಮಯದಲ್ಲೂ ಅವನಿಗೆ ಅವ್ಯಕ್ತ ಸಂತೋಷ!

ಎರಡೇ ನಿಮಿಷದಲ್ಲಿ ಕಿಟ್ ಹಿಡಿದು ಅವಳ ಜತೆಯಲ್ಲಿ ಓಡುತ್ತ ನಡೆದ. ಪೂರ್ತಿ ತೊಯ್ದೇ ಹೋದ. ಅದರತ್ತ ಅವನ ಗಮನವಿಲ್ಲ.

ನಡುಗುವ ಕೈಗಳಿಂದಲೇ ಅವರನ್ನು ಪರೀಕ್ಷಿಸಿದ. ಎರಡೇ ಕ್ಷಣದಲ್ಲಿ ದುರ್ಬಲತೆ ಅಳಿಸಿಹೋಯಿತು. ಇಂಜಕ್ಷನ್ ಕೊಟ್ಟ. ತನ್ನ ಸಾಧನೆಯ ಪರಿಣತಿಯ ಸಫಲತೆಯ ಬಗ್ಗೆ ಅವನಿಗೆ ಹೆಮ್ಮೆಯೆನಿಸಿತು. ಇಡೀ ರಾತ್ರಿ ಅಲ್ಲಿಯೇ ಉಳಿದ. ಶಾಮಣ್ಣನವರು ಕೋಣೆಯಿಂದ ಹೊರಬರಲಿಲ್ಲ. ಅವನ ಸುಸ್ವಭಾವ ಅವರ ಆಚಾರವಂತ ಮನಕ್ಕೆ ಪೆಟ್ಟು ಕೊಟ್ಟಿರಬೇಕು!

ಮರುದಿನದಿಂದ ಅವನೇ ಚಿಕಿತ್ಸೆ ಮುಂದುವರಿಸಿದ. ಕರ್ತವ್ಯವೆನ್ನುವಂತೆ ಬರುತ್ತಿದ್ದ. ಸುನಂದಮ್ಮನ ಕಣ್ಣುಗಳಲ್ಲಿ ಹೊಸ ಬೆಳಕು ಮೂಡಿತು. ಅವರ ನೋಟದಲ್ಲಿ ಸಂಸ್ಕೃತಿ ಉಕ್ಕುಕ್ಕಿ ಹರಿಯಿತು.

ಸ್ವಲ್ಪ ಚೇತರಿಸಿಕೊಂಡಿದ್ದ ಹೆಂಡತಿಯ ಬಳಿ ಬಂದು ಕೂತರು. ಶಾಮಣ್ಣ ಎದೆಯಾಳದಲ್ಲಿ ಅಡಗಿದ್ದ ಭೀತಿ ಈಗ ಹೆಮ್ಮರವಾಗಿ ಅವರಿವರುಗಳ ಮಾತುಗಳ ಗೊಬ್ಬರದಿಂದ ಹುಲುಸಾಗಿತ್ತು.

"ಹೇಗಿದ್ದೀಯಾ? ಅದೇ ಸಮಯದಲ್ಲಿ ಬಂದು ಜೀವ ಉಳ್ಸಿ ಉಪಕಾರ ಮಾಡಿದ್ದಾನೆ,ಅದ್ನ ಮರ್ಯ್ಯೋದ್ಬೇಡ. ಕೇಳಿದಷ್ಟು ಫೀಜು ಕೊಡೋಣ. ಆದರೆ ತೀರಾ ಹಚ್ಕೋಬೇಡ" ಎಂದು ಹೇಳಿದಾಗ ಸುನಂದಮ್ಮನಿಗೆ ಬಿಕ್ಕಿ ಬಿಕ್ಕಿ ಅಳಬೇಕೆನಿಸಿತು.

"ಹೇಗೂ ಹುಷಾರಾಗಿದ್ದೀಯಾ! ಮತ್ತೆ ಮತ್ತೆ ಬರೋದೇಕೆ? ಹೇಗೂ ಮದ್ವೆ ದಿನಗಳು ಹತ್ತಿರವಾದವು." ಅರ್ಥಗರ್ಭಿತವಾಗಿ ಶಾಮಣ್ಣನವರು ವ್ಯಾಖ್ಯಾನಿಸಿದಾಗ ಆಕೆ ಚಲನೆ ಇಲ್ಲದಂತಾದರು.

ಅನುಪಮ ಕೈಯಲ್ಲಿನ ಗಿಟುಕು ಜಾರಿತು. ತಂದೆಯ ಬಗೆಗಿನ ಅವಳ ಸದ್ಭಾವನೆಗಳೆಲ್ಲ ಸುಟ್ಟು ಭಸ್ಮವಾದವು. ಮುಖದಲ್ಲಿ ಜಿಗುಪ್ಸೆ ಮಿನುಗಿತು.

"ಅಮ್ಮ, ಈಗ ತಾನೇ ಚೇತರಿಸಿಕೊಳ್ತಾ ಇದ್ದಾಳೆ" ಪರೋಕ್ಷವಾಗಿ ಅವಳನ್ನು ಮಾನಸಿಕ ಹಿಂಸೆಗೆ ಗುರಿಪಡಿಸುತ್ತಿದ್ದೀರಿ ಎನ್ನುವ ಅಪರಾಧ ಅವರ ಮೇಲೇರಿದಂತಾಯಿತು. ಮುಖ ಗಂಟಾಕಿಕೊಂಡು ಎದ್ದರು. "ಮೊದ್ಲು ಫೀಜ್ ಎಷ್ಟೂಂತ ವಿಚಾರ್ಸಿ ಅವ್ನ ಮುಖದ ಮೇಲೆ ಬಿಸಾಕಿಬಿಡಿ."

ದಾಪುಗಾಲು ಹಾಕುತ್ತಾ ನಡೆದ ತಂದೆಯತ್ತಲೇ ನೋಡುತ್ತ ಭಾರವಾದ ಉಸಿರು ದಬ್ಬಿ ಕೊಬ್ಬರಿ ಗಿಟುಕನ್ನು ಕೈಗೆತ್ತಿಕೊಂಡಳು.

ಕೃತಜ್ಞತೆ ಇಲ್ಲದ ಜಾತಿಗೆಟ್ಟ ಶ್ರೀನಿವಾಸ್ ಮಗ ಎತ್ತರದಲ್ಲೇ ನಿಂತಿದ್ದ. ಆದರೆ ಕುಬ್ಜರಾಗಿದ್ದು ನಾವೇ! ಅನುಪಮಳ ಮನ ಬಿಕ್ಕಿ ಬಿಕ್ಕಿ ಅತ್ತಿತ್ತು.

"ಏನ್ಮಾಡ್ತಾ ಇದ್ದೀರ?" ಸ್ವರ ಬಡಿದೆಬ್ಬಿಸಿತು. ಕೈಯಲ್ಲಿನ ಗಿಟುಕು ಜಾರಿತು. ಗೋಕುಲ್ ನಸುನಗುತ್ತ ಆ ಗಿಟಕನ್ನು ಕೈಗೆತ್ತಿಕೊಂಡು ತಿರುಗಿಸಿ ನೋಡಿದ. ಅವನ ಕಣ್ಣುಗಳಲ್ಲಿ ಮೆಚ್ಚುಗೆ ಮೂಡಿತು. ಒಮ್ಮೆ ಹುಬ್ಬುಗಳು ಸಂಕುಚಿಸಿ, ಕಣ್ಣುಗಳು ಕಿರಿದಾಗಿ ಬೆಳಕು ಹೊಯ್ದಾಡಿತು. 'ಭಾರತೀಯ ವಿವಾಹ ವೈಶಿಷ್ಟ್ಯಗಳು' ಪುಸ್ತಕ ಕೈಯಿಂದೆ ಪುಟಗಳನ್ನು ಮೊಗಚಿತು. ಒಂದು ಕಡೆ ಸ್ಥಿರವಾಗಿ ನಿಂತಾಗ ಮನ ನೊಂದರೂ ಮುಗುಳ್ನಕ್ಕ.

"ಬ್ಯೂಟಿಫುಲ್" ಅವಳತ್ತ ನೀಡಿ ಹೆಜ್ಜೆ ಹಾಕಿದ.

ಕಣ್ಣು ತೆರೆದುಕೊಂಡೇ ಮಲಗಿದ್ದ ಸುನಂದಮ್ಮ ಪ್ರಯಾಸದಿಂದ ಎದ್ದು ಕೂತರು. ಅವರ ಮೈಯಲ್ಲಿ ಭಾವನಾವೇಗದ ಸಂಚಾರವಾಗಿತ್ತು. ತುಟಿಗಳು ಮೃದುವಾಗಿ ಕಂಪಿಸುತ್ತಿದ್ದವು.

"ಹೇಗಿದ್ದೀರಿ?" ಅವರ ಸಮೀಪದಲ್ಲಿಯೇ ಕೂತ.

ಕಣ್ಣುಗಳಲ್ಲಿ ಅವನನ್ನು ತುಂಬಿಕೊಂಡವರಂತೆ ನೋಡಿದರು. ಅದೇ ಮೂಗು, ಗಲ್ಲ... ಮನ ಅಣ್ಣನನ್ನು ನೆನಸಿತು. ಕಣ್ಣಲ್ಲಿ ನೀರಾಡಿತು. ಗೋಕುಲ್ ಅವರ ಕೈ ಹಿಡಿದುಕೊಂಡ. ಮತ್ತು ಬಂದವರಂತೆ ಕಣ್ಣು ಮುಚ್ಚಿದ.

"ಹೇಗಿದ್ದೀರಾ?" ಅದೇ ಪ್ರಶ್ನೆ. ಕನಸಿನ ಲೋಕದಲ್ಲಿದ್ದವರಂತೆ ತೊದಲಿದರು. "ಪರ್ವಾಗಿಲ್ಲ...."

ದುರ್ಬಲವಾಗುವ ಕ್ಷಣಗಳೆಲ್ಲ ಗೋಕುಲ್‌ನಿಂದ ದೂರ ಸರಿದಿತ್ತು. ಈಗಲೂ ಶಾಮಣ್ಣನವರ ಕಣ್ಣುಗಳಲ್ಲಿ ಕಿಡಿ ಇತ್ತು. ಒಮ್ಮೆ ಕೂಡ ಮಾತನಾಡಿಸುವಂಥ ಸೌಜನ್ಯ ತೋರಿರಲಿಲ್ಲ.

ಎದ್ದು ನಿರ್ವಿಕಾರವಾಗಿ ಪರೀಕ್ಷಿಸಿ ಹೇಳಿದ.

"ನಾಲ್ಕು ದಿನ ವಿಶ್ರಾಂತಿ ತಗೊಂಡು, ಆಮೇಲೆ ಓಡಾಡಬಹುದು!"

ಸುನಂದಮ್ಮ ಬೆಂಕಿಗೆ ಸೋಕಿದ ಮೇಣದಂತೆ ಕರಗತೊಡಗಿದರು. "ನನ್ಮೇಲೆ ಕೋಪ ಇಲ್ಲ ತಾನೇ!" ತಡೆಗಟ್ಟಿದ್ದ ಕಣ್ಣೀರಿನ ಪ್ರವಾಹ ನುಗ್ಗಿಬಂತು. ಅವನು ಕಲ್ಪಿಸಿಕೊಂಡ ಗಳಿಗೆ ಹತ್ತಿರವಾಗಿತ್ತು. "ಖಂಡಿತ ಇಲ್ಲ, ಡ್ಯಾಡ್ ಯಾವಾಗಲೂ ನಿಮ್ಮ ಬಗ್ಗೇನೇ ಹೇಳ್ತಾ ಇದ್ರು."

"ಶೀನಣ್ಣಯ್ಯ ನನ್ನ ಜ್ಞಾಪಿಸಿಕೋತಿದ್ನಾ" ಆಕೆಯ ಕಣ್ಣುಗಳು ಅರಳಿದವು. "ಎಂದೂ ಮರ್ತೀ... ಇಲ್ಕಲ!" ಎದ್ದು ನಿಂತ. ಕಣ್ಮುಂದೆ ಮಂಜಿನ ಬೆಟ್ಟ ಬೆಳೆದು ನಿಂತಿತ್ತು. ಕೈಗಳು ಪ್ಯಾಂಟು ಜೇಬಿನೊಳಕ್ಕೆ ಇಳಿದವು. ಈಗ ಸಮಾಧಾನ ಸ್ಥಿತಿಗೆ ಬರಲು ಏಕಾಂತದ ಅಗತ್ಯವಿತ್ತು. "ಬರ್ತೀನಿ...." ಸುನಂದಮ್ಮ ನಿಶ್ಚೇಷ್ಟಿತರಾದರು. ಕಣ್ಣು ತೆರೆಯುವ ವೇಳೆಗೆ ಗೋಕುಲ್ ಹೊರಟುಹೋಗಿದ್ದ.

ಒಂದೆರಡು ದಿನಗಳಲ್ಲಿ ಸುನಂದಮ್ಮ ಚೇತರಿಸಿಕೊಂಡರು. ಒಮ್ಮೊಮ್ಮೆ ಡಾ|| ಗೋಕುಲ್ ಬಂದು ಹೋಗುತ್ತಿದ್ದ. ಆ ಸಮಯಗಳಲ್ಲಿ ಶಾಮಣ್ಣನವರು

ಮನೆಯಲ್ಲಿಯೇ ಇರುತ್ತಿದ್ದರು. ಆದರೆ ಎದುರಾಗುತ್ತಿರಲಿಲ್ಲ. ಅವರ ದುರಾಲೋಚನೆಯೇ ಬೇರೆಯಾಗಿತ್ತು. ಪರಪ್ಪನವರ ಎಚ್ಚರಿಕೆ ಅವರನ್ನು ತಿವಿಯುತ್ತಿತ್ತು.

"ಇನ್ನೇನು ಡಾಕ್ಟ್ರು ಬರೋ ಅವಶ್ಯಕತೆ ಇಲ್ವಲ್ಲ?" ತಲೆ ಬಗ್ಗಿಸಿಕೊಂಡು ಹೂ ಕಟ್ಟುತ್ತಿದ್ದ ಅನುಪಮ ಹುಬ್ಬೆತ್ತಿ ತಂದೆಯ ಕಡೆ ನೋಡಿದಳು.

"ಗೊತ್ತಿಲ್ಲ, ಅವ್ರೇನು ಹೇಳ್ಲಿಲ್ಲ."

"ಇವತ್ತೇನಾದ್ರೂ ಬಂದ್ರೆ ಫೀಜ್ ಎಷ್ಟೂಂತ ಕೇಳಿ ಕೊಟ್ಬಿಡು. ಬೇರೆಯವ್ರ ಋಣ ನಮ್ಗೆ ಬೇಕಿಲ್ಲ!" ನಿರ್ದಾಕ್ಷಿಣ್ಯರಾಗಿ ಅವನನ್ನು ದೂರ ನಿಲ್ಲಿಸಿ ಮಾತನಾಡಿದ್ದರು. ಅನುಪಮ ನೊಂದಳು.

"ನೀವೇ ಒಂದ್ಮಾತು ಕೇಳಿ ಕೊಟ್ಬಿಡಿ" ನಿರ್ವಿಕಾರವಾಗಿ ಹೇಳಿದಳು.

ಅವಳ ನೋಟ ಅಷ್ಟು ದೂರದಲ್ಲಿ ಒಂಟಿಯಾಗಿ ಬಿದ್ದಿದ್ದ ಹೂ ಮೇಲೆ ಬಿತ್ತು. ಬಗ್ಗಿ ಕೈಗೆತ್ತಿಕೊಂಡಳು. ಅನಾಥ ಪ್ರಜ್ಞೆ ಅಳಿಸಿ ಹಾಕಬೇಕೆನಿಸಿತು. ಮಾಲೆಗೆ ಸೇರಿಸಿ ಕಟ್ಟಿ ಸಮಾಧಾನಗೊಂಡಳು.

ಶಾಮಣ್ಣನವರ ಕಣ್ಣುಗಳು ಕಿರಿದಾಗಿ ಹಣೆಯ ಸುಕ್ಕುಗಳು ಆಳವಾಗಿ ಗಂಭೀರ ಭಾವ ಮುಖಕ್ಕೆ ಮುಗಿಬಿತ್ತು. ಕೃತಜ್ಞತೆಯ ಭಾರ ಅವರನ್ನು ಒಳಗೆ ಹಿಡಿದು ಜಗ್ಗುತ್ತಿತ್ತು. ಅನುಮಾನಿಸಿದರು.

"ನಾನ್ಯಾಕೆ ಮಧ್ಯೆ ತಲೆ ಹಾಕ್ಬೇಕು? ನೀವೇ ವಿಚಾರ್ಸಿ ಕೊಟ್ಬಿಡಿ. ಸ್ವಲ್ಪ ಹೆಚ್ಚಿಗೆ ರಸೀದಿ ಕೊಟ್ರೂ... ನೀವೇನು ಮಾತಾಡೋಕೆ ಹೋಗ್ಬೇಡಿ."

ಅನುಪಮಳ ತುಟಿಗಳ ಮೇಲೆ ನಸುನಗು ಅರಳಿತು. ಮಗಳ ನೋಟ ಎದುರಿಸಲಾರದೆ ನೋಟಿನ ಕಂತೆಯನ್ನು ತೆಗೆದು ಅವಳೆದುರಿನಲ್ಲೇ ಡ್ರಾಯರ್‌ನಲ್ಲಿಟ್ಟರು.

ಹೊರಗೆ ಹೊರಟ ತಂದೆಯತ್ತಲೇ ನೋಡಿದಳು ಅನುಪಮ. ಯಾಕೆ ಈ ದ್ವೇಷ? ಅವಳ ಪರಿಮಿತಿಯಲ್ಲಿ ಉತ್ತರ ಹುಡುಕಲು ಹೋಗಿ ಆಂದೋಲನಕ್ಕೆ ಗುರಿಯಾಗಿದ್ದಳು.

ಹಳ್ಳಿಗೆ ಗೋಕುಲ್ ಕಾಲಿಟ್ಟ ಮೇಲೆ ಅತ್ತ ತಲೆ ಹಾಕದಿದ್ದವರು ಇಂದು ತೋಟದ

ಕಡೆ ನಡೆದರು. ಶಾಮಣ್ಣ ದಿಗ್ಭ್ರಮೆಯಿಂದ ನಿಂತುಬಿಟ್ಟರು. ಬರಡಿನಲ್ಲಿ ಸ್ವರ್ಗ ಸೃಷ್ಟಿಯಾಗಿತ್ತು. ಕಣ್ಣು ತುಂಬುವಂಥ ಚೆಲುವು. ತಮ್ಮ ತೋಟದತ್ತ ಮುಖ ತಿರುವಿದರು. ಅವನ ಶ್ರದ್ಧೆ, ಅಭಿರುಚಿಯನ್ನು ಮುಕ್ತ ಮನಸ್ಸಿನಿಂದ ಮೆಚ್ಚಿಕೊಂಡರು.

'ಈ ಮಾವನೋರು ಇರ್ಬೇಕಿತ್ತು' ಮನದ ಹಂಬಲಕ್ಕೆ ಗೋಣು ಹಾಕಿದರು.

ಬಹಳ ಹೊತ್ತು ಕೂತು ಯೋಚಿಸಿ ಒಂದು ನಿರ್ಧಾರಕ್ಕೆ ಬಂದರು. ಮಧ್ಯೆ ಹಾಕಿಸಿದ್ದ ಬೇಲಿಯನ್ನು ಕಿತ್ತು ಹಾಕಿಸಲು ಆಳನ್ನು ಹುಡುಕಿಕೊಂಡು ಹೋದರು.

ಡಾ।। ಗೋಕುಲ್ ಇಂದು ರಾಜುವನ್ನು ಕರೆತರದೆ ಒಬ್ಬನೇ ಬಂದಿದ್ದ. ನಾಲ್ಕಾರು ಟಾನಿಕ್ ಸೂಚಿಸಲು ಮಾತ್ರ ಬಂದಾಗಿತ್ತು. ಸರಳವಾದ ಉಡುಪಿನಲ್ಲಿದ್ದ.

ಒಳಗೆ ಬಂದು ಸುತ್ತಲೂ ನೋಟವರಿಸಿದ. ಯಾರು ಕಾಣದಿದ್ದರೂ ಅಡಿಗೆ ಮನೆಯಲ್ಲಿನ ಪಾತ್ರೆಗಳ ಸದ್ದು ಅವನನ್ನು ಎಚ್ಚರಿಸಿತು.

ಗಂಟಲು ಸರಿಪಡಿಸಿಕೊಂಡು ಕೆಮ್ಮಿದ. ಡಬರಿ ಕೈಯಲ್ಲಿ ಹಿಡಿದೇ ಹೊರಗೆ ಬಂದ ಅನುಪಮಳ ಕಣ್ಣುಗಳಲ್ಲಿ ಸಂಭ್ರಮವಿತ್ತು. ಎತ್ತಿ ಕಟ್ಟಿದ ನೆರಿಗೆಗಳನ್ನು ಕೈ ಜಾರಿಸಿತು. ಅವಳ ಹಣೆಯ ಮೇಲೆ ಮುತ್ತಿನ ಬಿಂದುಗಳಂತೆ ಮೂಡಿದ ಬೆವರಿನ ಬಿಂದುಗಳು ಆಕರ್ಷಕವಾಗಿ ಕಂಡವು.

''ಒಂದ್ನಿಮ್ಷ ಕೂತ್ಕೊಳ್ಳಿ, ಅಮ್ಮ ಬರ್ತಾರೆ'' ಅವಳು ಒಳಗೆ ಓಡಿದಾಗ ಅಲ್ಲಿದ್ದ ಮರದ ಚೇರಿನ ಮೇಲೆ ಕೂತು ಹಿಂದಕ್ಕೆ ಒರಗಿದ.

ಸುಮ್ಮನೆ ಅಡಿಗೆಯ ಮನೆಯಲ್ಲಿ ಕೂತು ಮಗಳಿಗೆ ಹೇಳಿ ಕೆಲಸ ಮಾಡಿಸುತ್ತಿದ್ದ ಸುನಂದಮ್ಮ ನೆಲಕ್ಕೆ ಕೈಯೂರಿ ಎದ್ದು ಬಂದರು.

ಆಕೆಯ ಮುಖದ ಗೆಲುವನ್ನೇ ಗಾಢವಾಗಿ ನೋಡಿ ಮುಗುಳ್ನಕ್ಕ.

''ಆಗ್ಲೇ ಕೆಲ್ಸ ಮಾಡೋಕೆ ಶುರು ಮಾಡ್ಬಿಟ್ರ! ಇನ್ನು ಸ್ವಲ್ಪ ದಿನ ವಿಶ್ರಾಂತಿ ಬೇಕು.'' ಅವನ ಸ್ವರದಲ್ಲಿ ಆಕ್ಷೇಪಣೆ ಇತ್ತು. ಸುನಂದಮ್ಮ ಕೈ ಮುಖದ ಮೇಲಾಡಿತು. ಅವನಿಗೆ ಕಂಡ ದಣಿವನ್ನು ಹುಡುಕಲು, ''ನಾನೇನು ಮಾಡ್ಲಿಲ್ಲ. ಸುಮ್ನೇ ಕೂತಿದ್ದೆ. ಅವ್ಳ ಮಧ್ಯೆ ಹೊತ್ತಿಗಾದ್ರೂ ಎದ್ದು ಓಡಾಡಬೇಕಲ್ಲ!''

ಮತ್ತೇನು ಹೇಳದೆ ಟಾನಿಕ್ ವಿವರ ಕೊಟ್ಟು ಎದ್ದು ನಿಂತ ''ಬರ್ತೀನಿ....'' ಹಿಂದಿರುಗಿದ.

"ಒಂದ್ನಿಮ್ಷ, ಕೂತ್ಕೋಪ್ಪ" ಸುನಂದಮ್ಮನ ಕಣ್ಣುಗಳಲ್ಲಿ ನೋವು ಇಣಕಿ ಸ್ವರ ಗದ್ಗದವಾಯಿತು. ಕತ್ತು ತಿರುಗಿಸಿ ಹೇಳಿದ "ಬೆಂಗಳೂರಿಗೆ ಹೊರಟಿದ್ದೀನಿ."

ಅವರ ಕಣ್ಣುಗಳಲ್ಲಿನ ಅಂತರಂಗದ ಮಿಡಿತ ಅವನು ಒಂದೆಜ್ಜೆ ಮುಂದಿಡದಂತೆ ಮಾಡಿತು. ಹಿಂದಿರುಗಿ ಬಂದು ಕೂತ. ಆಕೆಯ ಮನ ಸಮಾಧಾನಗೊಂಡಿತು.

ಗಂಡನ ಹಟದ ಮುಂದೆ ಗೋಕುಲ್‌ನ ಕಣ್ತುಂಬ ನೋಡುವ, ಮಾತನಾಡುವ ಅವಕಾಶ ಅವರಿಗೆ ಸಿಕ್ಕಿತ್ತು. ಮತ್ತೆ ಅವನನ್ನು ಹಿಡಿದು ನಿಲ್ಲಿಸಿಕೊಳ್ಳುವ ಅವಕಾಶ ತಮಗಿಲ್ಲವೆಂದುಕೊಂಡರು.

ಅವನ ಮುಂದೆ ನಿಲ್ಲಲಾಗಲಿಲ್ಲ ಸುನಂದಮ್ಮನಿಗೆ. ಮಾತನಾಡಲು ಪದಗಳಿಗಾಗಿ ತಡಕಾಡಿದರು. ಒಳಗೆ ಹೋದರು.

ಅನುಪಮ ತಟ್ಟೆ ಹಿಡಿದು ಬಂದಳು. ಘಮ ಘಮ ಪರಿಮಳ ಹುಬ್ಬೆತ್ತಿ ನೋಡಿದ. "ಯಾರ್ಗೆ ಇಷ್ಟೆಲ್ಲ?" ಅವಳ ಮುಖಕ್ಕೆ ರಂಗು ರಾಚಿತು.

"ನಿಮ್ಗೇ...."

ಗೋಕುಲ್ ಎದೆಯ ಮೇಲೆ ಕೈಯಿಟ್ಟುಕೊಂಡ.

ತರಕಾರಿ ಹಾಕಿ ಕಲಸಿದ ಅನ್ನ, ಬೋಂಡ, ಶಾವಿಗೆ ಪಾಯಸ - ತಾವೇ ನಿಂತು ಅಚ್ಚುಕಟ್ಟಾಗಿ ಮಗಳ ಕೈಯಲ್ಲಿ ಮಾಡಿಸಿದ್ದರು ಸುನಂದಮ್ಮ.

ಹೆಚ್ಚು ಹೇಳಿಸಿಕೊಳ್ಳಲಿಲ್ಲ. ಗೋಕುಲ್ ನಿಧಾನವಾಗಿ ಸಾಕೆನಿಸುವಷ್ಟು ತಿಂದ. ಒಂದು ವಿಧವಾದ ಅವರ್ಣನೀಯವಾದ ಆನಂದದಿಂದ ಮೂಕನಾದ. ತಂದೆಯ ಶ್ರಮ, ಭಾರತಕ್ಕೆ ಕಳುಹಿಸಬೇಕೆಂಬ ದೃಢ ನಿರ್ಧಾರ ಸಾರ್ಥಕವಾಗಿತ್ತು. ನಿಧಾನವಾಗಿಯಾದರೂ ಒಂದು ಮೆಟ್ಟಲು ಹತ್ತಿದ್ದ.

ಎದ್ದುನಿಂತು ಸರಾಗವಾಗಿ ಕೃತಜ್ಞತೆ ಅರ್ಪಿಸಲು ಪದಗಳಿಗಾಗಿ ಹುಡುಕಾಡಿದ.

"ಥ್ಯಾಂಕ್ಸ್ ಫಾರ್ ಯುವರ್ ಹಾಸ್ಪಿಟಾಲಿಟಿ" ಅವನ ಕಣ್ಣಂಚಿನಲ್ಲಿ ಆನಂದದ ಬಿಂದುಗಳು.

ಆದರೆ ಮರುಕ್ಷಣವೇ ಅನುಪಮ ತಂದಿತ್ತ ಕವರ್ ಅವನ ಹೃದಯಕ್ಕೆ ಬೆಂಕಿ ಇಟ್ಟಿತು. ಕೈಯಲ್ಲಿನ ಕವರು ಜಾರಿ ನೋಟುಗಳು ಚೆಲ್ಲಾಪಿಲ್ಲಿಯಾದವು. ಮುಖ

ತಿರುಗಿಸಿ ಹೊರಟುಬಿಟ್ಟ.

ಅವಮಾನದಿಂದ ಅವನೆದೆಯು ಕುದಿಯುತ್ತಿತ್ತು. ಮನ ಮೂಕವಾಗಿ ರೋದಿಸುತ್ತಿತ್ತು.

ಶಾಮಣ್ಣನವರು ಬೇಲಿ ಕೀಳಿಸಿಯೇ ಮನೆಗೆ ಬಂದರು. ತಾನು ಹೆಮ್ಮೆಯ ಕೆಲಸ ಮಾಡಿಬಿಟ್ಟೆನೆಂದು ರಸ್ತೆಯಲ್ಲಿ ಎದೆಯುಬ್ಬಿಸಿ ಬಂದಿದ್ದರು.

"ಬೇಲಿ ಕಿತ್ತು ಹಾಕಿಸ್ದೆ" ಗೆಲುವಿನಿಂದ ಹೇಳಿದರು.

ತಾಯಿ, ಮಗಳಿಬ್ಬರು ಮುಖ ಮುಖ ನೋಡಿಕೊಂಡರು. ಅರ್ಥವಾಗಲಿಲ್ಲ. ಅನುಪಮಳಿಗೆ ಅರ್ಥಮಾಡಿಕೊಳ್ಳಬೇಕೆನಿಸಲಿಲ್ಲ.

"ಕೊಂಡುಕೊಳ್ಳೋಕೆ ಹೇಳಿ ಕಳ್ಸಿದ್ನಲ್ಲ - ಪ್ರಿಯಾಗೇ ಬಿಟ್ಟುಕೊಟ್ಟೆ. ಹೋಗ್ಲಿ ಬಿಡು."

ಈಗಲೂ ಅರ್ಥವಾಗಲಿಲ್ಲ. ಸುನಂದಮ್ಮ ಸಹನೆ ಕಳೆದುಕೊಂಡು ಸಿಡುಕಿದರು.

"ಸ್ವಲ್ಪ ಅರ್ಥವಾಗೋ ಹಾಗೆ ಹೇಳಿ."

ಇಷ್ಟು ಸರಳವಾದ ವಿಷಯ ಅರ್ಥವಾಗಲಿಲ್ಲವಲ್ಲ ಎಂದು ಶಾಮಣ್ಣನವರು ತಲೆ ಚಚ್ಚಿಕೊಂಡರು.

"ನಿಮ್ಮ ತಲೆಯಲ್ಲಿರೋದು ಮಿದುಳೋ, ಜೇಡಿಮಣ್ಣೋ! ತೋಟಕ್ಕೆ ಹಾಕಿಸ್ದ ಬೇಲಿ ಕಿತ್ತು ಹಾಕಿಸ್ದೆ ; ಇನ್ಮೇಲೆ ಅದ್ನ ಅವ್ನೇ ಇಟ್ಕೊಳ್ಳಿ."

ಅನುಪಮಳಿಗೆ ಅರ್ಥವಾಯಿತು. ಪರಿಹಾಸ್ಯದ ನಗು ಅವಳ ತುಟಿಗಳ ಮೇಲೆ ಮಿನುಗಿತು.

"ನೀನೇನೋ ಕೊಡ್ಬೋದು. ಅವ್ರು ತಗೋಳೋಕೆ ಸಿದ್ಧವಾಗಬೇಕಲ್ಲ. ಶ್ರೀಮಂತಿಕೆಯಲ್ಲಿ ಹುಟ್ಟಿ ಬೆಳ್ದ ಅವ್ರು ಯಾಕೆ ಇದ್ಕೆ ಆಸೆಪಟ್ಟಾರು?" ಮಗಳ ಮಾತಿನ ಮೊನಚು ನೇರವಾಗಿ ಅವರ ಎದೆಗೆ ಚುಚ್ಚಿತು. ಚಡಪಡಿಸಿದರು.

ಅನುಪಮ ತೀರಾ ಗಂಭೀರವಾದಳು. ಯಾವುದರಲ್ಲೂ ಆಸಕ್ತಿಯಿಲ್ಲದಾಯಿತು. ಮಂಕು ಕವಿದುಕೊಂಡಿತು.

ಸಂಜೆ ಬಂದ ಪರಪ್ಪ ಇವರಿಗೊಂದು ಸುದ್ದಿ ತಂದರು. ಡಾ||ಗೋಕುಲ್ ಮನೆ,

ತೋಟ ಇವರಿಗೆ ಬಿಟ್ಟು ಹೊರಡುವ ವಿಷಯ ತಿಳಿಯಿತು.

"ನಿಮ್ಮ ಅದೃಷ್ಟ ಒಳ್ಳೇದು : ಊರಿಗೆ ಬಂದ ಪೀಡೆ ತೊಲಗಿಹೋಗುತ್ತೆ. ಆಸ್ತೀನೂ ಆರಾಮವಾಗಿ ನಿಮ್ಮ ಕೈ ಸೇರುತ್ತೆ" ಪರಪ್ಪನವರು ಗೆಲುವಿನಿಂದ ಹೇಳಿದಾಗ ಶಾಮಣ್ಣನವರು ಸಪ್ಪಗಾದರು.

ಅವರಿಗೆ ಅಂಥ ದುರಾಶೆ ಇರಲಿಲ್ಲ. ಯಾವುದೋ ಲೆಕ್ಕಾಚಾರದಲ್ಲಿ ಆ ಮನೆಯ ಪಾವಿತ್ರ್ಯತೆಯ ಬಗ್ಗೆ ಯೋಚಿಸಿಕೊಳ್ಳಲು ಮುಂದಾಗಿದ್ದರು. ಅದಲ್ಲದೆ ವಯಸ್ಸಿಗೆ ಬಂದ ಮಗಳು ಮನೆಯಲ್ಲಿದ್ದುದ್ದರಿಂದ ಒಂದು ರೀತಿಯ ಭೀತಿ ಅವರನ್ನು ಕಾಡುತ್ತಿತ್ತು. ಈಗ ತಳಮಳಿಸಿದರು.

"ಯಾರ್ಗೆ ಬೇಕಾಗಿದೆ? ನ್ಯಾಯವಾಗಿ ತಾತನ ಸ್ವತ್ತು ಮೊಮ್ಮಗನಿಗೆ ಸೇರ್ಬೇಕು. ಇಷ್ಟವಿದ್ರೆ ಇಟ್ಕೊಳ್ಳಿ ಇಲ್ದಿದ್ರೆ ಮಾರ್ಕೊಳ್ಳಿ. ಅವನದಾಗಿದ್ದು ನಮ್ಗೇನು ಬೇಡ!" ಮನ ಪ್ರಾಮಾಣಿಕವಾದುದನ್ನು ಬಾಯಲ್ಲಿ ಆಡಿಸಿತು.

ಅವರೇ ಆ ಕ್ಷಣದಲ್ಲಿ ಗೋಕುಲ್‌ನ ಜೋಯಿಸರ ಮೊಮ್ಮಗನೆಂದು ಒಪ್ಪಿಕೊಂಡಿದ್ದರು. ಆ ಅನುಬಂಧದ ಸುಳಿ ತಮ್ಮನ್ನು ಸುತ್ತಿಕೊಂಡಿದೆಯೆಂದು ಅವರಿಗೆ ಅರಿವಾಗಲೇ ಇಲ್ಲ.

ಪರಪ್ಪನವರು ಮುಖಭಂಗಿತರಾದರು. ಆದರೆ ಸೋಲು ಒಪ್ಪಿಕೊಳ್ಳಲು ಅವರು ಸಿದ್ಧರಿಲ್ಲ. ಅಲ್ಲೂ ಪ್ರಯೋಜನ ಕಾಣಲು ಪ್ರಯತ್ನಪಟ್ಟೆ.

"ಯಾಕೆ ಬಿಡ್ತೀ ? ಬೇಡದಿದ್ರೆ ಗಂಡು ಮಾಡ್ಕೋ. ಈ ಹಳ್ಳಿಯಲ್ಲಿ ಅಂಥ ಗಟ್ಟಿಮುಟ್ಟಾದ ಮನೆ ಎಲ್ಲಿದೆ? ಅದ್ರೂ ಸಮ್ಮತವಿಲ್ದಿದ್ರೆ ಜೋಯಿಸರ ಹೆಸರಿನಲ್ಲಿ ನಂಗೆ ದಾನ ಮಾಡ್ಬಿಡು. ಮಕ್ಕಳೊಂದಿಗೆ... ಹಾಯಾಗಿ ಬದಕೊಳ್ತೀನಿ!"

ಅನುಪವುಳಿಗೆ ಸಣ್ಣಗೆ ರೇಗಿತು ! ತಂದೆಗೆ ಹಿರಿಯರೆದುರು ಮಾತನಾಡುವುದು ಇಷ್ಟವಿಲ್ಲವೆಂದು ಗೊತ್ತು. ಆದರೆ ಅವಳ ಸಹನೆ ಆ ಕ್ಷಣದಲ್ಲಿ ಸತ್ತಿತ್ತು.

"ನಮ್ಗೆಲ್ಲಿದೆ ಆ ಅಧಿಕಾರ! ತಾತ ಯಾವ ಉದ್ದೇಶದಿಂದ ಆಸ್ತಿ ಅವ್ರಿಗೆ ಬರೆದ್ರೋ!" ತಣ್ಣನೆಯ ಸ್ವರದಲ್ಲಿ ಮಿಂದ ಪದಗಳು ಪರಪ್ಪನವರ ಮೈಮೇಲೆ ಕೆಂಡದ ಮಳೆಯನ್ನೇ ಸುರಿಯಿತು. ಕಗ್ಗ್ರಗಿನ ಮುಖ ರಂಗಾಗಿ ನೋಡಲು ಭಯವಾಯಿತು.

ಅವರ ಕೆಟ್ಟ ನಾಲಿಗೆಯ ಪರಿಚಯವಿದ್ದ ಸುನಂದಮ್ಮ ಮಧ್ಯೆ ಬಂದರು.

"ಸುಮ್ಮನಿರಿ, ಈಗ್ಲೇ ಆ ಮಾತು ಯಾಕೆ? ಅದು ನಿಮ್ಗೇ ಸೇರ್‍ಬೇಕೂಂತ ಬ್ರಹ್ಮ ಬರ್‍ದಿದ್ರೆ, ಯಾರು ತಪ್ಪಿಸೋಕಾಗುತ್ತೆ! ಅಷ್ಟೆಲ್ಲ ಕಟ್ಟಿಕೊಂಡು ತಾನೇ ನಾವೇನು ಮಾಡ್ಕೋಬೇಕು?" ಎಂದವವೇ ಮಗಳನ್ನು ಕಣ್ಣಿನಲ್ಲಿಯೇ ದಂಡಿಸಿ ಒಳಗೆದ್ದು ಹೋಗೆಂದರು.

ಶಾಮಣ್ಣನವರು ಕಣ್ಣು ಕೆಂಪಗೆ ಮಾಡಿದರು. ಆ ಮನುಷ್ಯನ ಯೋಗ್ಯತೆ ಗೊತ್ತಿದ್ದರೂ ದೂರವಿರಿಸಲಾರದ ದೌರ್ಬಲ್ಯ.

ಪರಪ್ಪ ಎನ್ನುವುದು ಅವರ ಸ್ವಂತ ಹೆಸರಲ್ಲ. ಯಾವುದೋ ಸಂದರ್ಭದಲ್ಲಿ ವಿದ್ಯಾವಂತರೆನಿಸಿಕೊಂಡಿದ್ದ ಯುವಕರು ನಾಮಕರಣ ಮಾಡಿದ್ದರು. ಈಗ ಅದೇ ಹೆಸರಿನಿಂದ ಖ್ಯಾತರು. ಹಿರಿಯರು ಕೂಡ ಅದೇ ಹೆಸರಿನಲ್ಲಿ ಕೂಗುವುದು ವಾಡಿಕೆ.

ಅವರುಗಳನ್ನು ಮಾತಿಗೆ ಬಿಟ್ಟು ಅನುಪಮ ಹೊರಗೆ ಬಂದಳು. ಎದುರು ಮನೆಯತ್ತ ನೋಟವೆಸೆದಾಗ ಕಣ್ಣಲ್ಲಿ ಸಿಡಿಲು ತುಂಬಿಕೊಂಡು ಗೋಕುಲ್‌ನ ನೆನಪಾಯಿತು. ಒಂದು ಕ್ಷಣ ಹೊಟ್ಟೆಗೆ ಬೆಂಕಿ ಬಿದ್ದಂತಾಯಿತು.

ತೋಟದ ಕಡೆ ನಡೆದಳು. ತಡಿಕೆಯನ್ನು ಸರಿಸಿ ಹೆಜ್ಜೆಗಳನ್ನು ಒಳಗಿಟ್ಟಾಗ ಬೇಲಿ ಹಾಕಿದ ಜಾಗ ಖಾಲಿಯಾಗಿತ್ತು. ಸಮಾಜದ ಕ್ರೂರ ವ್ಯವಸ್ಥೆಯನ್ನು ಕಿತ್ತೆಸೆದಂತೆ ಭಾಸವಾಯಿತು.

"ಅವ್ವಾರೆ...." ತಲೆಯೆತ್ತಿದಳು. ಬೇಲಿ ಹಾಕಿದ ಸ್ಥಳದಿಂದ ಪೂವಯ್ಯ ಹೊರಗೆ ನಿಂತಿದ್ದ. "ಏನು?" ತಗ್ಗಿದ ಸ್ವರದಲ್ಲಿ ಕೇಳಿದಳು.

"ಸ್ವಾಮಿಯೋರು ಬೇಲಿ ಕಿತ್ಸಿಹಾಕ್ಬಿಟ್ಟು" ಅವನ ಕಣ್ಣುಗಳಲ್ಲಿ ಹರ್ಷವಿತ್ತು. ಮೌನವಾಗಿ ಗೋಣಾಡಿಸಿದಳು. ಮಾತು ಬೇಕಿರಲಿಲ್ಲ.

ಅಲ್ಲಿದ್ದ ಮರಕ್ಕೆ ಒರಗಿ ನಿಂತಳು. ಮುಖ ಮೇಲೆತ್ತಿ ಆಕಾಶದ ಕಡೆ ನೋಡಿದಳು. ಡಾ|| ಗೋಕುಲ್‌ನ ಮುಖವೇ ನೆನಪಾಗುತ್ತಿತ್ತು. ತಾವು ಕೊಡ ಹೋದ ಹಣ ಅವನ ಆತ್ಮೀಯತೆಗೆ ಸವಾಲಾಯಿತೇನೋ! ಹೇಗೆ ಬಿಡಿಸಿ ಹೇಳುವುದು?

ನಂದಿಬಟ್ಟಲ ಹೂ ಗಿಡದ ಬಳಿ ಹೋಗಿ ನಿಂತಳು. ಪ್ರೀತಿಯಿಂದ ಕೈಯಾಡಿಸಿದಳು. ಇನ್ನು ಈ ತಾಣ ಬರೀ ನೆನಪಿನಂಗಳದಲ್ಲಿ ಹಸಿರು. ಮದುವೆಗೆ

ಕೇವಲ ಕೆಲವೇ ದಿನಗಳು.

ಸ್ವಾಭಾವಿಕವಾಗಿ ಅವಳು ತಿರುಗಿದಾಗ ಡಾ॥ ಗೋಕುಲ್ ಎದೆಯ ಮೇಲೆ ಕೈ ಕಟ್ಟಿ ಕ್ಷಿತಿಜದ ಅಂಚನ್ನು ದಿಟ್ಟಿಸುತ್ತ ನಿಂತಿದ್ದ. ಅವನ ಮಿದುಳಿನಲ್ಲಿ ನಿರಾಶಾವಾದದ ಪ್ರಪಂಚ ವಿಚಾರದ ಸುಳಿ.

"ಎಕ್ಸ್‌ಕ್ಯೂಜ್ ಮಿ, ನೀವು ತಪ್ಪು ತಿಳ್ಕೊಂಡ್ರಿ...." ಸ್ವರ ನವಿರಾಗಿದ್ದರೂ ಒಂದು ತರಹದ ಕಂಪನದಿಂದ ಕೂಡಿತ್ತು. ಇತ್ತ ತಿರುಗಿದವ ಹುಬ್ಬು ಗಂಟಿಕ್ಕಿದ. ಅನುಪಮಳ ತಲೆ ತಗ್ಗಿತು. "ನಿಮ್ಮ ಮನಸ್ಸಿಗೆ ನೋವಾಗಿದ್ರೆ.... ದಯವಿಟ್ಟು ಕ್ಷಮ್ಸಿ...." ಅವನ ಮುಖದ ಮೇಲೆ ಕಠಿಣತೆ ಮಿನುಗಿತು. ತುಟಿಗಳು ಬಿಗಿದುಕೊಂಡವು.

ಎರಡೇ ಕ್ಷಣದಲ್ಲಿ ಮನದ ಭಾವನೆಗಳ ಮೇಲೆ ಬಂಡೆ ಎಳೆದು ಮೃದುವಾಗಿ ಪ್ರಶ್ನಿಸಿದ.

"ಯಾಕೆ ಬೇಲಿ ಕಿತ್ತಿಸಿಹಾಕಿದ್ದೀರಾ?"

ಅವಳೆದೆಯಲ್ಲಿ ಬೆಂಕಿ ಹತ್ತಿ ಉರಿಯಿತು. ಸತ್ಯ ಸಂಗತಿ ತಿಳಿಸಲು ಸಂಕೋಚಿಸಿದಳು. ತಾನು ದೊಡ್ಡವನಾದೆನೆಂದು ಹಿಗ್ಗಿದ ತಂದೆ ಗೋಕುಲ್ ಮುಂದೆ ಕುಬ್ಜನಂತೆ ಕಂಡ.

"ತಪ್ಪು ಮಾಡಿದ್ರು.... ಈಗ ತಿದ್ದಿಕೊಂಡ್ರು!" ಸುತ್ತಲೂ ನೋಟವರಿಸಿದಳು. ಅವಳ ಕಣ್ಣುಗಳಲ್ಲಿ ಇಣಕಿದ ಭಯ ನೋಡಿ ಕಿರುನಗು ನಕ್ಕ.

"ಇನ್ಮೇಲೆ ಬೇಲಿ ಅಗತ್ಯವೂ ಇರ್ಲಿಲ್ಲ!"

ವಿಸ್ಮಯ ಅವಳ ಕಣ್ಣುಗಳಲ್ಲಿ ಇಣಕಿತು. ಪರಪ್ಪನವರ ಮಾತುಗಳು ಜ್ಞಾಪಕಕ್ಕೆ ಬಂದಾಗ ನೋವಿನಿಂದ ಅವಳೆದೆ ಚೇತ್ಕರಿಸಿತು.

ತುಟಿ ಕಚ್ಚಿ ಮುಖ ಮೇಲೆತ್ತಿದ್ದ ಗೋಕುಲ್ ಭಾರವಾದ ಉಸಿರು ದಬ್ಬಿದ. ತನಗೇ ಹಣ ಕೊಡುವಂಥ ಕ್ರೂರ ತಿರಸ್ಕಾರ! ನೆನಪಾರೆ ಅವನೆದೆಯಲ್ಲಿ ಮುಳ್ಳುಗಳೇಳುತ್ತಿದ್ದವು. ಕಣ್ಮುಚ್ಚಿ ತೆಗೆದು ಹಲ್ಲುಗಳನ್ನು ಭದ್ರವಾಗಿ ಕಚ್ಚಿ ಹಿಡಿದ.

ಕೃಷ್ಣನ್ ಪದೇ ಪದೇ ಎಚ್ಚರಿಸುತ್ತಿದ್ದರು. "ಪ್ರಿವೆನ್‌ಷನ್ ಈಜ್ ಬೆಟರ್ ದ್ಯಾನ್ ಕ್ಯೂರ್. ಆಮೇಲೆ ರೀ ತೊಳಲಾಟದಿಂದ ಹೊರ್ಗೆ ಬರೋಕೆ ಕಷ್ಟವಾಗುತ್ತೆ.

ಅವನ ಮನದ ಆಂದೋಲನ ಮುಖದ ಮೇಲೆ ಸ್ಪಷ್ಟವಾಯಿತು. ಅವನ

ನೇರದಲ್ಲಿ ನಿಂತು ಯೋಚಿಸುವವರಿಲ್ಲ.

"ಐ ಆ್ಯಮ್ ಡಿಸ್‌ಅಪಾಯಿಂಟೆಡ್" ನೊಂದ ಸ್ವರ ಹೊರಬಿದ್ದಾಗ ಅನುಪಮ ವಿಚಲಿತಳಾದಳು. "ಹಾಗೆ.... ಹೇಳ್ಬೇಡಿ, ಗೋಕುಲ್" ಇದು ಗಂಟಲಿನಲ್ಲಿಯೇ ಉಳಿಯಿತು.

"ತೀರಾ ನಿತ್ರಾಣನಾಗಿದ್ದೀನಿ. ಉತ್ಸಾಹ ಬತ್ತಿಹೋಗಿದೆ. ಚೇತನ ತುಂಬೋ ವ್ಯಕ್ತಿಗಳೇ ಇಲ್ಲ. ನಿರಾಶೆ ನುಂಗಿ ಬದುಕೋ ಪ್ರಯತ್ನ ಮಾಡ್ತಾರೆ."

ತಂದೆಯ ಬಯಕೆ, ಕಲ್ಪನೆಗಳನ್ನು ನಿಧಾನವಾಗಿ ಅವಳ ಮುಂದೆ ಬಿಚ್ಚಿಟ್ಟ. ಶ್ರೀನಿವಾಸ್ ತಮ್ಮ ಕೊನೆಯ ಹಂಬಲಿಕೆ ನೋವನ್ನು ನುಂಗಿದ ವಿಷಯ ವಿವರಿಸುವಾಗ ಅವನ ಗಂಟಲು ಗದ್ಗದವಾಯಿತು.

ಅನುಪಮ ನಿಂತಲ್ಲಿಯೇ ಶಿಲೆಯಾದಳು. ಪ್ರತಿಯೊಂದು ಗಿಡ, ಮರವೂ ವ್ಯಥೆಯ ಕತೆಯನ್ನು ಆಲಿಸುವಂತೆ ತಲೆದೂಗುತ್ತಿದ್ದವು.

"ತಾತ ಬದ್ಕಿದ್ರೆ ನಾನು ಇಂಥ ಪರಿಸ್ಥಿತಿಯನ್ನು ಎದುರಿಸಬೇಕಿರ್ಲಿಲ್ಲ!"

ಅನುಪಮಳ ಕರುಳಿನಲ್ಲಿ ಚೂರಿ ಹಾಕಿದಂಥ ನೋವು. ಅರ್ಥೈಸಿಕೊಳ್ಳುವ ಔದಾರ್ಯ ತಾಯಿ ತಂಗಿಯರಿಗಿದೆಯೇ? ಹೇಗೆ ನೊಂದ ಗೋಕುಲ್‌ನ ಸಾಂತ್ವನಗೊಳಿಸಬಲ್ಲಳು?

ಅವಳ ಸಮೀಪಕ್ಕೆ ಬಂದು ಕಣ್ಣಲ್ಲಿ ನೋಟವಿಟ್ಟು ನೋಡಿದ. ಅವಳ ಎರಡು ಕೈಗಳನ್ನು ಹಿಡಿದುಕೊಂಡು ಉದ್ವಿಗ್ನನಾಗಿ ಕೇಳಿದ.

"ನನ್ನ ನೋಡಿದ್ರೆ ನಿಮ್ಗೆ ಯಾವ ಭಾವಾನೂ ಹುಟ್ಟೋಲ್ವಾ?"

ಅನುಪಮ ತಲೆ ಕೆಳಗೆ ಹಾಕಿದಳು. ಅವನ ಕಣ್ಣು ಬೆಳಕನ್ನು ದಿಟ್ಟಿಸಲಾರದ ನಿಶ್ಯಕ್ತತೆ ಅವಳಲ್ಲಿ ಕಾಣಿಸಿಕೊಂಡಿತು. ತುಟಿಗಳು ಕಂಪಿಸಿದವು.

"ಮಾತಾಡು ಅನುಪಮ, ನಾನು ನಿನ್ನ ಸ್ವಂತ ಮಾವನ ಮಗ. ನನ್ನ ಬೇರೆಯಾಗಿ ನೋಡೋಕೆ ನಿಂಗೆ ಹೇಗೆ ಸಾಧ್ಯವಾಗುತ್ತೆ? ಸಂಬಂಧಗಳ್ನ ತೊಡೆದುಹಾಕೋಂಥ ವ್ಯವಸ್ಥೆ ಸಂಪ್ರದಾಯಗಳು ಎಷ್ಟೊಂದು ಕ್ರೂರ!"

ಕೈಗಳನ್ನು ಬಿಟ್ಟು ಹಿಂದಕ್ಕೆ ಸರಿದ 'ಡ್ಯಾಡ್, ಎಕ್ಸ್‌ಕ್ಯೂಜ್ ಮಿ. ನಾನೇನು ಮಾಡ್ಲಾರೆ...' ಕಣ್ಣುಮುಚ್ಚಿತೆರೆದ. ಮುಖದ ಮೇಲೆ ವಿರಕ್ತಭಾವ ಕಾಣಿಸಿಕೊಂಡಿತು.

ಮನದ ದೃಢತೆ ಕರಗಿ ದ್ರವವಾಗಿ ಕಾಲಿನ ಬುಡದಲ್ಲಿ ಸುರಿದು ಹೋಗುತ್ತಿತ್ತು.

"ನಾನು ಹೊರಡೋ ತೀರ್ಮಾನಕ್ಕೆ ಬಂದಿದ್ದೀನಿ" ದೃಢವಾಗಿ ಹೇಳಿದ.

ಅನುಪಮ ಬೆಚ್ಚಿಬಿದ್ದಳು. ಖಂಡಿತ ಗೋಕುಲ್ ಇಲ್ಲಿಂದ ಹೋಗಬಾರದು. ಮುಂದಿನ ಭವಿಷ್ಯ ಅರಿತೇ ಜೋಯಿಸರು ತಮ್ಮ ಪಿತ್ರಾರ್ಜಿತ ಆಸ್ತಿಯನ್ನು ಮಗನ ಹೆಸರಿಗೆ ಬರೆಸಿದ್ದರು. ವಾರಸುದಾರ ಬಂದಿದ್ದ. ಕೈ ಚೆಲ್ಲಿ ನಿರಾಶನಾಗಿ ಹಿಂದಿರುಗುವುದು ಬೇಡ. ಅವಳ ಮನ ಮೂಕವಾಗಿ ರೋದಿಸಿತು.

"ನಾನು ಇರೋದ್ರಿಂದ ನಿಮ್ಗೆಲ್ಲ ಕಷ್ಟ! ಡ್ಯಾಡ್ ದೂರ ಹೋಗಿ ಒಂದು ತರಹ ನೋವುಂಟು ಮಾಡಿದ್ರು! ನಾನು ಎದುರಿಗಿದ್ದ ನಿಮ್ಮಗಳ ಮನಸ್ಸು ನೋಯಿಸೋದು ಬೇಡ! ಈ ತೀರ್ಮಾನಕ್ಕೆ ಬರೋದಿಕ್ಕೆ ಸಾಕಷ್ಟು ತೊಳಲಾಡಿದ್ದೀನಿ!'' ತನ್ನ ಅಸಹಾಯಕತೆಯನ್ನು ನೇರವಾಗಿ ತೋಡಿಕೊಂಡಾಗ ಅನುಪಮಳ ಕಣ್ಮುಂದೆ ಮಂಜು ಹರಡಿಕೊಂಡಿತು.

''ಈ ತೋಟ, ಮನೆ ಎಲ್ಲಾ ನಿಮ್ದೇ. ಅದ್ಕೇ ಬೇಕಾದ ವ್ಯವಸ್ಥೆ ಅಂಕಲ್ ಮಾಡ್ತಾರೆ'' ಕೈ ಬೆರಳುಗಳಿಂದ ಕ್ರಾಪಿನ ಕೂದಲನ್ನು ಹಿಂದಕ್ಕೆ ತಳ್ಳಿ ಅವನು ಮುಂದಕ್ಕೆ ಹೆಜ್ಜೆ ಹಾಕಿದಾಗ ಅನುಪಮ ನಿಂತಲ್ಲಿಯೇ ಕಲ್ಲಾದಳು.

ಪೂರ್ತಿ ಕತ್ತಲು ಮುಸುಕಿದ ಮೇಲೇನೇ ಅವಳು ಚೇತರಿಸಿಕೊಂಡು ಮನೆಯತ್ತ ಹೆಜ್ಜೆ ಹಾಕಿದ್ದು.

ನಡುಮನೆಯಲ್ಲಿ ಕೂತಿದ್ದ ಶಾಮಣ್ಣನವರು ಯಾರೊಂದಿಗೋ ಜೋರಾಗಿ ಸಂಭಾಷಿಸುತ್ತಿದ್ದರು. ತಲೆಯೆತ್ತದೆ ಕೋಣೆಯತ್ತ ನಡೆದಳು.

ಮಿದುಳು ಒಂದೇ ಸಮನೆ ಸಿಡಿಯುತ್ತಿತ್ತು. ಎರಡು ಕೈಯಿಂದ ಹಣೆಯನ್ನು ಒತ್ತಿ ಹಿಡಿದಳು. ಈ ಮಾನಸಿಕ ತೊಳಲಾಟದಲ್ಲಿ ಮದುವೆ, ಭಾವಿಪತಿ, ಮುಂದಿನ ಜೀವನ ಯಾವುದನ್ನೂ ಅವಳಿಂದ ಯೋಚಿಸಲಾಗಲಿಲ್ಲ.

ಎಲ್ಲಾ ಮುಸುಕು. ಒಂದೂ ಸ್ಪಷ್ಟವಾಗದು. ಮೊಣಕಾಲಿನ ಮೇಲೆ ಗದ್ದವೂರಿ ಕೂತಳು.

''ಏನು, ಒಂದ್ನಿಮ್ಷ ಬಾರಮ್ಮ'' ಶಾಮಣ್ಣನವರ ಸ್ವರ ಮೃದುವಾಗಿತ್ತು. ಏಳಲು ಮನಸ್ಸಾಗಲಿಲ್ಲ. ''ಅವ್ಳಿಗಿಷ್ಟವಿಲ್ದಿದ್ರೆ ಮುರ್ಸಿ ಮಾಡ್ಸೋಣ, ಬೆಳ್ಳಿ ಬಂಗಾರದ ಯೋಚ್ನೆ

ನಿಮ್ಗೆ ಬೇಡ. ನಮ್ಗೆ ಎಷ್ಟು ಮಕ್ಕಳಿದ್ದಾರೆ! ಎಲ್ಲಾ.... ಅವಳ್ದೇ!"

ತಂದೆಯ ಮಾತುಗಳಿಗೆ ಹೊಸದಾಗಿ ಅರ್ಥ ಕಂಡುಕೊಳ್ಳಲು ಪ್ರಯತ್ನಿಸಿದಳು.

ಮತ್ತೊಮ್ಮೆ ಕೂಗಿದಾಗ ಬಲವಂತವಾಗಿ ಎದ್ದು ಹೋದಳು. ಹಳೆಯ ಒಡವೆಗಳನ್ನು ಶಾಮಣ್ಣನವರು ಮುಂದೆ ಹಾಕಿಕೊಂಡು ಕೂತಿದ್ದರು. ನಾಗರಿಕ ಸಮಾಜದ ಪ್ರತಿಷ್ಠಿತ ವ್ಯಕ್ತಿಯೆಂದು ಕಾಣುವ ಮನುಷ್ಯ. ನೋಟ ಇತ್ತ ಹರಿಯಿತು.

"ಇವ್ರು....ಬೀಗರ ತಮ್ಮಂದ್ರು" ಔಪಚಾರಿಕವಾಗಿ ಕೈ ಮುಗಿದು ಮಗಳು ಸರಿದು ಹೋದಾಗ ಶಾಮಣ್ಣನವರ ಕಣ್ಣುಗಳು ಕೆಂಪಗಾದವು. 'ಕಾಲೇಜಿಗೆ ಹೋದ್ಮೂಕ್ಲೇ ಹದ್ದು ಮೀರಿಬಿಡ್ತಾರೆ.' ಮನದಲ್ಲೇ ಮಗಳಿಗೆ ಬೈಗಳ ಸುರಿಮಳೆ.

ಆಮೇಲೆ ಅನುಪಮ ಇತ್ತ ತಲೆ ಹಾಕಲಿಲ್ಲ. ಒಡವೆ, ಮದುವೆ, ಭಾವೀಪತಿ, ಮಧುಚಂದ್ರ ಅವನ್ನೆಲ್ಲ ತೊಡೆದು ಅವಳ ಮನವನ್ನು ಗೋಕುಲ್ ಆವರಿಸಿಬಿಟ್ಟಿದ್ದ.

* * *

ಒಂದು ಸಂಜೆ ಕೃಷ್ಣನ್ ಬಂದರು. ಹಿಂದಿನ ಹಾಗೆ ಕಹಿ ಮುಖ ಮಾಡಿರಲಿಲ್ಲ. ನಗುನಗುತ್ತ ಮಾತನಾಡಿದರು. ಅನುಪಮಳನ್ನು ಕರೆದು ತಮಾಷೆ ಮಾಡಿದರು.

"ಇವೆಲ್ಲ ತಗೊಳ್ಳಿ. ಇಷ್ಟು ವರ್ಷ ಮನೆ, ಜಮೀನು ಎಲ್ಲಾ ನಿಮ್ಮ ಸ್ವಾಧೀನದಲ್ಲೇ ಇತ್ತು. ಮುಂದು ಕೂಡ ನೀವೇ ಅದಕ್ಕೆ ಬಾಧ್ಯಸ್ಥರು!" ಪತ್ರಗಳ ಕಂತೆಯನ್ನು ಶಾಮಣ್ಣನವರ ಮುಂದಿಟ್ಟರು.

"ಅದ್ಕೇ ಏನೇನು ಬೇಕೋ, ಅದ್ನ ಮಾಡ್ಕೊಳ್ಳಿ. ಗೋಕುಲ್ ಸಹಿ ಹಾಕಿ ಅನುಭವಾಯಿತು. ಕರುಳೆಲ್ಲ ಒತ್ತಿ ಹಿಡಿದು ಹಿಂಸೆ ತಾಳದಾಯಿತು.

ನಗುನಗುತ್ತಾ ಬಂದ ಕೃಷ್ಣನ್ ಕ್ಷಣಕ್ಷಣಕ್ಕೂ ತಾಳ್ಮೆಯನ್ನು ಕಳೆದುಕೊಳ್ಳತೊಡಗಿದರು. ಯಾವ ಕ್ಷಣದಲ್ಲಿಯಾದರೂ ಆಸ್ಫೋಟವಾಗಬಹುದು.

"ನಮ್ಗೆ ಯಾರ ದಾನ ಧರ್ಮನೂ ಬೇಡ. ಬೇಡದಿದ್ರೆ ಮಾರಿ ಕೊಂಡ್ಕೊಳ್ಳಿ." ಸ್ವರ ಏರಿಸದೆ ಹೇಳಿದಾಗ ಕೃಷ್ಣನ್ ಮುಖ ಕೆಂಪಗಾಯಿತು. "ಮಾರೋ ದಾರಿದ್ರ್ಯ ಅವ್ನಿಗೇನು ಬಂದಿದೆ! ಹೇಗೂ ಆಚಾರ, ಸಂಪ್ರದಾಯ ಗೊತ್ತಿದ್ದೋರು, ಜೋಯಿಸರ ಹೆಸರಿನಲ್ಲಿ ಯಾರಿಗಾದ್ರೂ ದಾನ ಮಾಡಿ."

ಚುರುಕು ಮುಟ್ಟಿದ ಕೂಡಲೆ ಶಾಮಣ್ಣನವರ ನೆತ್ತಿ ಉರಿದು ಹೋಯಿತು. ಮೇಲಕ್ಕೆದ್ದವರೇ ಪತ್ರಗಳನ್ನು ಅಷ್ಟು ದೂರಕ್ಕೆ ಎಸೆದು ವಾಚಾಮಗೋಚರವಾಗಿ ಕೂಗಾಡತೊಡಗಿದರು. ಕೃಷ್ಣನ್ ಸ್ವರವೆತ್ತಲು ಪ್ರಯತ್ನಿಸಿದರೂ ಅವರ ಆರ್ಭಟದಲ್ಲಿ ಅಡಗಿಹೋಯಿತು.

ಕಡೆಗೆ ಸುನಂದಮ್ಮ ಅನುಪಮ ಅವರನ್ನು ಸುಮ್ಮನಾಗಿಸುವಲ್ಲಿ ಸಾಕು ಸಾಕಾದರು.

ಕೃಷ್ಣನ್ ಎದ್ದು ಹೊರ ನಡೆದರು. ಅವರಿಗೆ ತುಂಬ ನಿರಾಶೆಯಾಗಿತ್ತು. ಬಹಳ ನಂಬಿಕೆ ಇಟ್ಟ ಶ್ರೀನಿವಾಸನ ನೆನೆದು ಹಲುಬಿದರು. 'ಕ್ಷಮ್ಸಿ ಬಿಡು ಶ್ರೀನಿವಾಸ. ಈ ಮೂರ್ಖರ ಜೊತೆ ಅವ್ನು ಬಾಳೋದು ಬೇಡ.'

ಎದುರು ಮನೆಯ ಗಲಾಟೆ ಕೇಳಿ ರಾಜು, ಕಾಂಪೌಂಡರ್, ನರ್ಸ್ ಎಲ್ಲಾ ಬಂದು ಹೊರಗೆ ನಿಂತಿದ್ದರು. ಓಡಾಡುವ ಜನ ತಮಾಷೆ ನೋಡಲು ನಿಂತಿದ್ದರು.

ಕೃಷ್ಣನ್ ಮುಖ ನೋಡಿ ಕಾಂಪೌಂಡರ್, ನರ್ಸ್ ಸರಿದು ಹೋದರು. ಅವರ ಅಕೌಂಟ್ ಸೆಟ್ಲ್ ಮಾಡಿ ಇಂದು ಅವರನ್ನು ಕಳುಹಿಸಿಬಿಡುವವರಿದ್ದರು.

ಎದುರಾದ ಗೋಕುಲ್ ಭುಜ ಮೃದುವಾಗಿ ತಟ್ಟಿ ಕೋಣೆಗೆ ಹೋದವರೆ ಮಲಗಿಬಿಟ್ಟರು. ಮಗನ ಭವಿಷ್ಯಕ್ಕಾಗಿ ಶ್ರೀನಿವಾಸ ಭದ್ರವಾದ ಹಣದ ಬಂದೋಬಸ್ತು ಮಾಡಿದ್ದರು.

ತಕ್ಷಣ ಹೊರಬಂದವರೇ ದೃಢವಾಗಿ ಹೇಳಿದರು.

"ನಾನು ಕಾನ್ಫರೆನ್ಸ್ ಮುಗ್ಸಿಕೊಂಡು ಬರೋವರ್ಗೂ ಬೇಕಾದ್ರೆ.... ಇಲ್ಲಿರು. ಇಲ್ದಿದ್ರೆ ತಕ್ಷಣ ಹೊರಡು. ಈ ಗಾಳಿ ಕೂಡ... ಬೇಡ."

"ಇಲ್ಲ ಅಂಕಲ್, ನನ್ನ ಸ್ವಲ್ಪ ಸಾಮಾನು ಪ್ಯಾಕ್ ಮಾಡ್ಬೇಕು ಬೇಡದ್ದು... ಯಾರ್ಗಾದ್ರೂ ಕೊಡ್ಬೇಕು." ಮತ್ತೆ ಇಲ್ಲಿ ಬರುವ ಆಸೆ ನನಗಿಲ್ಲ ಎಂದು ಒತ್ತಿ ಹೇಳಿದಂತಾಯಿತು.

"ಓ.ಕೆ., ನಿಂದೆಲ್ಲ ಮುಗ್ಸಿ ಬೆಂಗ್ಳೂರಿಗೆ ಬಂದ್ಬಿಡು. ಆಮೇಲೆ ಯಾವ್ದಕ್ಕೂ ಯೋಚ್ನೆ ಮಾಡೋಣ" ಹೊರ ನಡೆದರು.

ಅವರನ್ನ ಕಾರಿಗೆ ಹತ್ತಿಸಿದಾಗ ಅವನ ನೆಮ್ಮದಿಯು ಭಗ್ಗನೇ ಹತ್ತಿಕೊಂಡು

ಉರಿದಂತಾಯಿತು. ಎಷ್ಟೋ ಹೊತ್ತು ಆ ದಿಕ್ಕಿನಿಂದ ನೋಟ ಕೀಳಲಾರದಾದ.

ಸಂಜೆಯ ವೇಳೆಗೆ ಕಾಂಪೌಂಡರ್, ನರ್ಸ್ ತಮ್ಮ ಲಗೇಜ್ ಕಟ್ಟಿಕೊಂಡು ಹೊರಟರು. ರಾಜು ಒಬ್ಬನೇ ಉಳಿದಿದ್ದು. ಬಂದವರಿಗೆ ಅವನೇ ಸಬೂಬು ಹೇಳಿ ಕಳಿಸುತ್ತಿದ್ದ. ಜನರ ಪ್ರತಿಕ್ರಿಯೆ ವಿಭಿನ್ನವಾಗಿತ್ತು. ಕೆಲವರಂತೂ ಕಣ್ಣೀರಿಟ್ಟರು. ಎಲ್ಲಕ್ಕೂ ಕಲ್ಲಾಗಿದ್ದ.

ಸುನಂದಮ್ಮ ಕೂತಲ್ಲಿ ನಿಂತಲ್ಲಿ ಕಣ್ಣೀರು ಸುರಿಸತೊಡಗಿದರು. ಮಗಳ ಮದುವೆಯ ಸಂಭ್ರಮ ಮನದಿಂದ ಹಾರಿಹೋಗಿತ್ತು.

ಶಾಮಣ್ಣನವರು ನಿರಾತಂಕಗೊಂಡಂತೆ ಕಂಡರೂ ಎಲ್ಲೋ ನೋವಿನ ಎಳೆ ಅವರನ್ನು ಹಿಡಿದು ಜಗ್ಗುತ್ತಿತ್ತು. ಒಳಗಿನ ಆಂದೋಲನ ಅಸಾಧ್ಯವಾಗಿತ್ತು. ಅಪರಾಧಭಾವದಿಂದ ಮಡದಿಯ ಮುಂದೆ ತಲೆ ಎತ್ತಲಾಗುತ್ತಿಲ್ಲ.

ತೋಟದ ಕಡೆ ಹೋಗಿದ್ದವರು ಮನೆಗೆ ಹಿಂದಿರುಗಿ ಬಂದರು. ಬೇಲಿ ಕಿತ್ತಿಸಿದ್ದು ಬಿಟ್ಟು ಯಾವುದೇ ಬದಲಾವಣೆ ಇರಲಿಲ್ಲ. ಕೈ ಕಾಲು ತೊಳೆದು ಹೊರಗೆ ಬಂದರು.

ಪೂವಯ್ಯನ ನೆರಳು ಬಾಗಿಲ ಬಳಿ ಬಿತ್ತು. ಮುಖ ಗಂಟಿಕ್ಕಿದರು. ವ್ಯವಸ್ಥೆಯ ಕ್ರೂರ ಅಲುಗಿನ ನಡುವೆಯೇ ಬೆಳೆದವರು.

"ಯಾರೋ, ಅದು" ದನಿ ಎತ್ತರಿಸಿದರು.

ಪೂವಯ್ಯ ತುಟಿಗಳ ಮೇಲೆ ನಗೆ ಮಿಂಚಿತು. ಇದೇನು ಅವನಿಗೆ ಹೊಸದಲ್ಲ. ಗೋಕುಲ್‌ನ ಬಿಟ್ಟು ಯಾರೂ ಅವನ ವ್ಯಕ್ತಿತ್ವವನ್ನು ಗೌರವಿಸಿದವರಲ್ಲ.

"ನಾನು....ಬುದ್ಧಿ...." ಇನ್ನಷ್ಟು ಕುಗ್ಗಿದ.

ತಕ್ಷಣ ಹೊರಗೆ ಬರುವುದು ಅವರ ದೊಡ್ಡಸ್ತಿಕೆಗೆ ಕುಂದೇನೋ! ಹತ್ತು ನಿಮಿಷಗಳ ನಂತರವೇ ಮುಖ ಹೊರಗೆ ಹಾಕಿದ್ದು.

"ಏನೋ ಅದು?" ಒರಟಾಗಿ ಪ್ರಶ್ನಿಸಿದರು.

ಗೋಕುಲ್ ತೋಟದ ಯಜಮಾನಿಕೆಯನ್ನು ತಮಗೆ ಒಪ್ಪಿಸಿರುವುದು. ಈಗ ತಮ್ಮ ಆಳಾಗಿ ಉಳಿಯುತ್ತೇನೆಂದು ವಿನಮ್ರವಾಗಿ ವಿನಂತಿಸಿದ.

ಶಾಮಣ್ಣನವರ ಮುಖ ಕೆಂಪಗಾಯಿತು. ಇಡೀ ಕೇರಿಗೆ ಕೇಳಿಸುವಂತೆ ಕೂಗಿದರು.

"ನಮ್ಗೇನು ಬೇಡ! ಬೇಡದಿದ್ರೆ ಅವ್ರು ಹರಾಜು ಹಾಕ್ಕೊಂಡ್ಹೋಗ್ಲಿ. ಆ ಜಾತಿ ಕೆಟ್ಟೋನ ದಾನ ನಮ್ಗೆ ಬೇಕಿಲ್ಲ!"

ಪೂವಯ್ಯ ತಲೆ ಕೆಳಗಾಕಿ ನಡುಗುತ್ತ ನಿಂತ. ಅವನ ಮನ ಮೂಕವಾಗಿ ರೋದಿಸುತ್ತಿತ್ತು. ಹೆಜ್ಜೆಗಳನ್ನು ಎಳೆದು ಹಾಕುತ್ತ ಗೋಕುಲ್ ಮನೆಯತ್ತ ಬಂದ.

ಹೊರಗೆ ಬಂದ ಗೋಕುಲ್ ಪೂವಯ್ಯನ ಹೆಗಲ ಮೇಲೆ ಕೈ ಹಾಕಿ ಒಳಗೆ ಕರೆದೊಯ್ದ. ಶಾಮಣ್ಣನವರು ಸುಡೋ ಕಾವಲಿಯ ಮೇಲೆ ನಿಂತವರಂತೆ ತಹತಹಿಸಿದರು.

ತನ್ನ ನಿರ್ಧಾರವನ್ನು ಗೋಕುಲ್ ಬದಲಿಸಿಕೊಂಡ. ಈ ಅವಮಾನ ಅವನನ್ನು ಉರಿಯುವ ಕುಲುಮೆಯ ಮಧ್ಯೆ ನಿಲ್ಲಿಸಿತ್ತು.

* * *

ಮರುದಿನ ಗೋಕುಲ್ ಹೊರಡುವ ಸುದ್ದಿ ಹಳ್ಳಿಯಲ್ಲೆಲ್ಲ ಹಬ್ಬಿಬಿಟ್ಟಿತ್ತು. ಆ ಇಡೀ ದಿನ ಸುನಂದಮ್ಮನ ಬಾಯಿಗೆ ನೀರು ಹಾಕಲಿಲ್ಲ. ಮೌನವಾಗಿ ಕಣ್ಣೀರು ಸುರಿಸುತ್ತ ಕೂತುಬಿಟ್ಟರು.

ಒಳಗೆ ಬಂದ ಅನುಪಮ ಗಾಬರಿಯಿಂದ ನಿಂತಳು.

"ಅಮ್ಮ, ನಿಂಗೆ ಏನಾಗಿದೆ? ಈಗ್ಲೂ ವೇಳೆ ಮಿಂಚಿಲ್ಲ. ಹೇಗೂ ಗೋಕುಲ್ ಹೊರಟುಬಿಡ್ತಾರೆ. ಅಣ್ಣನ ಮಗಾಂತ ಕರ್ದು ಪ್ರೀತಿಯಿಂದ ಮಾತಾಡ್ಸು."

ಇಡೀ ಪ್ರವಾಹ ಒಡ್ಡನ್ನು ಹೊಡೆದುಕೊಂಡು ನುಗ್ಗಿದಂತೆ ಜೋರಾಗಿ ಅಳತೊಡಗಿದರು. ಕಲ್ಲಾದರೂ ಕರಗಿಬಿಡಬೇಕು, ಆದರೆ ತಂದೆ ಕರಗುವುದಿಲ್ಲವೆಂದು ಅವಳಿಗೆ ಗೊತ್ತು.

"ನಾನ್ಹೋಗಿ ಗೋಕುಲ್‌ನ ಕರ್ಕೊಂಡ್ಬರ್ಲಾ...." ಮೃದು ಸ್ವರದ ಹಿಂದೆಯೇ ಸಿಡಿಲು ಅಪ್ಪಳಿಸಿತು. "ಹಾಗೇನಾದ್ರೂ.... ಹೋದ್ರೆ... ಇಬ್ರನ್ನೂ ಇಲ್ಲ ಅನ್ನಿಸಿಬಿಡ್ತೀನಿ!"

ಶಾಮಣ್ಣನವರ ಕಣ್ಗುಡ್ಡೆಗಳು ಬೆಂಕಿಯ ಉಂಡೆಗಳನ್ನು ಉಗುಳುತ್ತಿದ್ದವು. ತಾಯಿ, ಮಗಳು ನಡುಗಿ ಹೋದರು. ಇಷ್ಟು ಕಟ್ಟದಾಗಿ ವರ್ತಿಸಬಲ್ಲರೆಂದು ತಿಳಿದಿದ್ದು ಅವರಿಗೆ ಈಗಲೇ.

"ತಾಯಿ, ಮಗ್ಳು ಸೇರ್ಕೊಂಡು ಪಿತೂರಿ ಮಾಡ್ತೀರ? ಈ ಮನೆ ಹೊಸಲು ಹತ್ತೋ ಅರ್ಹತೆ ಅವನಿಗೆಲ್ಲಿದೆ? ಮಾವ ಎಷ್ಟು ಕೊರಗಿ ಸತ್ತರು ಅನ್ನೋದು ನೆನಪಿಲ್ವಾ? ಛಿ... ಅನಿಷ್ಟದ... ಕುಡಿ...."

ಅವರ ವಾಕ್ ಪ್ರವಾಹಕ್ಕೆ ಅಡ್ಡಿಯುಂಟು ಮಾಡುವ ಮನಸ್ಸಾಗದೆ ಅನುಪಮ ಬಂದು ಹೊರಗೆ ನಿಂತಳು.

"ಶಾಮಣ್ಣ ಇದ್ದಾನಾ?" ಪರಪ್ಪನ ಧ್ವನಿ. ಬೆಚ್ಚಿಬಿದ್ದಳು. "ಇದ್ದಾರೆ" ಅವಳ ಬಾಯಲ್ಲಿನ ತೇವ ಇಂಗಿಹೋಯಿತು. ತಂದೆಯ ಹೃದಯ ಕಲ್ಲಾಗಲು ಸಹಕರಿಸಿದ ಮಹಾನುಭಾವರು!

ನಿಧಾನವಾಗಿ ಬೀದಿಗಿಳಿದವಳು ಹೆಜ್ಜೆ ಹಾಕತೊಡಗಿದಳು. ಅನಾಯಾಸವಾಗಿ ಪಾದಗಳು ತೋಟದತ್ತ ಧಾವಿಸುತ್ತಿದ್ದವು.

ತಡಿಕೆಯ ಬಳಿ ಬಂದವಳೇ ಸ್ತಬ್ಧಳಾದರು. ಗೋಕುಲ್ ಮರಕ್ಕೆ ಒರಗಿ ನಿಂತಿದ್ದ. ಶಾಂತಿ ಸಂಕೇತವಾದ ಬಿಳಿಯ ಶುಭ್ರ ಬಣ್ಣದ ಪಾಯಿಜಾಮ, ಜುಬ್ಬಾ ಧರಿಸಿದ್ದ. ಮಿರಮಿರ ಮಿನುಗುವ ಕಪ್ಪುಗೂದಲು ಚಂದದ ಮುಖಕ್ಕೆ ಶೋಭಾಯಮಾನವಾಗಿತ್ತು. ನೋಟ ಶೂನ್ಯದತ್ತ. ಮುಖದಲ್ಲಿ ನಿರಾಶೆಯ ಮೋಡಗಳು. ಗೋಕುಲ್ ಬಳಿ ಮಾತನಾಡುವ ಕಡೆಯ ಅವಕಾಶ ಕಳೆದುಕೊಳ್ಳಲು ಅವಳಿಗಿಷ್ಟವಾಗಲಿಲ್ಲ.

ಸದ್ದಾಗದಂತೆ ಪಾದಗಳನ್ನು ಎತ್ತಿಟ್ಟಳು.

"ಗುಡ್ ಈವ್ನಿಂಗ್...." ಉಗುಳು ನುಂಗಿದಳು. ತಟ್ಟನೆ ಇತ್ತ ನೋಟ ಹರಿಸಿದ. ಹುಬ್ಬೆತ್ತಿ ನಸುನಕ್ಕ. "ಓ.... ಗುಡ್ ಈವ್ನಿಂಗ್...."

ನೆಲ ನೋಡುತ್ತ ನಿಂತಳು. ಒಂದೆರಡು ಮಾತನಾಡಬೇಕೆಂಬ ಬಯಕೆ. ಆದರೆ ಸ್ವರವೆತ್ತಲು ಅವಳಿಂದಾಗಲಿಲ್ಲ. ಅರಿತವನಂತೆ ತಾನೇ ಮಾತನಾಡಿಸಿದ.

"ಹೇಗಿದ್ದೀರಾ? ಮದ್ವೆ ಯಾವಾಗ? ಅದ್ರಲ್ಲಿ ಭಾಗವಹಿಸುವ ಅವಕಾಶ ನಮ್ಗೆ ಇದ್ಯಾ?"

ಅವಳ ಹೃದಯ ಒಡೆದು ಚೂರಾಗಿ ಪ್ರಶ್ನೆಗಳನ್ನೊತ್ತು ಸುತ್ತಲೂ ತಿರುಗಿದಂತಾಯಿತು. ಕಣ್ಣು ಕತ್ತಲಿಟ್ಟುಕೊಂಡು ಬಂದಂತಾಯಿತು. ನೋಡದ ಶೀನಿ

ಮಾವ ಕಣ್ಮುಂದೆ ನಿಂತು ಪ್ರಶ್ನಿಸುತ್ತಿದ್ದ. ಭಯಂಕರ ಬಿರುಗಾಳಿ - ತಾಳಲಾರದೆ ಕುಸಿದಳು.

ಗೋಕುಲ್ ಗಾಬರಿಯಿಂದ ಧಾವಿಸಿದ.

"ಅನುಪಮ, ಏನಾಯ್ತು?" ಮೃದುವಾಗಿ ಹಿಡಿದ. ಅವನ ಬೊಗಸೆಯಲ್ಲಿ ಮುಖ ಹುದುಗಿಸಿ ಬಿಕ್ಕಿದಳು. "ಕ್ಷಮಿಸಿಬಿಡು ಗೋಕುಲ್" ಸ್ವರ ತರಂಗವಾಗಿ ಅವನೆದೆಯನ್ನು ತಟ್ಟಿದಾಗ ಅವನ ತುಟಿಗಳಂಚಿನಲ್ಲಿ ನೋವಿನ ನಗೆ ಮಿನುಗಿತು. ಆರ್ಭಟಿಸುವ ಮನದ ಅವನು ಅನುಪಮಳಿಗೆ ಸಮಾಧಾನ ಹೇಳಬೇಕಿತ್ತು.

ಅನುಪಮ ಚೇತರಿಸಿಕೊಳ್ಳಲು ನಿಮಿಷಗಳೇ ಬೇಕಾಯಿತು. ಸ್ವರ ಮೂಡಿಸಲು ನಿಶ್ಯಕ್ತನಾದ ಗೋಕುಲ್ ಕಣ್ಣುಗಳಲ್ಲಿಯೇ ಸಮಾಧಾನಿಸಿದ.

ಹೊರಡುವುದಕ್ಕೆ ಮುನ್ನ ಗೋಕುಲ್ ತನ್ನ ಬೆರಳಿನಲ್ಲಿ ಅಮೂಲ್ಯವಾದ ಉಂಗುರವನ್ನು ಅವಳ ಅಂಗೈನ ಮೇಲೆ ಇಟ್ಟ.

"ಇದು ನನ್ನ ಉಡುಗೊರೆ. ಐ ಹೋಪ್ ಯುವರ್ ಲೈಫ್ ಪಾರ್ಟನರ್ ವಿಲ್ ಮೇಕ್ ಯುವರ್ ಡ್ರೀಮ್ಸ್ ಕಲರ್ ಫುಲ್" ಎಂದವನೇ ಅಲ್ಲಿ ನಿಲ್ಲದೇ ಹೊರಟುಬಿಟ್ಟ. ಕಲ್ಲಾಗಿದ್ದ ಅನುಪಮಳಿಗೆ ಚಲನೆ ಬರಲು ಬಹಳ ಹೊತ್ತೇ ಬೇಕಾಯಿತು.

ಮಂಕಾಗಿ ಮರದ ಕೆಳಗೆ ಕೂತುಬಿಟ್ಟಳು. ಅಂಗೈನಲ್ಲಿ ಉಂಗುರವನ್ನು ತೆರೆದು ನೋಡಿದಳು. ಅವಳ ಕಣ್ಣಲ್ಲಿ ನೀರಾಡಿತು. ಸ್ವಲ್ಪ ಪ್ರೀತಿಯಿಂದ ನಡೆದುಕೊಂಡಿದ್ದರೆ ಇವರಿಗೆ ಏನಾಗುತ್ತಿತ್ತು - ಮನದಲ್ಲಿಯೇ ತಂದೆಯ ಮೇಲೆ ಕಿಡಿ ಕಾರಿದಳು.

ಪೂರ್ತಿ ಕತ್ತಲು ಕವಿದರೂ ತೋಟದಿಂದ ಹೊರಗೆ ಹೋಗಲು ಅವಳಿಗೆ ಇಷ್ಟವಾಗಿಲ್ಲ. ಪೂವಯ್ಯ ಎಚ್ಚರಿಸಿದ ಮೇಲೇನೆ ಅವಳು ಮನೆಯ ಕಡೆ ಹೆಜ್ಜೆ ಹಾಕಿದ್ದು. ಮೈಯಲ್ಲಿನ ಶಕ್ತಿಯನ್ನೆಲ್ಲ ಕಳೆದುಕೊಂಡಂತೆ ತೂರಾಡುತ್ತಲೇ ಮನೆ ಸೇರಿದಳು.

ಪರಪ್ಪ ಮತ್ತು ಶಾಮಣ್ಣನ ಮಾತುಕತೆ ಮುಗಿದಿರಲಿಲ್ಲ. ಮದುವೆಯ ಜವಳಿಯ ಪ್ರಸ್ತಾಪ ನಡೆಯುತ್ತಿತ್ತು.

ಅಡಿಗೆ ಮನೆಗೆ ಹೋದವಳೇ ಎರಡು ಲೋಟ ತಣ್ಣೀರು ಕುಡಿದು ಸುಧಾರಿಸಿಕೊಂಡಳು. ನಿಗಿ ನಿಗಿ ಹೊಳೆಯುವ ಕೆಂಡಗಳತ್ತ ಅವಳ ನೋಟ

ಹರಿಯಿತು. ಇದ್ದಿಲು ಒಲೆಯ ಮೇಲೆ ಅನ್ನ ಕುದಿಯುತ್ತಿತ್ತು.ಹೆಚ್ಚು ಕುದಿಯುವ ನಡುವೆಯೂ ಅರೆ ಬೆಂದ ಅಕ್ಕಿಯ ಕಾಳುಗಳನ್ನು ತಮ್ಮ ಹೋರಾಟ ಸಾಗಿಸುತ್ತ ತಪ್ಪಲೆಯಲ್ಲಿಯೇ ಉಳಿದಿತ್ತು. ಎಷ್ಟೋ ಹೊತ್ತು ನೋಡುತ್ತ ನಿಂತಳು. ಬದುಕಿನ ರೀತಿ ಇದಕ್ಕಿಂತ ಭಿನ್ನವಿಲ್ಲವೆನಿಸಿತು.

ಕೋಣೆಗೆ ಬಂದು ಕಾಲೇಜಿನ ಪುಸ್ತಕಗಳನ್ನು ಮುಂದೆ ಹಾಕಿ ಕೂತಳು. ಬಸ್ಸಿನಲ್ಲಿ ಓಡಾಡುವ ಅನುಭವ ಸದ್ಯಕ್ಕೆ ಹಳೆಯದಾಗುತ್ತೆ. ಆ ಜನಗಳ ಮುಖಗಳನ್ನು ನೆನಪಿಸಿಕೊಳ್ಳಲು ಪ್ರಯತ್ನಿಸಿದಳು – ಎಲ್ಲ ಮಸುಕು, ಮಸುಕು.....

''ಒಡ್ವೇನ ಅನುಪಮ ನೋಡಿದ್ಲಾ?'' ಊಟಕ್ಕೆ ಕೂಡುವ ಮುನ್ನಿನ ಶಾಮಣ್ಣನವರ ಪ್ರಶ್ನೆ. ಅವಳ ಕೈಯಲ್ಲಿದ್ದ ಪುಸ್ತಕ ಜಾರಿತು. ''ಈಗ ತೋರ್‍ಸಬೇಕು.''

ತಾಯಿಯ ದನಿ ಉದಾಸೀನ ಚೆಲ್ಲಿ ಪುಸ್ತಕದಲ್ಲಿ ಮುಳುಗಿಹೋಗಲು ಪ್ರಯತ್ನಿಸಿದಳು.

ಇನ್ನು ಆ ಕೈ ಈ ಕೈ ಅಂಗೈಯ ಮಧ್ಯೆ ಓಡಾಡುತ್ತಿದ್ದ ಉಂಗುರವನ್ನು ದಿಟ್ಟಿಸಿದಳು. 'ಮದುವೆಯ ಉಡುಗೊರೆ' ಅವಳೆದೆ ಭಾರವಾಯಿತು. ಅವನ ಎತ್ತರದ ಔದಾರ್ಯದ ಮುಂದೆ ನಾವೆಲ್ಲ ಕ್ಷುದ್ರ ಹುಳುಗಳು!

''ಅನು, ಊಟಕ್ಕೆ ಬಾ'' ತಟ್ಟನೆ ಅಂಗೈ ಹಿಡಿಯಾಯಿತು. ಎದೆಯ ಬಡಿತ ಜೋರಾಯಿತು. ''ನಂಗೆ ಹಸಿವಿಲ್ಲ, ಬೇಡ.'' ಇನ್ನ ಎರಡು ನಿಮಿಷದಲ್ಲಿ ತಾಯಿ ಪ್ರತ್ಯಕ್ಷಳಾಗುವಳೆಂದು ಅವಳಿಗೆ ಗೊತ್ತು. ತಟ್ಟನೆ ಉಂಗುರವನ್ನು ತನ್ನ ಬ್ಯಾಗಿಗೆ ಸೇರಿಸಿ ಡ್ರಾಯರ್‌ನಲ್ಲಿಟ್ಟಳು.

ಬಂದ ಸುನಂದಮ್ಮ ಮಗಳ ಮೇಲೆ ಮೃದುವಾಗಿ ರೇಗಿದರು.

''ರಾತ್ರಿ ಹೊತ್ತು ಹಾಗೇ ಮಲಗ್ತಾರ! ಎಷ್ಟು ಸೇರಿದ್ರೆ ಅಷ್ಟು ಊಟ ಮಾಡು.''

ತಾಯಿಯ ಹಿಂದೆ ಮೌನವಾಗಿ ಹೋದಳು. ಶಾಮಣ್ಣನವರು ಹುಬ್ಬೆತ್ತಿ ಮಗಳ ಕಡೆ ನೋಡಿದರು. ಗೆಲುವಿಲ್ಲದ ಮುಖ ಇವಳಿಗೇನಾಗಿದೆ? ಉಗುಳು ನುಂಗಿದರು.

ತುತ್ತು ಎತ್ತಲು ಅನುಪಮಳಿಂದಾಗಲಿಲ್ಲ. ನಾಳೆ ಗೋಕುಲ್ ಹೊರಡುವವನಿದ್ದ. ಕರೆದು ಒಪ್ಪೊತ್ತು ಊಟ ಹಾಕಿ ಉಪಚರಿಸಿದ್ದರೆ ಒಂದು ಸಿಹಿ ನೆನಪಾಗಿ ಉಳಿಯುತ್ತಿತ್ತು. ಇನ್ನ ಕೆದಕಿದಾಗ ನೆನಪಿನ ಬತ್ತಳಿಕೆಯಲ್ಲಿ ಬರೀ ಕಹಿ!

ಬಾಯಲ್ಲಿದ್ದುದನ್ನು ಬಲವಂತವಾಗಿ ನುಂಗಿ ನೀರು ಕುಡಿದಳು.

ಮಗಳ ಊಟದ ಕಡೆ ಗಮನವಿಟ್ಟಿದ್ದ ಶಾಮಣ್ಣನವರಿಗೆ ರೇಗಿತು. ಕೈ ತೊಳೆಯಲು ಎದ್ದು ಹೋದರು. ಹೊರಗೆ ಬಂದ ಸುನಂದಮ್ಮನ ಕಣ್ಣಂಚಿನ ಕಂಬನಿ ಜಿನುಗಿತು.

"ಇದೆಂಥ ಊಟ ಮಾಡ್ತ ಇದ್ದೀಯಾ!"

ತಟ್ಟೆ ಎತ್ತಿಕೊಂಡು ಎದ್ದು ಹೋದಳು. ನಾಯಿಯ ಮುಂದೆ ಸುರಿದು ತೊಳೆದಿಟ್ಟು ಬಂದಳು. ಎದುರು ಮನೆಯ ಎಲ್ಲಾ ದೀಪಗಳು ಉರಿಯುತ್ತಿದ್ದವು. ನೋಟ ಅವಳಿಂದ ಕೀಳಲಾಗಲಿಲ್ಲ.

"ಏನು ನೋಡ್ತಾ ಇದ್ದೀಯಾ?" ಶಾಮಣ್ಣನವರ ಸ್ವರದಲ್ಲಿ ಸಿಡಿಲಿತ್ತು. ಅನುಪಮ ವಿಚಲಿತಳಾಗಲಿಲ್ಲ. "ಎದುರು ಮನೆ ಕಡೆ" ತಣ್ಣಗೆ ಹೇಳಿದಾಗ ಅವರ ಮೈ ಮೇಲೆ ಬೆಂಕಿ ಕೆಂಡಗಳು ಎರಚಾಡಿದಂತಾಯಿತು.

"ದುರಾದೃಷ್ಟ ಇನ್ನು ಆ ಮನೆ ಬೆನ್ನು ಬಿಡಲಿಲ್ಲವೇನೋ?" ಎಂದವಳೇ ಒಳಗೆ ನಡೆದಳು.

ಇಡೀ ರಾತ್ರಿ ಮೂವರು ನಿದ್ರಿಸಲಿಲ್ಲ. ಒಬ್ಬೊಬ್ಬರು ಒಂದೊಂದು ವಿಧವಾದ ವ್ಯಥೆ, ಯೋಚನೆ, ಪ್ರಾಯಶ್ಚಿತ್ತದಿಂದ ಬಳಲುತ್ತಿದ್ದರು. ತನಗೂ ಆ ಮನೆಗೂ ಸಂಬಂಧವಿಲ್ಲದಂತೆ ನಿದ್ರೆ ವರ್ತಿಸಿತ್ತು.

ಬಾಗಿಲಿಗೆ ನೀರು ಹಾಕಲು ಹೋದ ಅನುಪಮ ಗೊಂಬೆಯಂತೆ ನಿಂತಳು. ರಾಜು ಡಿಕ್ಕಿಗೆ ಸಾಮಾನು ತುಂಬುತ್ತಿದ್ದ. ಇವಳು ಒಳಗೆ ಬಂದಾಗ ಹಿಂದೇನೇ ಬಂದ.

"ಈ ಬೀಗದ ಕೈ ಕೊಟ್ಟು ಬಾ ಅಂದ್ರು" ಬೀಗದ ಕೈ ಟೇಬಲಿನ ಮೇಲಿಟ್ಟು ಹೊರಟಾಗ ಅವಳ ಹೃದಯ ಬೊಬ್ಬಿರಿದು ರೋದಿಸಿತು. ಮತ್ತೆ ಗೋಕುಲ್‌ನ ಎಂದೂ ನೋಡಲು ಸಾಧ್ಯವಿಲ್ಲ. ಕೆಲವು ದಿನಗಳ ಅತಿಥಿ ಮಾತ್ರ.

ಅಡಿಗೆಯ ಮನೆಯ ಬಾಗಿಲಿಗೆ ಬಂದಳು. ಹಾಲು ಕಾಯಿಸುತ್ತಿದ್ದ ಸುನಂದಮ್ಮ ತಲೆ ಎತ್ತಿದರು.

"ಗೋಕುಲ್ ಹೋಗ್ತಾ ಇದ್ದಾರೆ. ನೆಣ್ಣು ಅಂದ ಮಾತ್ರಕ್ಕೆ ಅಂತಃಕರಣಕ್ಕೆ ಒಡ್ಡು ಹಾಕೋಂಥ ದುರ್ಬಲಳಾಗ್ಬಾರ್ದು! ಅಪ್ಪನ ಸರ್ವಾಧಿಕಾರಕ್ಕೆ ಈ ವಿಷ್ಯದಲ್ಲಿ ತಲೆ

ತಗ್ಗಿಸಬಾರ್ದಿತ್ತು! ನೀನು ಪ್ರೀತಿ, ಅಂತಃಕರಣಗಳನ್ನು ಕೊಂದುಕೊಂಡು ನಮ್ರತೆ ಪ್ರದರ್ಶಿಸುವ ಅಗತ್ಯವಿರ್ಲಿಲ್ಲ!'' ಸಿಡಿದಳು.

ಸುನಂದಮ್ಮ ಬೆಚ್ಚಿದರು. ಮಗಳ ಕಣ್ಣುಗಳಲ್ಲಿನ ತೀಕ್ಷ್ಣತೆ ಅವರನ್ನು ಚುಚ್ಚಿತು. ಒಂದೊಂದು ಮಾತೂ ಚಾಟಿಯೇಟಿನಂತಿತ್ತು.

ಗೋಕುಲ್ ಹೊರಗೆ ಬಂದ ಕೂಡಲೇ ಅನುಪಮ ಓಡಿದಳು. ಅವಳ ಕಣ್ಣುಗಳು ವೇದನೆಯ ಹೊಂಡಗಳಾಗಿದ್ದವು.

''ಬರ್ತೀನಿ ಅನುಪಮ'' ನೋವನ್ನು ನುಂಗಿ ನಸುನಗುತ್ತ ಹೇಳಿದಾಗ ಅವಳಿಗೆ ತಲೆ ತಗ್ಗಿಸುವಂತಾಯಿತು. ''ಮನೆಗೆ ಬನ್ನಿ....'' ನೋಟವೆತ್ತಿ ಅವರ ಮನೆಯ ಕಡೆ ಹರಿಸಿದ್ದ. ಕಿಟಕಿಯಲ್ಲಿನ ಒಂದು ಜೊತೆ ಕಣ್ಣುಗಳಲ್ಲಿ ಬೆಂಕಿ ಇತ್ತು. ''ಸೋ ಸಾರಿ....'' ಕಾರು ಹತ್ತಿದ. ಮಸಕಾಗುವಂತೆ ಧೂಳು ಎರಚಿ ಕಾರು ಮರೆಯಾಯಿತು.

ಗೋಕುಲ್ ಮಿದುಳಿನಲ್ಲಿ ಅಗ್ನಿಸ್ಫೋಟ. ಅಮೆರಿಕದಂಥ ದೇಶದಿಂದ ಎಷ್ಟೋ ಆಸೆ ಹೊತ್ತು ಬಂದಿದ್ದ. ತಂದೆ ಹೃದಯಲ್ಲಿ ಮೊಗ್ಗಾಗಿರಿಸಿದ್ದು ಇಲ್ಲಿ ಹೂವಾಗಬೇಕಿತ್ತು. ಸುರುಟಿ ಕೆಳಗೆ ಉದುರುವ ಹಾದಿಯತ್ತ ನಡೆದಿತ್ತು.

'ಗೋಕುಲ್ ನನ್ತಂದೆ ನನ್ನ ಬಗ್ಗೆ ತುಂಬ ಆಸೆ ಇರಿಸಿಕೊಂಡಿದ್ರು. ಆ ನಿರಾಸೆನ ನೀನು ತುಂಬಿ ಕೊಡ್ಬೇಕು. ಆಗ ಅವ್ರ ಆತ್ಮನಾದ್ರೂ ಸಂತೋಷಿಸುತ್ತೆ. ಆ ಜನ ಮತ್ತು ಮಣ್ಣಿನ ಋಣಾ ನಾನು ನಿನ್ನ ಮೂಲಕ ತೀರಸ್ಬೇಕಿದೆ' ನೊಂದ ಹೃದಯದ ನುಡಿಗಳು ಕಿವಿಯಲ್ಲಿ ಮಾರ್ದನಿಸಿದಾಗ ಮನದ ಸಮಾಧಾನ ಪೂರ್ತಿ ಕಳೆದುಕೊಂಡು ಹತೋಟಿ ತಪ್ಪಿದ.

ಕಾರಿನ ಮುಂಭಾಗದ ಗಾಜು 'ಫಳ್' ಎಂದಿದ್ದೇ ಅವನಿಗೆ ಕೇಳಿಸಿದ್ದು.

ಸಂಜೆಯ ವೇಳೆಗೆ ಸುದ್ದಿ ಹಳ್ಳಿಯನ್ನು ತಲುಪಿತು. ಕೆಲವು ಯುವಕರು ಬೆಂಗಳೂರಿನತ್ತ ಓಡಿದರೆ ಕೆಲವರು ಬಾಯಲ್ಲಿ ಅಯ್ಯೋ ಎಂದು ಉದ್ಗರಿಸಿದರು. ಯಾರೂ ಕಾಳಜಿ ಹಚ್ಚಿಕೊಳ್ಳಲಿಲ್ಲ.

ಮೊದಲೇ ಸೋತಿದ್ದ ಸುನಂದಮ್ಮ ಎದೆ ಒಡೆದುಕೊಂಡು ಅತ್ತರು. ವೇದನೆ, ಆತಂಕ, ಗಾಬರಿಯ ಹೊಂಡದಲ್ಲಿ ನಿಂತಿದ್ದಳು ಅನುಪಮ.

ತಂದೆ ಬರುವುದನ್ನೇ ಕಾದು ಕೂತಳು. ಮುಸಿ ಮುಸಿ ಅಳುವ ತಾಯಿಯನ್ನು

ನೋಡಿದರೆ ಕೋಪದಿಂದ ಅವಳ ನೆತ್ತಿ ಉರಿದುಹೋಗುತ್ತಿತ್ತು. ಈ ರೀತಿ ಆಲೋ ಬದಲು ಸ್ವಲ್ಪ ಧೈರ್ಯವಹಿಸಬಾರದ?

"ಅಮ್ಮ, ನಾನು, ನೀನು ಹೋಗೋಣ, ಬರ್ತೀಯಾ? ಆ ದೇಶದಿಂದ ಬಂದ ಗೋಕುಲ್ ನಾವೆಲ್ಲ ಇದ್ದು ಅನಾಥನಾಗ್ಬೇಕೆ?" ಬಿಕ್ಕಳಿಸಿದಳು.

ಸುನಂದವ್ಮ ಮೌನವಾಗಿ ಎದ್ದು ಹೋದರು. ರೋಷದಿಂದ ಅತ್ತ ನೋಡಿದಳು.

ಶಾಮಣ್ಣನವರು ಬರುವ ವೇಳೆಗೆ ಪೂರ್ತಿ ಕತ್ತಲಾಗಿತ್ತು. ಮನೆಯಲ್ಲಿ ಬಿದ್ದು ಕೊಂಡ ನೀರವತೆಯ ಕಾರಣ ಅವರಿಗೆ ಗೊತ್ತು. ಒಳಗಿನ ಹೋರಾಟ ಹತ್ತಿಕ್ಕಿ ಮೇಲಿನ ಸಹಜತೆ ಕಾಯ್ದುಕೊಳ್ಳಲು ಪ್ರಯತ್ನಿಸುತ್ತಿದ್ದರು.

"ಅಪ್ಪ, ವಿಷ್ಯ ತಿಳೀತಾ?" ಅವರ ಕಣ್ಣುಗಳು ಕಿರಿದಾದವು. ಮುಖ ಮೇಲೆತ್ತಿದ್ದರು "ಏನು ವಿಷ್ಯ ?"

"ಗೋಕುಲ್‌ಗೆ ಆಕ್ಸಿಡೆಂಟ್ ಆಗಿದೆಯಂತೆ" ಮಗಳನ್ನು ಸವರಿಕೊಂಡೇ ಮುಂದಕ್ಕೆ ಹೋದರು "ಛೆ....! ಹೀಗಾಗ್ಬಾರ್ದಿತ್ತು!"

"ಈ ಒಣ ಸಹಾನುಭೂತಿ ಅವಳನ್ನು ರೇಗಿಸಿತು. ಹತ್ತು ಜನದ ಹಾಗೆ ನೀವೇನೂ ಸಹಾನುಭೂತಿ ಸೂಚಿಸೋದ್ಬೇಡ. ಮೊದ್ಲು ಹೋಗಿ ನೋಡ್ಕೊಂಡ್ಬನ್ನಿ...."

ಮಗಳ ಸ್ವರದಲ್ಲಿದ್ದ ದೃಢತೆಗೆ ಒಂದು ಕ್ಷಣ ವಿಚಲಿತರಾದರು. ಈಗ ಕೋಪ, ಆರ್ಭಟ ಪ್ರಯೋಜನಕ್ಕೆ ಬರದೆಂದು ಅವರಿಗೆ ಗೊತ್ತು.

"ಯಾರ್ಹೋಗಿ ಮಾಡೋದೇನಿದೆ? ಕೆಲವು ಸೋಮಾರಿಗಳು ಗುಂಪು ಕಟ್ಕೊಂಡು ಹೋಗಿದ್ದಾರೆ, ವಿಷ್ಯ ತಿಳಿಯುತ್ತೆ."

ತಂದೆಯತ್ತ ನೋಡಿದಳು. ಹೊರಗೆ ಶಾಂತರಾಗಿ ನಾಗರಿಕರಾಗಿ ಕಾಣುವ ಈ ವ್ಯಕ್ತಿಗೆ ಹೃದಯವಿದೆಯೆ? ಇಂಥ ಜನರೊಡನೆ.... ಬದುಕು... ಕುಸಿದು ಕೂತಳು.

ಇಡೀ ರಾತ್ರಿ ಕೂತೇ ಕಳೆದಳು. ಅವಳನ್ನು ಊಟಕ್ಕೆ ಎಬ್ಬಿಸುವ ಧೈರ್ಯ ಯಾರಿಗೂ ಆಗಲಿಲ್ಲ. ಬೆಳಕು ಮೂಡುವ ಮುನ್ನವೇ ಎದ್ದು ಬಾಗಿಲಿಗೆ ಬಂದಳು.

ನಾಲ್ಕು ಸೈಕಲ್‌ನಿಂದ ಒಟ್ಟಿಗೆ ಇಳಿದ ಯುವಕರ ಹಿಂಡು ಇತ್ತ ಬಂದಿತು.

"ಶಾಮಣ್ಣೋರು ಇಲ್ವಾ? ಡಾಕ್ಟ್ರು ಇಂಟೆನ್ಸಿವ್ ಕೇರ್‌ಗೆ ಹಾಕಿದ್ದಾರೆ. ಕೃಷ್ಣನ್

ಕೂಡ ಊರಿನಲ್ಲಿಲ್ಲ'' ಮುಂದೆ ಬಂದವನು ಹೇಳಿದ.

ಹಿಂದಿನಿಂದ ಬಂದ ಶಾಮಣ್ಣನವರು ಕೇಳದಂತೆ ಹೋಗಿಬಿಟ್ಟರು. ಅನುಪಮ ಅವರಿಂದ ವಿವರ ಪಡೆದು ಒಳಗೆ ಓಡಿದಳು.

''ಅಮ್ಮ, ಬೇಗ ಏಳು. ಗೋಕುಲ್‌ಗೆ ತುಂಬ ಸೀರಿಯಸ್ ಆದ ಪೆಟ್ಟು ಬಿದ್ದಿದೆಯಂತೆ'' ಮಗಳದ ಆತಂಕದ ಸ್ವರಕ್ಕೆ ಆಕೆ ಕಲ್ಲಾಗಿದ್ದರು.

''ನಾನು ಮಧ್ಯಾಹ್ನದ ಮೇಲೆ ಹೋಗಿ ನೋಡ್ಕೊಂಡ್ ಬರ್ತೀನಿ'' ಹಿಂದಿನಿಂದ ಶಾಮಣ್ಣನವರು ಹೇಳಿದರು. ಈಗ ಮಗಳನ್ನು ಸಮಾಧಾನಪಡಿಸುವುದು ಅವರಿಗೆ ಬೇಕಿತ್ತು.

''ಎಷ್ಟೋ ಜನ ನೋಡ್ಕೊಂಡ್ ಬರ್ತಾರೆ; ಅದ್ಕೇ ನೀವೇ ಬೇಕಾಗಿಲ್ಲ'' ಸ್ವರ ಏರಿತು.

ಸ್ನಾನ ಮುಗಿಸಿದ ಶಾಸ್ತ್ರಮಾಡಿದ ಅನುಪಮ ಎರಡು ಪುಸ್ತಕ ಕೈಯಲ್ಲಿ ಹಿಡಿದು ಹೋಗೇಬಿಟ್ಟಳು.

''ನೋಡಿದ್ಯಾ, ಅವ್ಳ ದುರಹಂಕಾರನ! ನಾನು ಸ್ವಲ್ಪ ಮುಂದಾಲೋಚನೆ ಮಾಡ್ದೇ ಇದ್ದಿದ್ರೆ ಅವ್ನ ಕೈಯಲ್ಲೇ ತಾಳಿ ಕಟ್ಸಕೋತೀನೀಂತ ಹೇಳಿದ್ರೂ.... ಹೆಚ್ಚಲ್ಲ'' ಶಾಮಣ್ಣನವರು ಗುಡುಗಿ ಶತಃಪತ ಹಾಕತೊಡಗಿದರು.

ಸ್ನಾನ, ಸಂಧ್ಯಾವಂದನೆ, ಪೂಜೆ ಒಂದೂ ಬೇಕಾಗಲಿಲ್ಲ. ಹೊರಗೆ ಬಂದವರು ಪುನಃ ಒಳಗೆ ಹೋದರು. ಹೆಗಲ ಮೇಲಿದ್ದ ವಸ್ತ್ರವನ್ನೆತ್ತಿ ಕೋಪದಿಂದ ಅಷ್ಟು ದೂರಕ್ಕೆ ಎಸೆದರು.

''ಒಂದ್ಲೋಟ ಕಾಫಿ ಕೂಡ ಕುಡೀಲಿಲ್ಲ!'' ಸುನಂದಮ್ಮ ಕಣ್ತುಂಬಿ ಹೇಳಿದಾಗ ಅವರ ಕಣ್ಣಲ್ಲಿ ಬೆಂಕಿಯ ಕೆಂಡಗಳು ಎರಚಾಡಿದವು. ''ಹಾಳಾಗ್ಲಿ.... ಬಿಡು, ನಾವೇ ತೊಡೆದುಕೊಂಡ ಸಂಬಂಧ ಇವ್ಳಿಗ್ಯಾಕೆ ಬೇಕಿತ್ತು! ನಾಳೆ ಗಂಡಿನ ಮನೆಯವ್ರಿಗೆ ವಿಷ್ಯ ತಿಳಿದ್ರೆ .... ಇವ್ಳ ಗತಿಯೇನು?''

ಉದ್ವೇಗದಿಂದ ಸುನಂದಮ್ಮನ ಎದೆ ಏರಿಳಿಯತೊಡಗಿತು. ಅವಳೇ ಅವರ ಕಣ್ಣು ಬೆಳಕು. ಹೊಟ್ಟೆಯಲ್ಲಿ ಕೈ ಹಾಕಿ ತಿರುವಿದಂತಾಯಿತು.

''ಬಸ್ಸು ಬರ್ದಿದ್ರೆ.... ಅಲ್ಲೇ ಇರ್ತಾಳೆ. ಹೋಗಿ ಕರ್ಕೊಂಡ್ಬನ್ನಿ. ಆಮೇಲೆ ಎಲ್ಲಾ

ಹೋಗಿ ನೋಡ್ಕೊಂಡ್ಬಂದ್ರಾಯ್ತು!'' ಕೊನೆಯಲ್ಲಿ ಸುನಂದಮ್ಮನ ಸ್ವರ ಸೋಲಪ್ಪಿತು.

ಅತ್ತ ಶಾಮಣ್ಣನವರು ಹೊರಟ ಕೂಡಲೇ ದೇವರ ಮುಂದೆ ತುಪ್ಪದ ದೀಪ ಹಚ್ಚಿಟ್ಟು ಕೂತುಬಿಟ್ಟರು. 'ಅಯ್ಯೋ.... ದೇವರೇ.... ಅವ್ಳು ಎಲ್ಲಾದ್ರೂ ಇರ್ಲಿ-ಸುಖವಾಗಿದ್ರೆ ಸಾಕು. ಅವ್ಳಿಗೆ ಏನೂ ಆಗೋದ್ಬೇಡ' ಒಂದೇ ಸಮನೆ ಕಣ್ಣೀರಿಟ್ಟರು.

ಶಾಮಣ್ಣನವರು ಅಷ್ಟು ದೂರದಲ್ಲಿರುವಾಗಲೇ ಬಸ್ಸು ಬರುವುದು ಕಾಣಿಸಿತು. ಚಪ್ಪಾಳೆ ಹೊಡೆದು ಮಗಳ ಗಮನ ಇತ್ತ ಸರಿದು ಹೋಗಬೇಡವೆಂದು ಸನ್ನೆ ಮಾಡಿದರು. ಆದರೆ ಅವಳನ್ನು ಹತ್ತಿಸಿಕೊಂಡ ಬಸ್ಸು ಮುಂದಕ್ಕೆ ಹೋಯಿತು.

ಅವರ ಕಾಲುಗಳು ಸ್ತಬ್ಧವಾದವು. ಯಾವುದೇ ಬದಲಾವಣೆ, ಕ್ರಿಯೆ ಯುವ ಪೀಳಿಗೆಯಿಂದಲೇ ಆಗಬೇಕು. ಒಳಗಿನ ದನಿಗೆ ಕಿವುಡಾದರು.

ಕೋಪ, ಅವಮಾನದಿಂದ ಕಾಲೆಳೆದುಕೊಂಡು ಮನೆಗೆ ಬಂದವರೇ ಕೂತುಬಿಟ್ಟರು. ಹೆಂಡತಿಯ ಪ್ರಶ್ನೆಗಳಿಗೆ ಕಿವುಡಾದರು.

ಬೆವೆತ ಮುಷ್ಟಿ ಉದ್ವೇಗದ ಮನವನ್ನು ಹೊತ್ತೇ ಪರಪ್ಪನವರು ಬಂದರು. ತಲೆಯ ಮೇಲೆ ಕೈಯೊತ್ತು ಕಂಗಾಲಾಗಿ ಕೂತಿರುವ ಶಾಮಣ್ಣನವರನ್ನು ಕಂಡು ದಿಗ್ಭ್ರಮೆಗೊಂಡರು.

''ಶಾಮಣ್ಣ.... ಮಾಡ್ಬಾರ್ದ್ದು ಮಾಡಿದ್ರೆ ಆಗ್ಬಾರದ್ದೇ ಆಗೋದು! ನಾನು ಅವತ್ತೇ ಬಡಕೊಂಡೆ! ಪುರಾಣ, ಪುಣ್ಯಕತೆಗಳಿಂದ ತುಂಬಿದ ಸನ್ಮಾರ್ಗಿಗಳಾದ ಜೋಯಿಸರ ವಂಶಸ್ಥರು ಬದ್ಕಿದ ಮನೆ.... ಈ ಮಾಂಸ ತಿನ್ನೋ ಜನಾನ ಸುಮ್ನೇ ಬಿಟ್ಟೀತಾ! ಅವ್ನು ಉಳಕೊಂಡ್ರೆ, ಪುಣ್ಯ!'' ಪರಪ್ಪ ಇಷ್ಟುದ್ದ ಭಾಷಣ ಬಿಗಿದಾಗ ಬೆರಳಲ್ಲಿಯೇ ಸುಮ್ಮನಿರುವಂತೆ ಸನ್ನೆ ಮಾಡಿದರು.

ಪರಪ್ಪ ಗೋಡೆಗೊರಗಿ ಕೂತು ಮುಖದ ಬೆವರನ್ನು ಭುಜದ ಮೇಲಿನ ವಸ್ತ್ರದಿಂದೊರೆಸಿಕೊಂಡರು.

''ಏನಾದ್ರಾಗ್ಲಿ ಹೀಗೆ ಆಗ್ಬಾರ್ದಿತ್ತು!'' ಶಾಮಣ್ಣನ ಒಳ್ಳೆಯ ಮನ ಎಚ್ಚೆತ್ತು ನುಡಿಯಿತು. ಪರಪ್ಪ ಕಹಿ ಮುಖ ಮಾಡಿದರು. ''ಎಲ್ಲಾ ದೈವೇಚ್ಛೆ! ಯಾರು ತಪ್ಪಿಸೋಕಾಗುತ್ತೆ! ಜೋಯಿಸರು ಜಾತಿಗೆಟ್ಟ, ನೀತಿಗೆಟ್ಟ ಮಗನಿಗೆ ಆಸ್ತಿ ಬರ್ದೇ ತಪ್ಪು ಕೆಲ್ಸ ಮಾಡಿದ್ರು!''

ಏನಾದರೂ ಶಾಮಣ್ಣನವರು ಕೇಳಬಲ್ಲರು. ಬಹಳ ಅಭಿಮಾನ, ಭಕ್ತಿಯಿಟ್ಟುಕೊಂಡಿದ್ದ ಜೋಯಿಸರನ್ನು ಯಾರಾದರೂ ಅಂದರೆ ಸೈರಿಸಲಾರರು.

"ಇಲ್ಲಿ ಸತ್ತು ಸ್ವರ್ಗದಲ್ಲಿರೋ ಅವ್ರನ್ನ ಎಳೆಯೋದು ಬೇಡ" ಮಾತಿಗೆ ಮುಕ್ತಾಯ ಹಾಡಿ ಎದ್ದು ಹೋದರು.

ಅವರಿಗೆ ಮಗಳನ್ನು ಕಾಣುವವರೆಗೂ ಸಮಾಧಾನವಿಲ್ಲ. ಮದುವೆ ನಿಷ್ಕರ್ಷೆಯಾದ ಹೆಣ್ಣು ಮನೆತನದ ಪ್ರತಿಷ್ಠೆಯೂ ಇತ್ತು.

ಅಂಗಿ ಧರಿಸಿ, ಮೈಮೇಲೆ ವಸ್ತ್ರ ಹೊದ್ದು ಹೊರಗೆ ಬಂದರು.

"ಬೀಗರ ಮನೆಯವ್ರು ಹೇಳಿಕಳ್ಸಿದ್ರು. ಸೀರೆಗಳ ಬಣ್ಣ, ಅಂಚು ನೋಡ್ಬೇಕಂತೆ. ಹೇಗೂ ಇವ್ಳನ್ನ ಕರ್ಕೊಂಡ್ಹೋಗ್ತೀನಿ." ಆದಷ್ಟು ಸಹಜವಾಗಿ ಹೇಳಲು ಪ್ರಯತ್ನಿಸಿದರು. ಪರಪ್ಪನ ಕೈ ಜುಟ್ಟಿನ ಮೇಲಾಡಿತು.

ಗೌಡರ ಮಗ ಸೈಕಲ್‌ನಿಂದ ಇಳಿದವನೇ ಒಳಗೆ ಬಂದ. ಅವನ ಕಣ್ಣುಗಳಲ್ಲಿದ್ದ ತಿರಸ್ಕಾರ ಭಯಂಕರ!

"ಅದೇನು ಅಂತಃಕರಣ ಸತ್ತ ಜಾನ ರ್ರೀ ನೀವು. ಸಂಬಂದದ ಪ್ರಜ್ಞೆ ಬೇಡ್ವೇನ್ರಿ! ಸಾವು - ಬದುಕಿನಲ್ಲಿ ಡಾಕ್ಟ್ರು ಹೋರಾಡ್ತಾ ಇದ್ರೆ.... ನಿಮ್ಗೆ ಹೇಗ್ರಿ ಗಂಟಲಿನಲ್ಲಿ ಅನ್ನ ಇಳಿಯುತ್ತೆ!" ನೇರವಾಗಿ ಉಗುಳು ಮುಖದ ಮೇಲೆ ಹರಿದಂತಾಯಿತು. ಇಂಥ ಮಾತುಗಳನ್ನು ಕೇಳಿ ಅಭ್ಯಾಸವಿಲ್ಲದ ಶಾಮಣ್ಣನಿಗೆ ತಲೆ ತಗ್ಗಿಸುವಂತಾಯಿತು.

"ಇಂಥ ಜನರ ಕಾಲುಗಳಿಗೆ ಬೀಳುತ್ತ್ವೆ ಮುಂಡೇವು!" ಕಾಲು ಅಪ್ಪಳಿಸಿ ಹೊರಗೆ ಹೋದಾಗ ಇಬ್ಬರೂ ಸಮಾಧಾನದ ಉಸಿರುಬಿಟ್ಟರು.

ಹಳ್ಳಿಯಲ್ಲಿ ಯುವಕರ ಚೇಷ್ಟೆಗೆ ಈಡಾಗುತ್ತಿದ್ದ ವ್ಯಕ್ತಿ ಪರಪ್ಪ. ಈ ಹಗರಣ ತಮಗೇಕೆಂದು ಮೆಲ್ಲಗೆ ಜಾಗ ಖಾಲಿ ಮಾಡಿದರು.

ಹೆಂಡತೀನ ಜೊತೆಯಲ್ಲಿ ಕರೆದುಕೊಂಡು ಶಾಮಣ್ಣ ತಲೆತಗ್ಗಿಸಿ ನಡೆದರು. ಆದರೆ ಅವರು ವಿಚಾರಿಸಿಕೊಂಡು ಆಸ್ಪತ್ರೆ ಮುಟ್ಟಬೇಕಾದರೆ ರಾತ್ರಿಯೇ ಆಯಿತು.

ಕಾರಿಡಾರ್‌ನಲ್ಲಿ ನಿಂತ ಅನುಪಮ ಮ್ಲಾನವದನಳಾಗಿ ಆಕಾಶದತ್ತ ಮುಖ ಮಾಡಿ ನಕ್ಷತ್ರಗಳನ್ನು ಎಣಿಸುವಂತೆ ಕಂಡಳು.

"ಅನುಪಮ...." ಸ್ವರಕ್ಕೆ ಬೆಚ್ಚಿ ಇತ್ತ ತಿರುಗಿದವಳೇ ಬಾಯಿಗೆ ಕೈ ಅಡ್ಡ ಹಿಡಿದು

ಬಿಕ್ಕಿದಳು. ''ನೀವು ಕೊಲೆಪಾತಕರು, ಕೊಲೆಪಾತಕರು'' ಬೊಬ್ಬಿರಿದು ಉಸುರುತ್ತಿದ್ದ ಅಂತರಾತ್ಮದ ಕೂಗನ್ನು ನಿಲ್ಲಿಸಲಾರದಾಗಿದ್ದಳು.

ಶಾಮಣ್ಣನವರು ಪೂರ್ತಿ ಮೆತ್ತಗಾದರು. ಡಾಕ್ಟ್ರಗಳಿಂದ ವಿಷಯ ತಿಳಿದವರೇ ಆಕಾಶ ತಲೆಯ ಮೇಲೆ ಬಿದ್ದವರಂತೆ ಕುಸಿದರು.

''ಹೇಗಿದ್ದಾನೆ ಗೋಕುಲ್?'' ಸುನಂದಮ್ಮನ ದನಿ ಕಂಪಿಸುತ್ತಿತ್ತು. ''ಡಾಕ್ಟ್ರು ಏನೂ ಹೇಳ್ಲಿಲ್ಲ!'' ತಲೆ ತಗ್ಗಿಸಿದಳು.

ತಲೆ, ಕೈಕಾಲುಗಳಿಗೆ ಬ್ಯಾಂಡೇಜ್ ಬಿಗಿದ ಗೋಕುಲ್‌ನ ನೋಡಿದ ಕೂಡಲೇ ಅವರ ಕರುಳು ಕತ್ತರಿಸಿ ಚೂರು ಚೂರಾದಂಥ ವೇದನೆ ಅನುಭವಿಸಿದರು. ಒಂದೇ ಸಮ ರೋದಿಸಿದರು.

ಕಾರಿಡಾರ್‌ನಲ್ಲಿ ಚೇರ್ ಮೇಲೆ ಕೂತ ಅನುಪಮ ತುಂಬ ಸುಸ್ತಾಗಿದ್ದಳು. ಬೆಳಗಿನಿಂದ ಒಂದು ತೊಟ್ಟು ನೀರು ಕೂಡ ಹೋಗಿರಲಿಲ್ಲ ಹೊಟ್ಟೆಗೆ. ಇಲ್ಲದ ಕೆಲವು ಎಮರ್ಜೆನ್ಸಿ ಟ್ಯೂಬ್‌ಗಳಿಗಾಗಿ ಅಲೆದಾಡಿ ತಂದುಕೊಟ್ಟಿದ್ದಳು.

''ಇಲ್ಲೇನು ಮಾಡ್ತೀಯಾ! ನಾಳೆ ಬೇಕಾದ್ರೆ ಒಂದ್ಸಲ ಬಂದು ನೋಡ್ಕೊಂಡ್ಹೋಗೋಣ'' ತಂದೆಯ ಮಾತಿಗೆ ಉದಾಸೀನವಾಗಿ ಮುಖವನ್ನು ಅತ್ತ ತಿರುಗಿಸಿದಳು.

''ನಿಮ್ಮ ಮಗ್ಳು ಈ ಸ್ಥಿತಿಯಲ್ಲಿದ್ರೆ ನೀವು ಬಿಟ್ಟು ಹೋಗ್ತಾ ಇದ್ರಾ?'' ಮಗಳ ನೇರ ಪ್ರಶ್ನೆಗೆ ಬೆಚ್ಚಿಬಿದ್ದು ತಬ್ಬಿಬ್ಬಾದರು. ''ನೀವೆಲ್ಲಾ ಹೋಗಿ, ನಾನು ಇಲ್ಲೇ ಇರ್ತೀನಿ.''

ಶಾಮಣ್ಣನವರಿಗೆ ಏನು ಮಾಡಬೇಕೆಂದು ತೋಚದಾಯಿತು. ಕಾರಿಡಾರ್‌ನ ಉದ್ದಕ್ಕೂ ನಡೆದು ಹೋದರು. ಬೆಳಗಿನ ಜಾವದ ಹೊತ್ತಿಗೆ ಕೃಷ್ಣನ್ ಬಂದರು. ಧಾವಂತ, ಉದ್ವೇಗದಿಂದ ಕಂಪಿಸುತ್ತಿದ್ದರು.

ಪ್ರತಿಷ್ಠಿತ ವ್ಯಕ್ತಿ, ಡಾಕ್ಟರ್‌ಗಳು ವಿಶೇಷ ಮುತುವರ್ಜಿ ವಹಿಸಿದರು. ಕಾರಿಡಾರ್‌ನಲ್ಲಿ ನಿಂತಿದ್ದ ಅನುಪಮಳನ್ನು ಕಂಡ ಕೂಡಲೇ ಕಣ್ಣಿಗೆ ಕರ್ಚೀಫ್ ಅಡ್ಡ ಹಿಡಿದು ಅತ್ತುಬಿಟ್ಟರು.

''ನಾನು ಹೇಗೆ ಸಹಿಸ್ಲಿ?''

ಅನುಪಮ ಅಳು ನುಂಗಿ ಬೇರೆಡೆ ಮುಖ ಮಾಡಿ ನಿಂತಳು. ಶಾಮಣ್ಣನವರು

ತಹತಹಿಸಿದರು. ಸ್ವಲ್ಪ ಸಮಾಧಾನ ಮಾಡಿಕೊಂಡ ಕೃಷ್ಣನ್ ಕೃತಜ್ಞತೆಯ ನೋಟ ಬೀರಿದರು.

''ಸಮಯಕ್ಕೆ ಬಂದು ಅವ್ನು ಪರದೇಶಿಯಲ್ಲ ಅನ್ನೋದ್ನ ಸಾಬೀತು ಮಾಡಿದ್ದೀರ. ನಿಮ್ಗೆ ಹೇಗೆ ಧನ್ಯವಾದ ಅರ್ಪಿಸಲಿ!'' ಅವರೆದೆ ಭಾರವಾಗಿ ಪದಗಳು ತುಂಡು ತುಂಡಾದವು.

ಶಾಮಣ್ಣನವರು ಮುಖವನ್ನು ಬೇರೆಡೆ ತಿರುಗಿಸಿಕೊಂಡರು. ನಾಚಿಕೆ, ಸಂಕೋಚದಿಂದ ಹಿಡಿಯಾದರು. ಆದರೂ ಗೋಕುಲ್‌ನ ತಮ್ಮವನೆಂದು ಒಪ್ಕೊಳ್ಳಲು ಸಿದ್ಧರಿಲ್ಲ. ಮಗಳ ಪಟ್ಟಿಗೆ ಸೋತರೇ ವಿನಃ ಮಾನಸಿಕವಾಗಿ ಅಲ್ಲೇ ತೊಳಲಾಡುತ್ತಿದ್ದರೇ ಹೊರತು ಇತ್ತ ತಲೆ ಹಾಕುತ್ತಿರಲಿಲ್ಲ.

ಮತ್ತೆ ಒಂದು ರೌಂಡ್ ಹೋಗಿ ಬಂದರು.

''ಪರ್ವಾಗಿಲ್ಲ ಅಂತಾರೆ ಡಾಕ್ಟ್ರು. ನಿಮ್ಗೆ ಸ್ನಾನ, ಊಟ, ಏನೂ ಇಲ್ಲ. ಮನೆಯಲ್ಲಿ ಬಿಟ್ಟು ಬರ್ತೀನಿ ನಡೀರಿ'' ಶಾಮಣ್ಣ ಮುಖ ಬೇರೆಡೆ ತಿರುಗಿಸಿದರು. ಅವರ ಮನೆಗೆ ಹೋಗಲು ಇಷ್ಟಪಡರು. ''ಬೇಡ ನಾವು ಹಳ್ಳಿಗೆ ಹೋಗ್ಬಿಡ್ತೀವಿ!''

ಸಣ್ಣಗಾಯಿತು ಕೃಷ್ಣನ್ ಮುಖ. ಬೇಸರದಿಂದ ಹಣೆ ಉಜ್ಜಿದರು. ಒಂದು ತರಹ ದೃಢವಾದರು.

''ನೀವು ಹೋಗ್ಬಹ್ದು! ಗಾಡ್ ಈಜ್ ಗ್ರೇಟ್.... ಗೋಕುಲ್ ಖಂಡಿತ ಚೇತರಿಸ್ಕೋಬೇಕು! ಇಂಥ ಮೂರ್ಖ ಜನ ನಾವಂತ ಅವ್ನ ಮಮ್ಮಿ ತಿಳ್ಯೋದು ಬೇಡ!'' ಉದ್ವೇಗದಿಂದ ನುಡಿದರು.

ಹೆಂಡತಿ, ಮಗಳಿಗೆ ಕಣ್ಣಲ್ಲಿಯೇ ಸನ್ನೆ ಮಾಡಿ ಶಾಮಣ್ಣ ಮುಂದೆ ನಡೆದರು. ಮೂಕೆತ್ತಿನಂತೆ ಸುನಂದಮ್ಮ ಹಿಂಬಾಲಿಸಿದರು. ಆದರೆ ಅನುಪಮ ಒಂದು ಹೆಜ್ಜೆಯೂ ಮುಂದಿಡಲಿಲ್ಲ.

ಅಷ್ಟುದೂರ ಹೋದ ಶಾಮಣ್ಣ ಹಿಂದಕ್ಕೆ ತಿರುಗಿ ಮಗಳತ್ತ ಕೆಂಗಣ್ಣು ಬಿಟ್ಟರು. ನಿಧಾನವಾಗಿ ಹೋದ ಅವಳು ದೃಢವಾಗಿ ಉಸುರಿದಳು.

''ಈ ಸ್ಥಿತಿಲಿ ಗೋಕುಲ್‌ನ ಬಿಟ್ಹೋಗೋದ್ಬೇಡ.''

''ಬಾಯಿ ಮುಚ್ಕೊಂಡು ನಡೀ. ಬಂದಿದ್ದಾನೆ, ಹೇಗಾದ್ರೂ ಮಾಡ್ಕೊಳ್ಳಿ''

ಶಾಮಣ್ಣನ ಕಣ್ಣುಗುಡ್ಡೆಗಳು ಸರಸರನೆ ಆಡಿದವು. "ನೀವುಗಳು ಹೋಗಿ, ನಾನು ಸಂಜೆ ಬರ್ತೀನಿ."

ಶಾಮಣ್ಣನವರ ಕಾಲುಗಳು ಕುಸಿದಂತಾಯಿತು. 'ಹೇಳಿ ಕೇಳಿ ಹೆಣ್ಣು. ಇಷ್ಟು ದುಬಾರಿಯಾಗಿ ನಡೆದುಕೊಳ್ಳೋದೆ!' ಹಲ್ಲು ಕಡಿದರು. ಇಂಥ ಕೋಪಕ್ಕೆಲ್ಲ ಸೊಪ್ಪು ಹಾಕುವ ಸ್ಥಿತಿಯಲ್ಲಿರಲಿಲ್ಲ ಅವಳು. ತಣ್ಣಗೆ ನಡೆದಾಗ ಅವರ ತಲೆಯಲ್ಲಿ ಆಸ್ಫೋಟನೆಯಾಯಿತು.

ಕುಸಿದಂತೆ ಬೆಂಚಿನ ಮೇಲೆ ಕುಸಿದಳು. ಕೆಂಪತ್ತಿದ ಕಣ್ಣು, ಬಳಲಿ ಕಂಗೆಟ್ಟ ಮುಖ; ಕೃಷ್ಣನ್ ಎದೆಯಲ್ಲಿ ನೋವಿನ ದಾವಾನಲ ಹಬ್ಬಿತು. ಕಣ್ಣಲ್ಲಿ ಸಹಾನುಭೂತಿ ಹೊಯ್ದಾಡಿತು.

ಭುಜದ ಮೇಲೆ ಕೈಯಿಟ್ಟಾಗ ಬೆಚ್ಚಿದಳು. ಇನ್ನು ಕೆಲವೇ ದಿನಗಳಲ್ಲಿ ಹಸೆಮಣೆ ಏರಲಿರುವ ಹೆಣ್ಣು.

"ಅನುಪಮ.... ಯು ಆರ್ ಗ್ರೇಟ್. ನಿನ್ನ ಮಾವ ಯಾವ್ದೋ ಒಂದು ಎಳೆ ಹಿಡಿದೇ ಅವ್ನನ್ನ ಇಲ್ಲಿಗೆ ಕಳ್ಸೋ ನಿರ್ಧಾರ ಮಾಡಿರ್ಬೇಕು."

ಅವಳ ಅಧರಗಳು ಕಂಪಿಸಿದವು. ಅಳುವನ್ನು ನುಂಗುವ ಸಾಹಸ ಅವಳದು.

"ಗೋಕುಲ್ ಮಮ್ಮಿಗೆ ಇನ್‌ಫರ್‌ಮೇಷನ್...." ಮುಂದೆ ಮಾತನಾಡದಾದಳು. ಅವರ ವಿವೇಕ ಎಚ್ಚೆತ್ತಿತ್ತು. "ಮಿಸ್ಟರ್ ಕೃಷ್ಣನ್, ನನ್ನ ಮಗನ್ನ ಹೇಗಾದರೂ ಅಮೆರಿಕಗೆ ಕಳ್ಸಿಕೊಡಿ. ಅವ್ನನ್ನ ಬಿಟ್ಟು ಇರೋದು ನಂಗೆ ಕಷ್ಟ."

ವರ್ಜೀನಿಯಾ, ಭಾರತಕ್ಕೆ ಬಂದಾಗ ಹೇಳಿದ ಮಾತುಗಳು ಜ್ಞಾಪಕಕ್ಕೆ ಬಂದಾಗ ಅವರ ಕತ್ತು ಉಬ್ಬಿ ಬಂದು ಮುಖದ ಮೇಲಾಡಿತು. ಭಾರವಾದ ಉಸಿರು ದಬ್ಬಿದರು.

ಬಲವಂತದಿಂದ ಕೃಷ್ಣನ್ ಮನೆಗೆ ಕರೆದೊಯ್ದರು. ಸ್ನಾನ, ಊಟ, ವಿಶ್ರಾಂತಿಯಿಂದ ಮೈ ಚೇತರಿಸಿಕೊಂಡರೂ ಮನದ ದುಗುಡ ಕಡಿಮೆಯಾಗಲಿಲ್ಲ.

ನಾಲ್ಕನೇ ದಿನ ಇಂಟೆನ್ಸಿವ್ ಕೇರ್‌ನಿಂದ ಗೋಕುಲ್ ಸ್ಪೆಷಲ್ ವಾರ್ಡ್‌ಗೆ ವರ್ಗಾಯಿಸಲ್ಪಟ್ಟ, ಅಂದಿನ ಸಂಜೆ ಸ್ವಲ್ಪ ಜ್ಞಾನ ಬಂದು ಸುತ್ತಲಿನವರನ್ನು ಗುರ್ತಿಸಿದ.

ಮುಖ ತಿರುಗಿಸಿ ಬಾಯಿಗೆ ಕೈ ಅಡ್ಡ ಹಿಡಿದ ಅನುಪಮ ಬಿಕ್ಕಿ ಬಿಕ್ಕಿ ಅತ್ತಳು.

''ಅನುಪಮಾ ಯಾರೋ ಬಂದಿದ್ದಾರೆ'' ನರ್ಸ್ ಬಂದು ಸುದ್ದಿ ಮುಟ್ಟಿಸಿದಾಗ ಓಡಿದಳು.

ನಿಂತ ಶಾಮಣ್ಣನವರ ಕಣ್ಣುಗಳಿಂದ ಅಗ್ನಿವರ್ಷವೇ ಸುರಿಯುತ್ತಿತ್ತು. ಕೋಪ, ಉದ್ವೇಗದಿಂದ ಅವರ ತುಟಿಗಳು ನಡುಗುತ್ತಿದ್ದವು.

''ಡಾಕ್ಟ್ರು ಪರ್ವಾಗಿಲ್ಲ ಅಂದಿದ್ದಾರೆ. ಹೋಗಿ ಗೋಕುಲ್‌ನ ನೋಡಿ'' ಎಂದವಳೆ ತುಟಿ ಕಚ್ಚಿಕೊಂಡಳು. ಶಾಮಣ್ಣನವರ ಮೈ ಹತ್ತಿ ಉರಿಯಿತು. ಈ ನಾಲ್ಕು ದಿನ ಅವರು ಅನುಭವಿಸಿದ ಮಾನಸಿಕ ತೊಳಲಾಟ ಯಾವುದಕ್ಕೆ ಸಮ! ಆದರೂ ಈಗ ಸಂಯಮ ಅಗತ್ಯವಾಗಿತ್ತು.

''ನಿನ್ನಮ್ಮ ಸಾಯ್ತಾ ಬಿದ್ದಿದ್ದಾಳೆ ನಡೀ.''

ಆಕಾಶವೇ ಅವಳ ತಲೆಯ ಮೇಲೆ ಕಳಚಿಕೊಂಡಂತಾಯಿತು. ಅವಳು ತುಟಿ ತೆಗೆಯುವ ಮುನ್ನವೇ ಕೈ ಹಿಡಿದು ಕರೆದೊಯ್ದರು. ಎದುರಿಗೆ ಬಂದ ಕೃಷ್ಣನ್ ಮಾತು ಹೊರಳದೆ ನಿಂತರು.

ಬಸ್ಸು ಹತ್ತಿ ಮನೆ ತಲುಪೋವರೆಗೂ ಸುಮ್ಮನಿದ್ದ ಶಾಮಣ್ಣ ರೌದ್ರಾವತಾರ ತಾಳಿದರು.

''ನಿಂಗೆಷ್ಟು ಧೈರ್ಯ! ಯಾರ್‍ನ ಕೇಳಿ ಅಲ್ಲಿದ್ದೆ? ನೋಡ್ದ ಜನ ಏನಂದ್ಕೋತಾರೆ?''

ಮೆಲ್ಲಗೆ ಅನುಪಮಳಿಗೆ ರೇಗಿದರೂ ತಣ್ಣಗೆ ಹೇಳಿದಳು.

''ಅದ್ಕೇನು ಧೈರ್ಯ ಬೇಕಾಗಿಲ್ಲ. ಸಂಬಂಧದ ಮಿಡಿತವಿದ್ರೆ ಸಾಕು.''

ಟವಲು ಹಿಡಿದು ಬಾತ್‌ರೂಮಿನತ್ತ ಹೋದಳು. ಸುನಂದಮ್ಮ ಸ್ವಲ್ಪ ಕಂಗೆಟ್ಟಂತೆ ಕಂಡರೂ ಅನಾರೋಗ್ಯದಿಂದ ಮಲಗಿರಲಿಲ್ಲ.

ಸ್ನಾನ ಮುಗಿಸಿ ಬರುವ ವೇಳೆಗೆ ಹೊಗೆಯಾಡುವ ಉಪ್ಪಿಟ್ಟು ತಂದಿತ್ತರು ಸುನಂದಮ್ಮ. ಮಗಳ ಧೈರ್ಯದ ಬಗ್ಗೆ ಅರೆ ಕೋಪ.

''ಹೇಗಿದ್ದಾನೆ, ಗೋಕುಲ್?'' ಅವರ ನೋಟ ಅತ್ತಿತ್ತ ಹರಿದಾಡಿತು. ತಾಯಿಯ ಭಯ ಅರಿತ ಅವಳ ತುಟಿಯಂಚಿನಲ್ಲಿ ವ್ಯಂಗ್ಯದ ನಗು ಮಿನುಗಿತು. ''ಒಂದ್ಸಲ ಹೋಗಿ ನೋಡ್ಬನ್ನಿ. ಅಪ್ಪ ಅಲ್ಲಿಗೆ ಬಂದ್ರೂ .... ಒಳಗಡೆ ಬಂದು ನೋಡೋಷ್ಟು ದೊಡ್ಡ ಮನಸ್ಸು ಮಾಡ್ಲಿಲ್ಲ!''

"ಹುಶ್.... ಮೆತ್ತಗೆ ಮಾತಾಡೇ ! ಈಪಾಟಿ ಧೈರ್ಯ ಹೆಣ್ಣಿಗೆ ಇರ್ಬಾರ್ದು ! ನೀನು ಹೋದ ಮನೆಯಲ್ಲಿ ಪೂರೈಸಿದ ಹಾಗೆನೇ. ಮೊದ್ಲೇ ಅವರುಗಳು ಒಂದು ಥರ." ಸುನಂದಮ್ಮನ ಎದೆ ಢವಗುಟ್ಟತೊಡಗಿತು.

ಶಾಮಣ್ಣನವರು ಮದುವೆಯಾಗುವವರೆಗೂ ಎಲ್ಲೂ ಹೋಗಬಾರದೆಂದು ತಾಕೀತು ಮಾಡಿದರು ದೊಡ್ಡ ದನಿಯಲ್ಲಿ. ಅನುಪಮ ಕಹಿ ಉಗುಳನ್ನು ಬಲವಂತವಾಗಿ ನುಂಗಿ ತಾಯಿಯತ್ತ ನೋಡಿದಳು. ಅವರು ತಮಗೆ ಈ ವಿಷಯ ಸಂಬಂಧವಿಲ್ಲವೆನ್ನುವಂತೆ ತಮ್ಮ ಕೆಲಸದಲ್ಲಿ ಮಗ್ನರಾದರು.

ಉಳಿದುಕೊಂಡ ಗೋಕುಲ್ ಅವರ ತಲೆಯ ಮೇಲಿನ ದೊಡ್ಡ ಭಾರ ಇಳಿಸಿದ್ದ. ಈಗ ಸ್ವಲ್ಪ ಹಗುರವಾಗಿದ್ದರು. ಮರಳಿ ಅಮೆರಿಕಗೆ ಹೊರಡುವನೆನ್ನುವುದು ಅರೆಸಮಾಧಾನದ ಸುದ್ದಿ.

ಅ ದಿನ ನಾಲ್ಕರ ವೇಳೆಗೆ ಕೃಷ್ಣನ್‌ರವರ ಕಾರು ಮನೆಯ ಮುಂದಕ್ಕೆ ನಿಂತಿತು. ಅನುಪಮ ಹೊರಗಿಟ್ಟ ಹೆಜ್ಜೆಯನ್ನು ಹಿಂದೆಗೆತುಕೊಂಡು ಹಿತ್ತಲ ಕಡೆ ಹೋಗಿಬಿಟ್ಟಳು. ಮಾನವೀಯತೆಗೆ ಮೀರಿ ಬೆಳೆದ ವ್ಯವಸ್ಥೆ, ಕಟ್ಟುಪಾಡುಗಳಿಗಾಗಿ ಅವಳ ಮನ ಮರುಗುತ್ತಿತ್ತು.

"ಎಲ್ಲಿ ಅನುಪಮ?" ದನಿ ಅವಳ ಕಿವಿಯ ಬಳಿಗೆ ಹಾರಿ ಬಂತು. "ಎಲ್ಲೋ.... ಇದ್ದಾಳೆ" ತೊಡರಿದ ಸ್ವರ. ಈಗ ಸ್ವಲ್ಪ ಕಠಿಣವಾಯಿತು ಕೃಷ್ಣನ್ ದನಿ "ಒಂದ್ಸಲನಾದ್ರೂ ಬಂದು ನೋಡ್ಕೊಂಡ್ಹೋಗಬಹುದಿತ್ತಲ್ಲ! ಯಾರು ಅತ್ತ ಮುಖ ಹಾಕ್ಲಿಲ್ಲ. ಅವ್ನು ಎಲ್ಲಿ ಹುಟ್ಟಿದ್ರೂ.... ನಿಮ್ಮಣ್ಣನ ಮಗ ಅನ್ನೋದು ಮರೀಬೇಡಿ. ಎಂಥ ನೀಚ ಜನ.... ನೀವು!" ತುಟಿ ಮೀರಿ ಆಡಿಯೇಬಿಟ್ಟರು.

ಗಾಬರಿಯಿಂದ ಅನುಪಮ ಒಳಗೋಡಿ ಬಂದಳು.

"ಲಗ್ನದ ದಿನ ಹತ್ತಿರವಾಯ್ತು. ಓಡಾಡೋ ಜನವಿಲ್ಲ. ಏನ್ಮಾಡೋಕಾಗುತ್ತೆ?" ಇದು ಸಮಜಾಯಿಷಿ ನೀಡುವ ಪ್ರಯತ್ನ ಕೂಡ ಅಲ್ಲವೆನಿಸಿತು ಅನುಪಮಳಿಗೆ.

"ಹೇಗಿದ್ದಾರೆ, ಮಾವ ಗೋಕುಲ್?" ಅನುಪಮಳ ಸ್ವರ ನಡುಗಿತು. ಮುಖ ಮೇಲೆತ್ತಿ ಕೃಷ್ಣನ್ ನಿಟ್ಟುಸಿರು ದಬ್ಬಿದರು. ಮನದ ವ್ಯಥೆ ಸ್ಪಷ್ಟವಾಯಿತು. ಅವಳು ನಿಂತಲ್ಲೇ ನಡುಗಿದಳು.

"ಮಾವ..."

"ನೆನ್ನೆ ರಾತ್ರಿ ಪೂರ್ತಿ ಪ್ರಜ್ಞೆ ಇರ್ಲಿಲ್ಲ. ತುಂಬ ಜ್ವರಾನೂ ಇತ್ತು. ಇವತ್ತು ನೋಡ್ಕೊಂಡು ನಾಳೆ ಅಮೆರಿಕಗೆ ಕೇಬಲ್ ಕಳಿಸ್ತೀನಿ" ತಮ್ಮ ಅಸಹಾಯಕತೆ ವ್ಯಕ್ತಪಡಿಸಿದರು.

ಅನುಪಮ ಕರಗಿ ನೀರಾಗಿ ಹೋದಳು. ಕಣ್ಣಂಚಿನಲ್ಲಿ ಮಿನುಗಿದ ಕಂಬನಿ ಧಾರೆಯಾಗಿ ಗಲ್ಲದ ಮೇಲೆ ಹರಿದಾಗ ಮುಂಗೈನಿಂದ ತೊಡೆದುಕೊಂಡಳು. ಸುನಂದಮ್ಮ ಬಿಕ್ಕಿ ಬಿಕ್ಕಿ ಅಳುವುದರಲ್ಲಿಯೇ ತಮ್ಮ ನಿಸ್ಸಹಾಯಕತೆ ಚೆಲ್ಲಿದರು.

"ಹೇಗಾದ್ರಾಗ್ಲಿ.... ನೀವು ಹತ್ತಿರದ ಅನುಬಂಧಿಗಳು ಬಳಿಯಲ್ಲಿದ್ರೆ ಅವ್ನಿಗೂ ತೃಪ್ತಿ, ದಯವಿಟ್ಟು ನನ್ನೊಜ್ತೆ ಹೊರಡಿ."

ಹೊರಟ ಸುನಂದಮ್ಮ ಪರಪ್ಪ ಬಂದಾಗ ನಿಂತುಬಿಟ್ಟರು. ಆದರೆ ಅನುಪಮ ಕೃಷ್ಣನ್ ಕಾರಿನಲ್ಲಿ ಹೋಗಿ ಕೂತಳು.

"ಇದು ನಿಂತ ನೀರು. ಕೊಳೆ ಕಲ್ಮಶಗಳೇ ಜಾಸ್ತಿ. ಯಾವ ಪ್ರಯೋಜನಕ್ಕೂ ಬರದು. ನೀವು ಹೊರಡಿ ಮಾವ." ಅರ್ಥಗರ್ಭಿತವಾಗಿ ಹೇಳಿದಾಗ ಕೃಷ್ಣನ್ ಗೋಣಾಡಿಸಿ ಕಾರಿಗೆ ಚಲನೆ ಕೊಟ್ಟರು.

ಮನೆಗೆ ಬಂದ ಮೇಲೆ ವಿಷಯ ತಿಳಿದ ಶಾಮಣ್ಣ ದೊಡ್ಡ ಗದ್ದಲವನ್ನೇ ಎಬ್ಬಿಸಿದರು. ವಾಚಾಮಗೋಚರ ಬೈಗಳಿಗೆ ಕೃಷ್ಣನ್ ಬಲಿ. ಮದುವೆಗೆ ಕೇವಲ ಇನ್ನು ಹತ್ತು ದಿನಗಳು ಉಳಿದಿದ್ದವು. ಕೈ ಕೈ ಹಿಸುಕಿಕೊಂಡರು.

"ಪರಪ್ಪನೋರೇ.... ಈಗೇನು ಮಾಡೋದು?" ಶಾಮಣ್ಣ ಬೆಟ್ಟ ತಲೆಯ ಮೇಲೆ ಬಿದ್ದಂತೆ ಕೂತರು. ಪರಪ್ಪನ ಮಿದುಳು ಚುರುಕಾಗಲಿಲ್ಲ. "ನಾಲ್ಕು ಒದ್ದು ಎಳ್ದುಕೊಂಡ್ಬನ್ನಿ" ತಮ್ಮ ಸಲಹೆಗೆ ತಾನೇ ನಕ್ಕಾಗ ಶಾಮಣ್ಣನವರು ನಡುಗಿದರು.

ಏಕಮಾತ್ರ ಸಂತಾನವೆಂದು ಅತ್ಯಂತ ಪ್ರೀತಿಯಿಂದ ಸಾಕಿದ್ದರು. 'ಈಗ....ಒದ್ದು....' ಸಾಧ್ಯವೇ ಇಲ್ಲ. ಗೋಕುಲ್ ಇಲ್ಲಿಗೆ ಬಂದ ಮೇಲೇನೇ ಅವಳು ಸ್ವಲ್ಪ ನಿಷ್ಠೂರವಾಗಿದ್ದು. ಅಂತಃಕರಣನ ಅಂಗೈಯಲ್ಲಿ ಹಿಡಿದೇ ರೇಗಾಡಿ ಆಮೇಲೆ ನೋವನ್ನು ಅನುಭವಿಸುತ್ತಿದ್ದರು.

"ಅದೆಲ್ಲ ಆಗ್ದ ಕೆಲ್ಸ!" ಕೈ ಚೆಲ್ಲಿದರು.

ಇನ್ನು ಸುನಂದಮ್ಮನಿಗೆ ಸುಮ್ಮನೆ ಕೂಡಲಾಗಲಿಲ್ಲ. ಸ್ವಲ್ಪ ಧೈರ್ಯ ವಹಿಸಿದರು.

"ಯಾಕೆ ಅಷ್ಟೆಲ್ಲ ತಲೆ ಕೆಡಿಸ್ಕೋತೀರಾ! ನೋಡ್ಕೊಂಡು ಬರ್ತಾಳೆ. ಅವನೇನು ಬೇರೇನಾ? ರಕ್ತ ಸಂಬಂಧದ ತುಡಿತವಿರೋಲ್ವಾ! ನಾನಂತು ಎಲ್ಲಾ ತೊಡೆದುಕೊಂಡ ಕಲ್ಲೆದೆಯವಳು!" ಬಿಕ್ಕಿ ಬಿಕ್ಕಿ ಅಳತೊಡಗಿದರು.

ಸಂದಿಗ್ಧತೆಯ ನಡುವೆ ಹೆಂಡತಿಯ ಅಳು- ಅವರ ತಲೆ ಚಿಟ್ಟಿಡಿದು ಹೋಯಿತು. ಸಹನೆ ಕಳೆದುಕೊಂಡರು. ದೊಡ್ಡ ದನಿಯಲ್ಲಿ ಆರ್ಭಟಿಸಿದರು.

"ನೀನು ಅವ್ಳ ಜೊತೆ ಹಾಳಾಗಿ ಹೋಗ್ಬಿಡು. ನಂಗ್ಯಾಕೆ ಬೇಕು ಇವೆಲ್ಲ."

ಇಡೀ ದಿನ ಮನೆಯಲ್ಲಿ ನೀರವತೆ ಬಿದ್ದುಕೊಂಡಿತು. ರಾತ್ರಿ ಕಾರು ಬಂದು ನಿಂತಾಗ ಒಬ್ಬರೂ ತಲೆ ಹೊರಗೆ ಹಾಕಲಿಲ್ಲ. ಕೃಷ್ಣನ್ ದನಿಯ ನಂತರ ಅನುಪಮ ಒಳಗೆ ಬಂದಳು.

ಅವಳಿಗೂ ಯಾರ ಬಳಿಯಲ್ಲೂ ಮಾತನಾಡಬೇಕೆನಿಸಲಿಲ್ಲ. ಹಾಸಿಗೆ ಹಾಸಿಕೊಂಡು ಮಲಗಿಬಿಟ್ಟಳು. ಬ್ಯಾಂಡೇಜ್ ಮಾಡಿದ ಅವನ ಮುಖವೇ ಪದೇ ಪದೇ ಜ್ಞಾಪಕಕ್ಕೆ ಬರುತ್ತಿತ್ತು. ಹೊರಳಾಡಿ ಎದ್ದು ಕೂತಳು.

ವರಾಂಡಕ್ಕೆ ಬಂದಳು. ತಟ್ಟನೆ ಶಾಮಣ್ಣನವರು ಮುಸುಕೊದ್ದರು. ಪುನಃ ಬಂದು ನೀರು ಕುಡಿದು ಮಲಗಿದಳು.

ಬೆಳಗಿನ ಸ್ನಾನ ಮುಗಿಸಿದವಳೇ ಬಸ್‌ಸ್ಟ್ಯಾಂಡ್‌ನ ದಾರಿ ಹಿಡಿದಳು. ಯಾವ ವ್ಯವಸ್ಥೆಗಳು, ಅಪ್ಪನ ಭಯ, ಅಮ್ಮನ ಕಣ್ಣೀರು ಅವಳನ್ನು ಹಿಡಿದಿಟ್ಟುಕೊಳ್ಳುವಲ್ಲಿ ಶಕ್ತವಾಗಲಿಲ್ಲ.

ಇವಳು ಆಸ್ಪತ್ರೆಯನ್ನು ಹೊಕ್ಕಾಗ ಕೃಷ್ಣನ್ ಎದುರಾದರು. ಬಳಲಿಕೆಯಿದ್ದರೂ ಗೆಲುವು ಕಂಡಿತು. ಕಣ್ಣುಗಳು ಮಿನುಗಿದವು. ಗೋಕುಲ್ ಒಂದೆರಡು ಮಾತುಗಳನ್ನು ಆಡಿದ್ದ. ಡಾಕ್ಟರ್‌ರ ಪೂರ್ಣ ಭರವಸೆಯೂ ಸಿಕ್ಕಿತ್ತು.

"ಬಂದ್ಯಾ ಅನು," ಅವಳ ಹಿಂದಕ್ಕೆ ಸರಸರ ಓಡಿದ ನೋಟ ಮತ್ತೆ ನಿರಾಶವಾಗಿ ಹಿಂದಿರುಗಿದರು. ಅವಳು ಅರಿತಳು. ಅಪ್ಪಿಗೆ ಈಗ ಮದ್ವೆ ಬಿಜಿ. ಈಗ ಗೋಕುಲ್ ಹೇಗಿದ್ದಾರೆ? ಗೆಲುವಿನ ಮಿಂಚು ಕಣ್ಣಲ್ಲಿ. "ಇನ್ನೇನು ಭಯವಿಲ್ವಂತೆ. ಜ್ವರಾನೂ ಕಮ್ಮಿಯಾಗಿದೆ. ಮಾತಾಡ್ದ."

ಕೃಷ್ಣನ್, ಅನುಪಮ ವಾರ್ಡ್ ರೂಮಿನೊಳಕ್ಕೆ ಬಂದಾಗ ಗೋಕುಲ್

ಎಚ್ಚರವಾಗಿದ್ದ. ಬಿಳಿಚಿಕೊಂಡ ಮುಖಕ್ಕೆ ನಗುವಿನ ಲೇಪನವಾಯಿತು.

''ಹೌ ಆರ್ ಯು?'' ಕ್ಷೀಣವಾಗಿ ಅನುಪಮಳನ್ನು ಪ್ರಶ್ನಿಸಿದ. ಉಗುಳು ನುಂಗಿದಳೇ ವಿನಃ ಮಾತನಾಡಲು ಅವಳಿಂದಾಗಲಿಲ್ಲ. ಕೃಷ್ಣನ್ ತಿರುಗಿ ಸನ್ನೆ ಮಾಡಿದ. ಬಗ್ಗಿದಾಗ ಹೇಳಿದ. ಕೃಷ್ಣನ್ ನಸು ನಕ್ಕರು. ''ಮನೆಗೆ ಕರ್ಕೊಂಡ್ಹೋಗ್ತೀನಿ'' ಕಣ್ಮುಚ್ಚಿದ.

ನಾಲ್ಕೇ ದಿನದಲ್ಲಿ ನಿರೀಕ್ಷೆಗೂ ಮೀರಿ ಚೇತರಿಸಿಕೊಂಡ. ಅನುಪಮ ನೀಡಿದ ಸಹಾಯಹಸ್ತಕ್ಕೆ ಕೃಷ್ಣನ್ ಕೃತಜ್ಞರಾಗಿದ್ದರು. ಮನೆಯ ಗುಡುಗು, ಸಿಡಿಲು, ಮಳೆ ಅವಳನ್ನೇನು ಮಾಡಿರಲಿಲ್ಲ.

ಕೂದಲು ಒರೆಸುತ್ತ ಬಾತ್‌ರೂಮಿನಿಂದ ಹೊರಗೆ ಬಂದಾಗ ಅನುಪಮಳಿಗೆ ಶಾಮಣ್ಣನವರು ಎದುರಾದರು. ಕೆಂಪತ್ತಿದ ಕಣ್ಣುಗಳು ಕೋಪಕ್ಕೆ ಸಾಕ್ಷಿಯಾಗಿದ್ದವು.

''ನಿನ್ನ ತಿರ್‍ಗಾಟ ಮುಗೀತಾ?''

''ಮುಗಿದಂಗೆ, ನಾಳೆ ದಿನ ಕೃಷ್ಣನ್ ಮನೆಗೆ ಕರೆದೊಯ್ಯುತ್ತಾರೆ. ಅವ್ರ ಫ್ಯಾಮಿಲಿ ಡಾಕ್ಟ್ರೇ ಟ್ರೀಟ್‌ಮೆಂಟ್ ಕೊಡ್ತಾರಂತೆ.'' ಕೈಯಲ್ಲಿದ್ದ ಟವಲು ಕೆಳ ಜಾರಿತು.

''ನಿನ್ನಿಂದ ನಾವು ಕಂಡೋರ ಕೈಲಿ ಲಕ್ಷ ಮಾತು ಕೇಳ್ಬೇಕಾಯ್ತು. ಮದ್ವೆಗೆ ಗೊತ್ತಾದ ಹೆಣ್ಣು ಕಂಡಾಪಟ್ಟೆ ಅಲ್ಯೋದು ಅಂದ್ರೇನು!'' ಸಿಡಿದರು.

''ಸುಮ್ನೇ ಯಾರೋ ಅನ್ನೋ ಮಾತುಗಳಿಗೆ ಬೆಲೆ ಯಾಕೆ ಕೊಡ್ಬೇಕು? ಗೋಕುಲ್ ನನ್ನ ಮಾವನ ಮಗ. ಹಿರಿಯರು ಅಂತಃಕರಣ, ಕರ್ತವ್ಯ ಮರೆತಾಗ ನಾನು ಹಾಗೆ ಮಾಡ್ದೇ ಬೇರೆ ವಿಧೀನೇ ಇರ್ಲಿಲ್ಲ'' ಅವಳ ನೇರ ಮಾತುಗಳು ಬಣಗಳಾದವು. ಶಾಮಣ್ಣನವರು ಉಗುಳು ನುಂಗಿದರು.

ಪರಪ್ಪ ಅಲ್ಲಿ ಹೋಗಿ ಏನು ಸುದ್ದಿ ಮುಟ್ಟಿಸಿದ್ದನೋ ಆ ಜನ ದೊಡ್ಡದಾಗಿ ಪತ್ರ ಬರೆದಿದ್ದರು. ಅದು ಶಾಮಣ್ಣನವರಿಗೆ ಕಂಕುಳಲ್ಲಿ ಎದ್ದ ಬಾವಾಗಿತ್ತು.

ಎರಡು ದಿನ ಎಲ್ಲೂ ಹೊರಡದಿದ್ದರೂ ಮೂರನೆಯ ದಿನ ತಾಯಿಯ ಬಳಿ ಬಂದಳು.

''ಅಮ್ಮ, ಗೋಕುಲ್‌ನ ನೋಡ್ಕೊಂಡ್ಬರೋಣ ಬಾ. ಅಪ್ಪಯ್ಯನೇನೂ ಕಡಿದುಹಾಕೋಲ್ಲ.'' ತಕ್ಷಣ ಆಕೆಯ ಮನದಲ್ಲಿ ಆಸೆ ಹೆಮ್ಮರವಾಯಿತು.

''ಕೆಲ್ಸಕ್ಕೆ ಜನಾ ಬರ್ತಾರಲ್ಲ!''

ಅಷ್ಟರಲ್ಲಿ ಶಾಮಣ್ಣನವರು ಬಂದಿದ್ದರಿಂದ ಆ ವಿಷಯಕ್ಕೆ ಮುಕ್ತಾಯ ಹಾಡಬೇಕಾಯಿತು.

"ಅಪ್ಪ, ನಾನು ಬೆಂಗ್ಳೂರಿಗೆ ಹೋಗ್ಬರ್ತೀನಿ" ಮುಂದೆ ವಿವರಿಸಬೇಕಾದ ಅಗತ್ಯ ಕಾಣಲಿಲ್ಲ. ಸಮರ್ಥಿಸಿಕೊಳ್ಳುವ ಛಾತಿ ಇರುವ ಮಗಳು ಎದುರು ಮಾತನಾಡಲು ತಡಬಡಿಸಿದರು. ಅಷ್ಟಲ್ಲದೆ ಇನ್ನು ಕೆಲವೇ ದಿನದ ಅತಿಥಿ ಈ ಮನೆಗೆ. ಮನ ಮೆತ್ತಗಾಯಿತು. "ನಂಗೂ ಸ್ವಲ್ಪ ಕೆಲ್ಸ ಇದೆ, ಹಾಗೆ....ಬರ್ತೀನಿ."

ಅವರು ಬಟ್ಟೆ ಬದಲಾಯಿಸಲು ಒಳಗೆ ಹೋದಾಗ ಮೌನವಾಗಿ ಕೂತಳು.

ತಂದೆಯ ಸ್ವಭಾವದ ಬಗ್ಗೆ ಯೋಚಿಸಲು ಹೋಗಲಿಲ್ಲ. ಈಗ ಜೊತೆಯಲ್ಲಿ ಬಂದರೂ ಕೃಷ್ಣನ್ ಮನೆಗೆ ಬರಲಾರರೆಂದು ಅವಳಿಗೆ ಗೊತ್ತು.

"ಅಮೆರಿಕದಿಂದ ಅವ್ನ ಅಮ್ಮ ಬರಲಿಲ್ವಾ? ಯಾವಾಗ ಹೋಗ್ತಾನಂತೆ?" ಶಾಮಣ್ಣನವರ ಪ್ರಶ್ನೆಗಳು ಲೋಕಾಭಿರಾಮದ ಧಾಟಿ ಹಿಡಿದವು. ಅನುಪಮಳ ತುಟಿಗಳ ಮೇಲೆ ನಸುನಗು ಹರಡಿತು. "ನಂಗೇನು ಗೊತ್ತಿಲ್ಲ. ಅವ್ರಿಗೆ ವಿಷ್ಯಾನೇ ತಿಳ್ಸಿಲ್ವಂತೆ."

ನೋಟುಗಳನ್ನು ಎಣಿಸಿ ಜೇಬಿಗೆ ಸೇರಿಸುತ್ತಿದ್ದವರು ಮುಖವೆತ್ತಿ ಮಗಳ ಕಣ್ಣುಗಳತ್ತ ನೋಡಿದರು. ಅದರಲ್ಲಿ ಎಂದಿನ ಸ್ವಚ್ಛ ನಿರ್ಮಲಭಾವವಿತ್ತು.

"ತಿಳ್ಕೊಂಡು ತಾನೇ ನಾವೇನು ಮಾಡ್ಕೊಳ್ಳೋದು. ಸರ್ಯಾದ ಬೆಲೆ ಕೊಟ್ಟು ಮನೆ, ತೋಟಾನ ನಮ್ಮ ಹೆಸರಿಗೆ ಬರ್ಸಿಕೊಂಡು ಹಣ ಕೊಡೋದೂಂತ ತೀರ್ಮಾನ ಮಾಡಿದ್ದೀನಿ. ಸುಮ್ನೆ ನಮಗೇಕೆ?"

ಭಾರವಾದ ಉಸಿರು ದಬ್ಬಿದಳು. ಗೋಕುಲ್ ಈ ಹಳ್ಳಿಯಲ್ಲಿ ಮಾತ್ರವಲ್ಲ, ಭಾರತದಲ್ಲಿ ಇರುವುದು ಕೂಡ ಶಾಮಣ್ಣನವರಿಗೆ ಇಷ್ಟದ ಸಂಗತಿಯಾಗಿ ಕಾಣಲಿಲ್ಲ.

ಹೊರಟ ಶಾಮಣ್ಣನವರು ಅಡಿಗೆಯ ಮನೆ ಬಾಗಿಲಿಗೆ ಹೋಗಿ ಇಣಕಿದರು. ಏನನ್ನಿಸಿತೋ ಹೆಂಡತಿಯನ್ನೂ ಕೂಡ ಜೊತೆಯಲ್ಲಿ ಕರೆದೊಯ್ಯುವ ನಿರ್ಧಾರ ಮಾಡಿದರು.

"ಬೆಂಗ್ಳೂರಿಗೆ ಹೋಗ್ಬರೋಣ... ಹೊರಡು, ನಂಗೆ ಸ್ವಲ್ಪ ಕೆಲ್ಸ ಇದೆ. ನಿನ್ನ ಮಗ್ಳು ಕೃಷ್ಣನ್ ಮನೆಗೆ ಹೋಗ್ಬರ್ತಾಳಂತೆ. ನೀನೂ ಒಂದ್ಸಲಿಗೆ ಬೇಕಾದ್ರೆ ಹೋಗ್ಬಾ, ನಮ್ಗೆ

ತಾನೇ ಅವರಲ್ಲಿ ವೈಮನಸ್ಸು ಯಾಕೆ?''

ಅನುಪಮ ಕಿವಿಯರಳಿಸಿದಳು. ಕಣ್ಣುಗಳಲ್ಲಿ ಅಚ್ಚರಿ ಇಣಕಿತು. ಈ ಒಳ್ಳೆಯ ಮಾತುಗಳ ಹಿಂದೆ ಇರುವ ಕುಹಕವಾದರೂ ಎಂತಹುದು?

''ಬೇಗ ರೆಡಿಯಾಗು'' ಅವಸರಿಸಿದರು.

ಸುನಂದಮ್ಮ ಮಂಕುತನದ ಮೇಲೆ ಗೆಲುವನ್ನು ಹೊದ್ದು ಹೊರಟರು. ಅನುಪಮ ತುಟಿ ಬಿಚ್ಚಲಿಲ್ಲ.

ಬಸ್ಸಿನಿಂದ ಇಳಿದ ಕೂಡಲೇ ಒಂದಿಷ್ಟು ಹಣ್ಣು, ಹಂಪಲು ಬುಟ್ಟಿ ತುಂಬಿಸಿ ಹೇಳಿದರು.

''ಇನ್ಯಾಕೆ ಹೋಗ್ತೀರಾ? ಕೊಟ್ಟು ಮಾತಾಡ್ಸಿಕೊಂಡು ಬಂದ್ಬಿಡಿ.''

ಅವರ ಮನ ಕೂಡ ಸಹಾನುಭೂತಿಯಿಂದ ತುಂಬಿಹೋಗಿತ್ತು. ಹೆಂಡತಿಯ ಅನಾರೋಗ್ಯದ ಬಗ್ಗೆ ಆತಂಕಗೊಂಡಿದ್ದಾಗ ಚಿಕಿತ್ಸೆ ನೀಡಿದ್ದ. ಅದನ್ನೆಲ್ಲ ಮರೆಯಬಾರದೆಂಬ ಒಳ ಮಿಡಿತವಿದ್ದರೂ ಎಂತಹುದೋ ಧೋರಣೆಯಿಂದ ವ್ಯಕ್ತಿಗಳು ಅರ್ಥೈಸಿಕೊಳ್ಳಲು ಸಿಕ್ಕಲಾರರು!

ಆಟೋದಲ್ಲಿ ಕೂಡಿಸಿ ಮತ್ತೆ ಹೇಳಿದರು.

''ಊಟ ತಿಂಡೀಂತ ನಿಲ್ಲಬೇಡಿ. ಏನೋ.... ಹೇಗೋ.... ಕರ್ತವ್ಯ ನೋಡ್ದ ಶಾಸ್ತ್ರ ಮಾಡ್ಬಿಡಿ. ಮತ್ತೆಂದೂ ಹೋಗೋಕಾಗೋಲ್ಲ!''

ಸ್ಪಷ್ಟವಾಗಿ ಹೇಳಲು ಸಹ ಪದಗಳಿಗಾಗಿ ಹುಡುಕಾಡಿದ ತಂದೆಯ ಕಡೆ ಸಹಾನುಭೂತಿಯಿಂದ ನೋಡಿದಳು ಅನುಪಮ. ಮತ್ತೆ ಬಗ್ಗಿ ಹೇಳಿದರು. ''ಆ ದೇವಸ್ಥಾನದ ಹತ್ರ ಕಾಯ್ತಾ ಇರ್ತೀನಿ. ಒಂದ್ಗಂಟೆ ಒಳ್ಗೇ.... ಅಲ್ಲಿರಬೇಕು.''

ಆಟೋ ಮುಂದಕ್ಕೆ ಚಿಮ್ಮಿದಾಗ ಅವರು ಹಿಂದುಳಿದರು.

ಡಾಕ್ಟರ್ ಜೊತೆ ಮಾತನಾಡುತ್ತಿದ್ದ ಕೃಷ್ಣನ್ ಕಣ್ಣಲ್ಲಿಯೇ ಅಚ್ಚರಿ ಪ್ರಕಟಿಸಿ ಹಾರ್ದಿಕವಾಗಿ ಸ್ವಾಗತಿಸಿದರು. ಇದೊಂದು ಹೊಸ ಬೆಳವಣಿಗೆ. ಅವರ ಮನ ಸಂತೋಷಗೊಂಡಿತು.

ಕಾರಿಗೆ ಡಾಕ್ಟರನ್ನು ಹತ್ತಿಸಿ ಒಳಗೆ ಬಂದರು. ಸುನಂದಮ್ಮ ಬಾಡಿದ ನಿಸ್ಸಹಾಯಕ ಮುಖ ನೋಡಿದಾಗ ಚುಚ್ಚಿ ನೋಯಿಸಬೇಕೆನಿಸಲಿಲ್ಲ.

‘‘ನೀವು ಬಂದಿದ್ದು ಸಂತೋಷ, ಶ್ರೀನಿವಾಸನ ಪುಣ್ಯದಿಂದ ಗೋಕುಲ್ ಉಳಿದುಕೊಂಡ. ನಂಗೆಷ್ಟೋ ಸಮಾಧಾನ’’ ‘‘ಹಗುರ ಮನದಿಂದ ಕೃಷ್ಣನ್ ನುಡಿದಾಗ ಸುನಂದಮ್ಮನಿಗೆ ತಲೆ ತಗ್ಗಿಸುವಂತಾಯಿತು.

ಜೊತೆಯಲ್ಲಿಯೇ ಗೋಕುಲ್‌ನ ಕೋಣೆಗೆ ಕರೆದೊಯ್ದರು. ಆಸ್ಪತ್ರೆಗಿಂತ ಮುಖ ಅಲ್ಲಿಸ್ವಲ್ಪ ಗೆಲುವಾಗಿತ್ತು. ವೇದನೆ, ನೋವುಗಳ ಮಧ್ಯೆಯೂ ಮಾಸದ ನಗು ತುಟಿಗಳ ಮೇಲೆ.

‘‘ಹೇಗಿದ್ದೀರಾ? ನೀವು ಇನ್ನೂ ಚೇತರಿಸಿಕೊಂಡಿಲ್ಲ.’’ ಗೋಕುಲ್ ಹೇಳಿದಾಗ ಸುನಂದಮ್ಮ ಗಳಗಳನೆ ಅತ್ತುಬಿಟ್ಟರು.

ಅವರ ಸಮಾಧಾನಕ್ಕೆ ಬರಲು ಎಷ್ಟೋ ಹೊತ್ತಾಯಿತು. ಕೃಷ್ಣನ್, ಅನುಪಮ ಹೊರಗೆ ನಡೆದಾಗ ಆಕೆ ಅವನನ್ನು ಪ್ರೀತಿಯಿಂದ ಕಣ್ಣುಗಳಲ್ಲಿ ತುಂಬಿಕೊಳ್ಳುವಂತೆ ನೋಡಿದರು. ಬ್ಯಾಂಡೇಜ್ ಹಾಕಿದ ಕಡೆಯಲ್ಲೆಲ್ಲ ಮೃದುವಾಗಿ ಕೈನಿಂದ ಸವರಿದರು.

ಇಲ್ಲಿ ಮಾತು ಮೂಕವಾಗಿತ್ತು.

‘‘ನೀವು ಬಂದಿದ್ದು ನಂಗೆ ಸಂತೋಷ. ಮಮ್ಮಿಗೂ ಕೂಡ ತಿಳ್ಸೋದು ಬೇಡಾಂದೆ. ಬೇಗ ಚೇತರಿಸ್ಕೋತೀನಿ’’ ಗೆಲುವಿನಿಂದ ನುಡಿದ.

ಅಷ್ಟರಲ್ಲಿ ಕೃಷ್ಣನ್, ಅನುಪಮ ಒಳಗೆ ಬಂದರು. ಅವಳ ಮುಖದಲ್ಲಿ ಗೆಲುವಿನ ನಿರ್ಧಾರವಿತ್ತು. ಗೋಕುಲ್ ಅವಳತ್ತ ನೋಟವರಿಸಿ ನಸುನಕ್ಕ.

‘‘ನೀವು ನಂಗೋಸ್ಕರ ತುಂಬ ತೊಂದರೆ ತಗೊಂಡಿದ್ದೀರಾ! ಯಾವಾಗ ನಿಮ್ಮ ಮದ್ವೆ?’’

ಅವಳ ಎದೆ ಭಾರವಾಗಿ ಮಾತುಗಳು ಹೊರಡುವುದು ಕಷ್ಟವಾಯಿತು. ತುಟಿಯಲುಗಿಸಲು ಪ್ರಯಾಸಪಟ್ಟಳು.

‘‘ನೀವು ಪೂರ್ತಿ ಚೇತರಿಸ್ಕೊಂಡ್ಮೇಲೆ....’’

ಕೃಷ್ಣನ್, ಸುನಂದಮ್ಮ ವಿಸ್ಮಿತರಾದರು. ಕೇವಲ ಐದಾರು ದಿನಗಳಿರುವ ಮದುವೆಯಲ್ಲಿ ಗೋಕುಲ್ ಹೇಗೆ ಎದ್ದು ಓಡಾಡಿಯಾನು? ಅವಳ ಮಾತಿನ ಹಿನ್ನೆಲೆಯೇನು?

‘‘ಕನಿಷ್ಟಪಕ್ಷ ಅವ್ನು ಸರ್‍ಯಾಗಿ ಓಡಾಡೋಕೆ ತಿಂಗ್ಳಾದ್ರೂ... ಬೇಕೂಂದಿದ್ದಾರೆ

ಡಾಕ್ಟ್ರು," ಅವಳ ಮಾತಿನ ಹಿನ್ನೆಲೆ ಸ್ಪಷ್ಟವಾಗಿ ತಿಳಿಯಲು ಕೃಷ್ಣನ್ ಹೇಳಿದರು.

"ಪರ್ವಾಗಿಲ್ಲ ಅದ್ವರ್ಗೂ ಕಾಯ್ತೀನಿ. ಭಾರತಕ್ಕೆ ಬಂದು ಗೋಕುಲ್ ನಿರಾಶೆಯಿಂದ ಹಿಂದಿರುಗೋದು ಬೇಡ!" ಅವಳ ದೃಢ ಸ್ವರಕ್ಕೆ ಬೆಚ್ಚಿದರು.

ಸುನಂದಮ್ಮನಿಗೆ ಏನೇನೂ ಅರ್ಥವಾಗಲಿಲ್ಲ ಪಿಳಿಪಿಳಿ ಕಣ್ಣುಗಳನ್ನು ಬಿಟ್ಟರು. ಸ್ವಲ್ಪ ತಡವಾಗಿಯಾದರೂ ಕೃಷ್ಣನ್‌ಗೆ ಅರ್ಥವಾದಾಗ ಅವರ ಮನ ಕುಣಿದು ಕುಪ್ಪಳಿಸಿತು.

"ಥ್ಯಾಂಕ್ಯೂ ಮೈ ಚಿಲ್ಡ್ರನ್....." ತಲೆ ನೇವರಿಸಿ ಮುಂದಲೆಗೆ ಚುಂಬಿಸಿದರು.

ಗೋಕುಲ್ ಕಣ್ಣುಗಳು ನೋವು, ವ್ಯಥೆಯ ನೆರಳನ್ನು ತೊಡೆದುಹಾಕಿ ಗೆಲುವನ್ನು ವಿಜೃಂಭಿಸಿತು.

* * *